I0726779

NUÔI CON NGƯỜI KHÁC

LÊ NGUYỆT

NUÔI CON NGƯỜI KHÁC

Truyện dài

NHÀ XUẤT BẢN
NHÂN ẢNH
2020

LÀM MẸ...
NUÔI CON NGƯỜI KHÁC

Nhà văn Trần Thị Hồng Châu

Các con cần gì nơi mẹ nhất?

Người mẹ, ngoài thiên chức bảo tồn nòi giống, dám xé thịt, banh da sinh con, vì con mà sống, nương con mà tự hào, mà hãnh diện... Người phụ nữ còn là tay hòm chìa khóa, giữ lửa hạnh phúc, giữ kinh tế cho gia đình... và quan trọng hơn cả là người quyết định đến 70% nhân cách của những con trẻ sau này bước ra phục vụ cho xã hội.

Chính vì điều này mà từ ngàn ngàn đời xưa, cho đến bây giờ, cứ thế hệ trước, truyền cho thế hệ sau những khuôn mẫu, những kiến thức, những tiêu chuẩn... mà các tầng lớp, mọi gia đình đòi hỏi ở người con dâu. Các bậc làm cha, làm mẹ luôn phải cố gắng huấn luyện, dạy dỗ tốt cho các bé gái biết cách làm vợ, làm mẹ...

Dù ở bất cứ thời nào, trong tầng lớp nào mong muốn lớn nhất của các bậc cha, mẹ có con trai: là con có được người vợ hiền, mình có con dâu thảo... Và người phụ nữ nào trong đời cũng mong muốn có người chồng tốt, được gia đình chồng thương, có con để ôm, có hơi ấm chồng, con truyền sang và muốn được nghe tiếng gọi thân yêu là MẸ... Nhưng trong tiếng gọi MẸ phải chăng tất cả đều giống nhau?

Chứa đựng sự biết ơn, yêu thương, trân trọng…? Phải chăng tất cả những người làm mẹ cũng có những đứa con làm cho mình rạng ngời hạnh phúc, kiêu hãnh với bao người, tự hào cho dòng tộc…?

Nhà văn Lê Nguyệt, đồng thời cũng là một nhà giáo nhiều năm lăn lộn với học sinh và các bậc phụ huynh. Chị hiểu rất rõ người mẹ có ảnh hưởng quan trọng đến sự trưởng thành về trí tuệ và tính cách của con cái trong gia đình và xã hội như thế nào. Nên chị đã lấy tấm lòng vô cùng nhân hậu, yêu thương, vô cùng thấu hiểu để viết truyện về những người mẹ, nhất là những người NUÔI CON NGƯỜI KHÁC.

Nuôi con người khác là nuôi con riêng của chồng. Dù không phải đau đớn vì sinh đẻ, nhưng họ cũng bị nhiều áp lực. Như bản thân không phải có ngay tình cảm với đứa trẻ, luôn bị mọi người xung quanh dòm ngó, đôi khi bị ngay cả đứa con chồng chống trả… Nuôi con người khác khó hơn nuôi con ruột rất nhiều.

Truyện NUÔI CON NGƯỜI KHÁC được nhà văn Lê Nguyệt viết rất đặc biệt. Không hề có sự đánh đập, đày đọa con chồng như truyện cổ tích TẤM CÁM… mà là những bà mẹ ghẻ tân tiến, nuôi nấng dạy dỗ ra những con người hiện đại cho xã hội...

Lấy yêu thương, chiều chuộng để nuôi dạy con trẻ đúng hay sai? Truyện NUÔI CON NGƯỜI KHÁC sẽ cho ta những bài học, những tấm gương để tất cả các bà mẹ noi theo.

Không hề có những lời nói giáo điều, lý thuyết suông, Lê Nguyệt chỉ khéo léo kể lại quá trình trưởng thành của hai cô bé Trâm và Phượng từ khi còn trong vòng tay gia đình, đến khi lớn lên ra đời để chúng ta cùng so sánh, cùng suy ngẫm

Hai cô bé gái cùng tuổi nhau, cùng gia cảnh, cùng sống ở miền quê, cùng học chung trường, là bạn thân của nhau, cùng mất mẹ và có một tuổi thơ được hai bà mẹ ghẻ nuôi nấng, dạy dỗ...

Bà mẹ ghẻ của Trâm là người tốt, yêu thương con chồng như con mình, không sợ điều tiếng, không ích kỷ, không chiều chuộng những thói hư tật xấu, biết răn đe đúng mực, biết lo nghĩ về tương lai cho con chồng… Bà truyền dạy từng chút những gì mình biết như "nữ công gia chánh" những gì bà không thể, thì tạo điều kiện khuyến khích cho Trâm đi học… để Trâm vào đời với đầy đủ kiến thức về mọi phương diện, để làm gương cho các con ruột mình noi theo, để làm chủ được bản thân, làm chủ được cuộc sống một cách tự tin, vững chãi… Bà đã nhận lãnh được lòng hiếu thảo biết ơn… rất xứng đáng được nghe tiếng gọi mẹ đầy yêu thương từ Trâm.

Bà mẹ ghẻ của Phượng là người xấu, rất xấu, độc ác âm mưu… giả vờ chiều chuộng Phượng chỉ vì sợ điều tiếng cho bản thân, không lo cho Phượng học hành không đến nơi đến chốn, muốn Phượng thành con cờ trong tay mình, đẩy Phượng phải ra đời sớm trong tâm trạng lo sợ hoang mang, thiếu tự tin…

Nhưng Phượng có để mình lọt bẫy mẹ ghẻ hay không? Bà ta có đạt được ước nguyện độc ác của mình với Phượng hay không? Đây chính là diễn biến được Lê Nguyệt kể hấp dẫn nhất, tuyệt vời nhất, làm cho chúng ta đi từ ngạc nhiên này đến ngạc nhiên khác… trong NUÔI CON NGƯỜI KHÁC.

Đó là bắt đầu từ lúc Phượng chuẩn bị đi lấy chồng, cô biết được dã tâm độc ác của mẹ ghẻ.

Bà mẹ ghẻ muốn Phượng là đứa con dâu bị nhà chồng khinh rẻ ư? Phượng đã cố gắng bù lấp những kiến thức bếp núc, kiến thức kinh doanh buôn bán, hòa nhập với mọi người nhà chồng, để chiếm được sự thương yêu, tin tưởng...

Bà mẹ ghẻ muốn Phượng có người chồng hư hỏng ư? Phượng đã rộng lòng bao dung, hy sinh bản thân nuôi con rơi của chồng để hướng chồng một lòng một dạ với mình…

Bà mẹ ghẻ âm mưu muốn biến Phượng cũng thành mẹ ghẻ nuôi cháu của bà ta ư? Phượng đã lấy tình thương thật sự để biến đứa nhỏ đó thành đứa con vĩnh viễn thương yêu gọi mình là mẹ, là niềm kiêu hãnh, tự hào của dòng tộc...

Bà ta đã thất bại vì ác, vì giả tạo... Con cái ruột của bà cũng chả coi bà ra đâu với đâu. Phượng cũng không muốn gọi bà là mẹ...

Tác phẩm NUÔI CON NGƯỜI KHÁC có tính giáo dục rất cao về cách làm mẹ. Con trẻ rất cần sự yêu thương, chăm lo chu đáo, chứ không phải là chiều chuộng. Dù làm mẹ ghẻ cũng nên lấy lòng thương yêu thật sự ra để nuôi dạy con chồng. Yêu thương cho ra bao nhiêu thì sẽ được đền đáp bấy nhiêu...

NUÔI CON NGƯỜI KHÁC có cái hậu thật quá là đẹp! Quá mỹ mãn làm cho ta như bước vào cõi mộng muốn học theo...

Nhà văn Lê Nguyệt viết NUÔI CON NGƯỜI KHÁC quả thật rất lạ và rất hay xin được giới thiệu đến bạn đọc!

02/06/2020
Hong Tran - Trần Thị Hồng Châu

CHƯƠNG I

Chuyện nhiều năm trước.

Mẹ nó, chị Ba Thường (Thường là Tên của anh Ba, chị tên Đào) tay lăm lăm chiếc lược trên tay, miệng réo ỏm tỏi:

- Trâm ơi, quớ Trâm. Trâm ơi, quớ Trâm.

Trâm là nó. Đứa bé gái trạc mười bốn tuổi từ sau nhà chạy ra, quắn quíu lên tiếng:

- Dạ. Con nè mẹ.

Chị Ba hất mặt:

- Nãy giờ đi đâu mà kêu rát cổ họng không trả lời vậy?

- Con dạ um sùm tại mẹ không nghe đó chứ.

- Bộ tao điếc ha?

Bé Trâm nhìn thấy cái lược trên tay mẹ, liền hỏi:

- Mẹ kiếm con chi ha?

- Bắt chí chứ chi. Chí cả đống có ngày nó lôi xuống đìa trấn nước mắc dịch luôn.

- Ngày nào cũng bắt ba bốn lần, hễ rảnh là lôi con ra bắt chí thì lấy đâu cả đống mà lôi xuống đìa?

- Nhiều chuyện quá, lợi đây coi.

- Mà mẹ phải hứa là có con chí nào thì phải giết trên đầu cho đã ngứa chứ hổng được bắt xuống, đau thấy bà nội. Mà cũng không được tuốt trứng chí nữa. Phải giết trên đầu luôn.

- Bắt mệt. Nhiều điều kiện quá. Không tước trứng xuống mai mốt nó nở cả ngàn ở trên đầu ngồi đâu quàu đó cho người ta cười thúi đầu. Con gái ngày một lớn mà đầu cổ chí móm rận rệp ai coi cho. Ngồi xuống coi.

Trâm liếc liếc mẹ rồi cũng xề lại cái ghế ngồi thấp tè ba nó đặc biệt đóng riêng cho nó theo yêu cầu của mẹ là để cho nó ngồi vừa vặn dưới tầm tay bà cho bà bắt chí. Chị Ba ngồi trên bực thềm, dang hai chân ra, Trâm lọt thỏm trong lòng mẹ, lim dim tận hưởng cảm giác đã ngứa khi mẹ giết chí hay trứng trên đầu, và có lúc cũng la lên, giẫy nẩy khi bị tước trứng. Mẹ nó ghiền cắn hay sao ấy, cứ dụ nó là sẽ giết trực tiếp trên đầu mà hễ giết vài lần là bắt xuống bỏ vô miệng cắn nghe bụp bụp muốn nổi da gà. Mẹ nó mới hai mươi chín tuổi chứ mấy, ba nó cưới mẹ về chưa được bảy năm, hồi đó nó mới có bảy tuổi. Mấy năm sau mẹ sinh ra thêm một đứa con gái và một thằng cu nữa. Nó là chị Hai nên giữ em suốt. Ngoài giờ đi học, nó quanh quẩn bên hai đứa em và mẹ. Khi thằng Trực được bốn tuổi gửi nhà trẻ, con Thúy học lớp một thì nó chỉ còn mỗi việc là chơi chung với tụi nó thôi chứ không ẵm bồng chi nữa. Hàng xóm nói mẹ nó hung dữ, cứ la rầy chị em nó hoài, chắc chắn là mấy đời bánh đúc có xương, mấy đời mẹ ghẻ mà thương con chồng rồi.

Mẹ nó làm gì cũng kêu nó lại xem. Mần cá, lặt tép cũng mang ra hai con dao, hai cây kéo và kêu nó phụ. Mới đây bà còn chỉ nó mổ bụng gà, vịt nữa chứ. Bà nói con gái lớn rồi cũng phải có chồng, có con. Chuyện gì trong bếp núc cũng nên biết mà làm không để mẹ chồng, chị em bên chồng nặng nhẹ háy nguýt. Nếu may mắn không làm dâu thì cũng phải biết nấu nướng mà lo cho chồng con. Đàn bà là phải biết vun vén cho gia đình, hai bữa cơm lúc nào cũng phải tươm tất, phải làm sao cho chồng luôn cảm thấy gia đình là một mái ấm mà đi bất cứ nơi đâu cũng chỉ muốn về nhà.

Mẹ nó nói đủ thứ, nghe riết ngán. Mẹ la rầy chị em nó hoài nhưng chưa bao giờ đánh chúng nó dù là một bạt tay nhẹ. Nhưng hăm thì hăm hà rầm. Như mỗi lần bắt chí mà nó ngọ nguậy là mẹ la lên: "Ngồi yên coi, nhúc nhích hoài tao cú một cái lủng sọ bây giờ", nhưng có cú bao giờ đâu.

Nhất là cái vụ học, nếu nó nói bận học bài là dù có công chuyện gì, mẹ cũng không sai biểu nó mà để yên cho nó học, cũng không cho hai em nó quấy rầy. Nó học giỏi lắm, giỏi nhất lớp luôn. Mỗi lần về khoe là nó thấy mặt mẹ giãn ra, nụ cười dù có cố giấu đến đâu nó cũng nhìn thấy. Nó không sợ mẹ, bị chửi hoài nhưng nó thích. Hai đứa em nó cũng không ngoại lệ, cũng bị la rầy tối ngày như nó. Ba Trâm thì đặc biệt cưng thằng cu Trực vì nó là con trai duy nhất của ba mà cu Trực thì chỉ dám nhõng nhẽo với ba và ông bà nội cách nhà nó hơn một cây số chứ cũng ít khi dám nhõng nhẽo với mẹ.

Lớn lên một chút, Trâm thấy mẹ ghẻ của mình không màu mè gì hết. Hồi nó chưa có em, thỉnh thoảng ba nó chở hai mẹ con về nội, nhà nội có Bác Hai, cô Ba, cô Tư và chú Út, ai cũng để ý coi thái độ và cách cư xử của mẹ ghẻ đối với con chồng ra sao. Mẹ nó vẫn y chang như vậy. Cơm nước xong, rảnh rỗi là kêu nó lại bắt chí. Nó cũng không hiểu sao mà mẹ lại khoái bắt chí như vậy. Sau nầy khi có bé Thúy, về nội chiếc xe chất bốn người. Nhưng khi có cu Trực rồi thì ba chỉ chở hai chị em nó đi thôi. Cu Trực lớn, tự ngồi xe được thì cả ba chị em đều đi, chỉ có mình mẹ ở nhà.

Trâm còn bà ngoại ruột. Ông ngoại mất từ lâu. Bà ngoại ở

với cậu Út, mẹ Trâm thứ ba, Trâm có cậu Hai và cậu Út thôi. Trâm cũng còn bà ngoại của mẹ kế, bà ngoại sau nhỏ tuổi hơn bà ngoại trước vì mẹ Đào thứ hai mà ba Thường của nó tới thứ năm. Mẹ kế của nó còn hai người em gái, dì Ba, dì Năm và cậu Tư. Bà ngoại ở với cậu mợ Tư. Các dì và cậu không ai kỳ thị Trâm, coi nó như cháu ruột của mình.

Các cô chú, cậu dì của Trâm có chồng có vợ cũng ở lẫn quẩn trong cái huyện, cái tỉnh nầy.

Lúc nào cũng vậy, mỗi lần Trâm chải đầu đi học, nó rất thích đánh hai bính tóc như con Phượng nhà kế bên nhưng lúc nào mẹ cũng chảy cho nó rồi cột nhổng lên thành tóc đuôi gà, nó nói:

- Đánh bính đi mẹ ơi.

- Bậy. Đánh bính hư tóc hết. Cột cao như vầy nhìn mặt mày sáng sủa dễ thương hơn.

- Nhưng con thấy con Phượng đánh hai bính đẹp lắm.

- Tùy theo khuôn mặt. Nhưng mẹ thấy con gái nên tóc tai gọn gàng, cột cao lên lộ rõ mặt mày. Với lại nhanh lẹ. Làm việc gì cũng phải nhanh lẹ thì mới tốt. Có đâu suốt ngày cứ lo chăm sóc bộ hình rồi sau nầy có chồng mất thời gian vào chuyện làm đẹp ai chăm sóc nhà cửa chồng con đây?

- Mẹ cứ tối ngày vậy không. Có tiền thì mướn người làm.

- Chồng con mình đi năm sông bảy núi cũng phải về nhà. Ở nhà cao cửa rộng mà không có người thân thiết sao bằng ở nhà tranh vách lá mà có vợ hiền con thảo. Ăn mâm cao cỗ đầy, sơn hào hải vị cũng không bằng ăn bữa cơm nhà do vợ, do mẹ nấu. Là đàn bà dù giàu có, dù trong nhà năm bảy người hầu cũng nên biết nên rành chuyện bếp núc mới giữ được chồng, mới cho các con dù đi xa cũng luôn nhớ về mình.

Mà Trâm cũng thấy mẹ nấu ăn ngon. Bữa cơm nào cũng

chỉnh chu tươm tất. Trâm cũng thấy ba thương yêu mẹ, Trâm cũng thấy trong căn nhà của mình ấm cúng, không có tiếng chì tiếng bấc mặc dù chị em nó bị mẹ la hà rầm.

Bảy năm sống chung với mẹ, quen sự có mặt và lo lắng của bà, đi đâu về, người đầu tiên Trâm tìm vẫn luôn là mẹ.

Có một lần đang chơi với hai em ngoài sân, Trâm vấp vào gốc cây xoài trước nhà, chúi đầu vào thân cây, trán va đụng mạnh đến độ nó ngất đi khi nhìn thấy máu tràn xuống hai bên mặt. Hai em nó la lên, mẹ Trâm từ trong nhà chạy ra, hồn vía lên mây, bế xốc nó lên gọi tên vang dội rồi gấp gáp kêu con Thúy chạy qua nhà hàng xóm nhờ chú Sáu Tiệp là y tá của bệnh viện qua xem giùm. Lúc đó thì Trâm tỉnh lại. Khi chú Sáu tới xem vết thương của nó thì cho biết rằng nó bị trầy sơ sài thôi, do sợ máu nên ngất đi. Trâm nhìn đôi mắt mẹ đỏ hoe mà thương không kể xiết.

Thực ra, Trâm thường xuyên so sánh mình với Phượng. Phượng là con gái lớn của ông Sáu Tác nhà cạnh bên nó. Phượng lớn hơn Trâm một tuổi nhưng hai đứa học chung lớp. Mẹ Phượng mất năm nó tám tuổi, là cùng một năm với mẹ của Trâm. Ba Phượng cưới vợ trước ba Trâm, mẹ ghẻ của Phượng xinh đẹp và khá giả. Khác với mẹ Trâm ở chỗ bà luôn trau chuốt thân thể, bước ra khỏi nhà là son phấn, là quần là áo lụa. Bà đối xử với Phượng cưng chiều, quần áo sắm cho Phượng toàn là đồ đẹp. Có lần Trâm nói với mẹ:

- Nhà mình cũng đâu thua kém gì nhà con Phượng sao quần áo nó toàn là đồ đẹp, mặc ở nhà cũng vậy còn chị em con đứa nào cũng chỉ có vài bộ đẹp còn bao nhiêu thì cũng xoàng xoàng vậy mẹ?

- Mấy đứa chưa lớn mà? Vài bộ đẹp để đi đâu có mặc với người ta, còn ở nhà thì mặc sao cũng được miễn sạch sẽ gọn gàng thôi. Còn nhỏ nên còn lớn, sắm đồ nhiều tiền chật bỏ uổng phí không? Để đến khi nào thật sự trưởng thành rồi thì muốn may bao nhiêu thì may. Bởi vì lúc đó hình dáng sẽ không thay đổi nhiều.

Trâm nghĩ, mẹ nói cũng phải.

Mẹ Phượng là một người mẹ ghẻ hiếm thấy. Bà ngọt xớt với Phượng, không cho nó làm gì động đến móng tay. Phượng ăn cơm cũng không cần phải phụ dọn lên dọn xuống như Trâm, xong là đứng dậy đi. Có khi buổi trưa hoặc tối, nó bới nguyên tô ngồi ăn, ăn xong thì bỏ tô đó cho mẹ hay em nó bưng xuống dẹp. Phượng giống cô chủ trong nhà chứ không phải là con gái lớn như Trâm.

Một bận, Trâm bưng tô cơm ngồi trước cửa nhà, cùng ăn chung với Thúy và Trực, em nó. Phượng thấy vậy cũng bưng tô cơm qua ăn. Trong tô của Trâm, chan canh mướp và cá lòng long kho khô tiêu. Tô của Phượng chỉ toàn thịt là thịt. Nhìn vào tô cơm của Trâm, Phượng rùng mình:

- Tao không ăn được cá mầy ơi.

- Sao kỳ vậy?

- Không biết sao nữa. Nhỏ tới lớn mẹ tao toàn cho tao ăn thịt. Ăn riết rồi quen, thấy cá là sợ, tanh tanh nuốt không nổi.

- Vậy con Loan với thằng Trí có ăn cá không?

- Tụi nó ăn à nhen. Bởi vậy cho nên tao hay né, ít khi ngồi gần tụi nó khi ăn chung.

- Vậy ba mầy biết mầy không ăn được cá hôn?

- Biết. Mẹ tao ưu tiên cho tao. Bữa nào dù nhà ăn gì tao cũng đều có phần thịt để ăn. Mà cũng ngộ nhen, mẹ tao toàn cho tao ăn thịt nạc, một chút mỡ mẹ cũng lấy ra, nói sợ tao mập. Cho nên tao cũng không ăn được thịt ba rọi hay sườn nữa.

- Vậy đời có gì vui? Ha ha ha… Mà mầy ăn thịt bò, gà,

vịt được hôn?

- Cũng được. Nhưng tao cũng ít ăn.

Trâm đem chuyện nầy nói lại với mẹ mình. Mẹ nó ngạc nhiên cùng cực:

- Lạ vậy? Chỉ ăn thịt không ăn cá làm sao mà đủ chất? Không ăn cá sẽ không thông minh đâu. Bây giờ người ta cữ thịt để ăn cá sao lại không tập cho con mình ăn cá kỳ hén?

Phượng mới mười lăm tuổi, học lớp tám mà trổ mã như một đứa con gái mười bảy, mười tám. Ra đường điệu đàng từ cách đi đứng đến nói năng. Mấy lần bị cô giáo cảnh cáo vì sử dụng điện thoại di động chơi game trong lớp, có lần sém bị tịch thu. Trong lớp chỉ một mình Phượng có điện thoại, có zalo, facebook. Giờ nghỉ là lấy ra bấm bấm quẹt quẹt. Phượng nói mẹ nó cho phép chơi bất cứ lúc nào ở nhà. Trâm về cà nanh với mẹ mình thì bị bà trừng mắt:

- Dẹp suy nghĩ đó đi nhen. Con nít con nôi mà di động di điếc gì. Cắm đầu vô đó cận thị bây giờ. Mê mẩn rồi học hành gì nữa? Có điện thoại rồi học hành học hiếc gì được.

Mẹ nói cũng phải. Từ ngày có di động, Phượng học càng lúc càng sa sút. Trâm nghĩ chắc là do Phượng không ăn được cá nên không còn thông minh như trước đây nữa. Giáo viên chủ nhiệm mời ba mẹ Phượng lại để nói chuyện nhưng lần nào cũng là mẹ nó đi, bà nói sợ ba Phượng biết sẽ đánh chửi nó. Có mẹ bao che nên Phượng không biết sợ, càng ngày càng sa lầy vào cái điện thoại, nhất là khi ở nhà, nó cứ chui rúc trong phòng chỉ đến giờ cơm mới ra. Ba nó tưởng là nó mê học nên không để ý, bên cạnh thấy mẹ nó luôn bênh vực cho nó nên ông cũng yên tâm.

Phượng cũng có hai đứa em một trai một gái nhưng nó không cực như Trâm. Siêng thì chơi với em làm biếng thì vào phòng chơi game. Mẹ Phượng cũng không hề rầy la một tiếng. Mẹ mẹ, con con ngọt lịm. Phượng sống thảnh thơi, hạnh phúc. Muốn đi chơi nhà bạn bè lúc nào cũng được. Ở nhà, muốn nằm võng ca cải lương, nhạc hip hop gì cũng không bị ai quấy rầy. Tới bữa cơm mẹ nó dọn sẵn kêu ra ăn. Đúng là có mẹ ghẻ như Phượng ước cũng không được.

Rồi tụi nó lên lớp chín, là năm cuối cấp nên phải nỗ lực học để chọn trường vào cấp ba. Mẹ Trâm mua thuốc trị chí gội cho nó nên bây giờ nó không bị bà lôi xuống bắt chí nữa. Hai em của nó cũng không có chí. Mẹ không bắt Trâm làm gì để nó học, không cho hai em nó quấy rầy chị. Nhưng tối nào bà cũng vào phòng nó đột xuất kiểm tra xem nó có học thật không. Có khi thấy nó học khuya, bà bưng vô cho nó tô mì tôm với hai trứng gà chiên để trong tô mì khói nghi ngút nóng, khi thì ly sữa, khi thì mấy củ khoai lang...

Phượng khác Trâm, đi học với hai bím tóc có dây nơ lúc xanh lúc đỏ lúc vàng, mặt đánh kem phấn trắng muốt và môi thoa son đỏ rực. Giáo viên chủ nhiệm kêu lại làm việc, ngăn cấm thì nó thoa kem giồi phấn ở nhà. Chính tay mẹ nó làm cho nó. Phượng biết làm dáng, mới mười sáu tuổi mà xinh đẹp hết chỗ chê, trên đường đi học về trai theo cả nùi. Trong lớp có, ngoài lớp có. Vì vậy Phượng chảnh cũng có hạng.

Cuối niên học, Trâm tốt nghiệp cấp hai với số điểm thủ khoa. Ung dung chọn trường điểm để vào lớp mười mà nó mong muốn. Phượng không đủ điểm vào trường công nên phải học bán công. Từ cấp ba, Trâm và Phượng không còn học chung nữa.

Lên lớp mười rồi, lại là trường chuyên nên Trâm bận học túi bụi ngày hai buổi. Nó không còn thời gian để theo phụ mẹ làm chuyện nầy chuyện kia vì khi rảnh rỗi thì phải dạy cho hai đứa em học. Mẹ nó cũng chỉ yêu cầu có vậy. Bà làm tất cả mọi việc trong nhà để chị em nó có thời gian mà học. Chủ nhật bà luôn làm món gì ngon cho cả nhà ăn, vừa làm vừa chỉ cho Trâm. Lâu ngày Trâm cũng thích vào bếp, tự tay làm một món để mẹ… chấm. Lúc nào nó cũng thấy bà cười tủm tỉm gật đầu hài lòng. Chỉ như vậy thôi Trâm cũng thấy vui.

Có lần, chỉ hai mẹ con ngồi chơi, Trâm nói:

- Mẹ, con và Phượng đều có mẹ ghẻ và em nhỏ, sao Phượng nó sướng hơn con dữ vậy? Nó không cần làm gì cũng không giữ em luôn.

- Muốn như nó hả?

- Không phải. Ý con là mẹ nó thương nó hơn mẹ thương con.

- Tình cảm không thể đem ra cân đo đong đếm được. Dạy con cũng mỗi người một cách. Lớn lên con sẽ hiểu. Nhưng con có cảm thấy bất nhẫn khi có mẹ ghẻ không?

- Hông à nha. Từ lâu con không có ý niệm mẹ ghẻ mẹ ruột gì. Mẹ là mẹ, mãi mãi cũng là mẹ của chị em con.

- Con sống vui hơn Phượng là được. Chung quanh con có rất nhiều điều để con khám phá. Phượng tối ngày cứ lo trau chuốt nhan sắc, không làm động móng tay. Con đường tương lai trước mắt sẽ gặp nhiều gập ghềnh chông gai mà nó thì không đủ bản lĩnh để vượt qua. Thế giới của nó nhỏ bé lắm, khác xa với con.

Trâm ngạc nhiên nhìn mẹ. Nó hoàn toàn không thể nghĩ ra một người đàn bà quanh năm cứ chăm bẵm vào gia đình, chồng con lại có thể nói ra những lời như vậy. Hai năm nay hình như mẹ phát hiện ra nó đã lớn nên không còn la rầy nó vô tội vạ như trước, đối xử ân cần trìu mến hơn nhiều. Ngẫm lại, Trâm thấy mình yêu và gần gũi với mẹ dù là lúc bà la rầy hay nuông chiều nó.

Một bận, đang ngồi trên băng đá trước sân nhà xước mía

ăn cùng hai đứa em, nó nghe ba Phượng kêu lớn bên nhà:

- Nấu cơm coi Phượng. Sáng giờ cứ ôm cái điện thoại hoài vậy?

Tiếng Phượng eo éo vọng ra:

- Ba nấu đi.

- Trời. Mầy làm gì mà kêu ba nấu cơm? Có con gái nào vậy hôn?

- Mẹ ở nhà không khi nào kêu con nấu cơm. Con có biết đổ bao nhiêu nước mới được?

- Con gái gì lớn đầu như vậy nấu nồi cơm điện cũng không biết. Mầy coi con Trâm kìa, nhìn nó mà tự mắc cỡ.

- Mắc cỡ gì chứ? Mẹ nói nó vô phước mới đầu thai vào nhà đó, bị mẹ ghẻ đày đọa. Mới bây lớn mà phải nấu cơm giặt đồ, ẵm em riết chai hông luôn. Quần áo hổng có được một cái cho ra hồn.

- Nói tầm bậy tầm bạ. Con gái lớn thì phải biết quán xuyến chuyện nhà phụ giúp ba mẹ. Mẹ mầy dạy hư mầy rồi. Để nay bả về tao làm việc lại cách dạy con của bả.

- Ba đừng có như vậy nhen. Ba đi làm việc tối ngày nên ba không biết mẹ cưng con cỡ nào. Con chẳng cần làm gì động móng tay cũng ăn ngon mặc đẹp. Con quen rồi, thích sống như vầy lắm nên ba đừng có thay đổi nữa. Mẹ nói tuổi thơ ở với cha mẹ phải luôn vui vẻ vì chẳng bao lâu sẽ có chồng con, về nhà người ta sẽ không được như vậy.

- Phải. Về nhà người ta mà cái ngữ như mầy, cơm không biết nấu, quần áo không biết giặt thì chẳng mấy chốc chúng chửi trời đầu về nhà. Từ nay phải thay đổi, ra nấu cơm liền. Trả treo một hồi tao cho ăn cây bây giờ.

- Đã nói con không biết nấu rồi mà.

- Ra tao dạy.

- Ba nấu giùm một bữa đi có chết ai đâu. Đồ ăn mẹ làm sẵn rồi. Biết vậy sáng con theo mẹ về ngoại với hai đứa nhỏ cho rồi.

- Qua đó mầy cũng y như ở nhà, ngồi ôm điện thoại bấm bấm gõ gõ hoài chắc tao đi lạy người ta. Cẩn thận coi chừng có ngày tao đập tan nát điện thoại của mầy bây giờ. Bởi vậy học hành càng ngày càng tệ. Không biết có lết lên nổi lớp mười hai hay không nữa đây.

- Mẹ nói con gái không cần học nhiều, chỉ cần đẹp là đủ.

- Trời ơi, rõ ràng là dạy hư con. Hôm nay tao mới biết. Mầy coi, mẹ mầy có đẹp không? Có rành chuyện bếp núc không? Có đảm đang chuyện nhà không? Có. Vậy tại sao lại dạy mầy như vậy? Hôm nay bả về tao phải hỏi rõ mới được.

- Con nói ba đừng có làm vậy. Trên đời mấy khi có mẹ ghẻ được như mẹ con. Ba coi, Trâm nó bị mẹ nó la bầm bầu, con thì không bao giờ. Trâm bị mẹ kêu bằng mầy, xưng tao, con thì mẹ con ngọt xớt. Trâm ẵm em, giữ em suốt ngày, con không đụng tới hai đứa nhỏ. Trâm lăng xăng làm chuyện nhà, con cứ chơi game. Nhà nó kinh tế đâu thua nhà mình mà nó có được cái điện thoại nào trong khi con thì được mẹ thay mới điện thoại hoài. Hai kiểu sống như vậy ba chọn kiểu nào?

- Nói vậy mà nghe được. Con gái lớn thì phải phụ mẹ làm chuyện nhà là đương nhiên. Xưng hô mầy tao cũng là thường tình thôi, mẹ ruột cũng vậy đừng nói mẹ ghẻ. Giữ em là để cho tình cảm của chị em gắn bó với nhau. Hai đứa nhỏ nhí nhố trong nhà mà mầy không đếm xỉa tới xứng đáng làm chị sao? Nói như mẹ con mầy, Trâm bị đày đọa khổ cực vậy sao nó lại học giỏi nhất nhì lớp lại được vào trường chuyên? Sướng như mầy sao lẹt đẹt trong trường bán công chứ? Còn đi học chưa tới đâu sắm điện thoại để làm gì? Để tối ngày chầu đầu vào đó bỏ bê việc học sao? Mầy có nhìn thấy mặt mày của Trâm lúc nào cũng vui tươi mãn nguyện chứ có vẻ gì u uất không mầy nói đi?

- Sao ba binh vực nó như vậy? Ba giống cha dượng hơn đó nghe.

- Không nói nhiều mầy. Một là ra nấu cơm, hai là mất cái điện thoại. Chọn đi.

Trâm lắng nghe cha con họ nói chuyện. Hiểu ra tất cả và trong lòng bỗng dậy lên một tình yêu và mang ơn vô bờ bến với mẹ. Nó muốn thể hiện ngay tức khắc là chạy đến ôm lấy mẹ mà hôn vào trán bà nhưng mẹ nó đã đi chợ không có ở nhà.

Một lần nữa, Thiện, đàn anh của Trâm, cách nhà Trâm khoảng ba trăm mét, mở tiệc ăn mừng vừa thi đỗ đại học kinh tế, có rủ Trâm và Phượng tới chung vui. Hôm đó, mẹ kêu Trâm lấy bộ đồ đẹp nhất ra mặc. Trâm không son phấn gì. Mẹ nói:

- Còn đi học cũng không nên son phấn con à. Đẹp tự nhiên là được. Ra trường rồi, có công ăn việc làm muốn trang điểm sao cũng không ai nói gì.

Trâm vui vẻ không ý kiến gì. Nó biết hôm nay nhất định Phượng sẽ báo lộng trước mặt đám bạn. Mẹ nói Phượng không đẹp hơn nó, chỉ là se sua hơn thôi.

Đúng như vậy. Trong đám bạn tới dự, Phượng rực rỡ như hoa hồng buổi sáng. Gần như nó là tâm điểm của buổi tiệc cho mấy thanh niên chiêm ngưỡng. Hôm nay chỉ có Trâm và Phượng là nhỏ thôi, còn lại đều là các anh chị cùng lớp với Thiện. Có người cũng vừa đỗ đại học, cao đẳng. Có người không. Nhìn vẻ tự hào của Phượng Trâm thấy lạ. Nó mặc kệ, vì là hàng xóm nên thân quen, trong khi Phượng ưỡn ẹo với đám bạn của Thiện thì Trâm xuống bếp phụ với mẹ và chị gái của Thiện.

Mẹ Thiện nhìn Trâm, cười cười:

- Lên trển chơi đi con, xuống đây chi?

- Xuống coi có phụ bác được gì không.

- Khỏi đi. Con là khách mà.

- Khách khứa gì bác ơi. Bạn của anh Thiện toàn là người lớn không. Con cám ơn anh Thiện thường hay cho con quá giang về nên hôm nay cố tình tới trả công ảnh đó mà.

- Ừ mà sao nhà có Honda mà con cứ đi bộ không vậy?

- Ba mẹ con nói chưa tới tuổi có bằng lái nên không được chạy xe phân khối lớn. Con đi học bằng xe đạp nhưng tà áo dài cứ quấn vô căm hoài nên đi bộ cho chắc ăn. Nhà cách trường hơn cây số chứ mấy, đi bộ cho có eo có o. Hihihi.

- Sáng thì được nhưng trưa nắng thấy mồ.

- Bởi vậy anh Thiện chở con về hoài nên con biết ơn lắm. Bác có gì cho con phụ với.

- Con biết trộn gỏi gà hôn?

- Con làm được.

- Người ta nói có mẹ ghẻ hay giỏi lắm vì mẹ ghẻ đày làm đủ chuyện, phải hôn con?

CHƯƠNG 2

Trâm đề phòng. Nó biết mẹ Thiện đang thăm dò mối quan hệ mẹ ghẻ con chồng của gia đình nó. Trâm không muốn ai nghĩ xấu về mẹ vì bà không phải là người xấu. Trong lòng Trâm, chưa ai có thể sánh được với mẹ nó về mọi mặt dù bà chỉ là một phụ nữ nông thôn bình thường suốt tháng quanh năm lầm lũi bên cạnh phục vụ lo lắng cho chồng con. Mẹ con nó thường xuyên ngồi nói chuyện cười giỡn râm ran và cảnh đó Trâm cũng chưa từng thấy ở mẹ con của Phượng. Về cơ bản Trâm cảm giác được mình hạnh phúc hơn Phượng nhiều, đúng như lời mẹ nói: Thế giới của nó phong phú hơn của Phượng. Nó trả lời mẹ Thiện:

- Ai thì con không biết sao nhưng bản thân con thì không bị đày đọa gì hết. Mẹ con làm tất cả mọi chuyện để chị em con được rảnh rang mà học hành. Những khi không làm gì thì con theo phụ mẹ. Mẹ con dạy nấu ăn. Mẹ nói làm con gái lớn lên phải biết vào bếp. Có chồng mới không bị coi thường. Nếu may mắn không làm dâu cũng phải lo được cho chồng con ba bữa cơm tươm tất. Mẹ con nói con gái hay trai đều cũng phải học hành tới nơi tới chốn để sau nầy có công ăn việc làm ổn định không lệ thuộc kinh tế đối phương. Gia đình mà cả vợ lẫn chồng đều có việc làm thì sẽ hạnh phúc lắm. Nói chung, con không có cảm giác phải sống với mẹ ghẻ.

- Vậy sao? Sao mà bác nghe đồn mẹ con la mắng chửi bới con lắm mà?

- Làm gì có chuyện la mắng chửi bới chứ bác? Là hồi con còn nhỏ, mẹ kêu lại bắt chí thì con bỏ chạy nên bị rượt theo bắt lại. Khi có em rồi, con ẵm em đi chơi tối cũng không về mẹ đứng ở nhà kêu om sòm nên người ta chỉ nhìn bên ngoài rồi đồn thổi. Mẹ chưa từng đánh chị em con bạt tay nào cũng như chưa từng nói một tiếng nặng nề với con.

- Con bênh vực mẹ như vậy chắc tình cảm hai mẹ con tốt lắm?

- Con không có bênh vực. Là con nói sự thật thôi. Sự thật mẹ con là người mẹ tốt. Không có mẹ, con cũng không được như bây giờ.

Trâm lấy bắp chuối ra để chuẩn bị trộn gỏi gà. Nó vắt vào thau nước nửa trái chanh lớn, đưa tay khuấy đều lên rồi bắt đầu thao tác xắt bắp chuối, Trâm xắt thật nhuyễn, mẹ Thiện nhìn đôi tay điêu luyện của Trâm, lại cười:

- Biết vắt chanh vô nước nữa hén?

- Mẹ con nói vắt chanh vô nước để bắp chuối đừng đen và sạch mủ.

- Phải. Con biết làm các món ăn không?

- Con cũng làm được vài món mẹ con dạy.

- Nấu cà ri được không hà?

- Dạ được. Con còn có thể làm vịt nấu chao, cơm gà ram, xíu mại nữa.

- Biết dồn khổ qua, thịt kho tàu không?

- Hihi. Mấy món đó mẹ con làm hà rầm không biết sao được. Khổ qua hầm là món ruột của ba con đó bác.

- Vậy là con giỏi quá. Vậy là bác nghe đồn bậy rồi. Người

ta nói Phượng được mẹ ghẻ cưng chiều chứ không phải như con. Nhưng từ khi hai đứa tới đây bác để ý thấy Phượng cứ đeo theo nói chuyện ỏng ẹo với mấy đứa con trai hoài, hoặc là ôm điện thoại bấm bấm. Mấy đứa bạn gái của thằng Thiện có mẹ ruột hẳn hòi cũng không thấy đứa nào xuống bếp tính phụ bác hết. Qua lần nầy chắc bác phải có cái nhìn khác về mẹ con của con.

- Bác nhìn con sao cũng được nhưng đừng nghe người ta đồn sai về mẹ con. Nhà cũng đâu bao xa mà lời đồn ghê vậy hén? Mẹ con sống ở đây cũng biết bao lâu rồi, là người tốt hay xấu chắc ai cũng biết chứ sao lại có lời ra tiếng vào sai sự thật vậy bác ha?

- Miệng là của người ta, người ta muốn nói gì thì nói mình đâu bụm họng được con.

Sau lần đó, cả xóm ai cũng xì xào về Trâm và Phượng. Đến khi cả hai nghe được thì chuyện cũng đã lan rộng ra cả làng trên xóm dưới rồi. Một buổi sáng, Trâm đang ngồi học bài thì Phượng xăm xăm qua nhà nó như muốn gây sự:

- Ê Trâm, người ta đồn nói nầy kia về tao với mầy và về hai bà mẹ của mình mầy nghe không?

- Đồn gì vậy?

- Đồn gì mầy cũng biết mà bày đặt hỏi.

- Đã nói là lời đồn mà quan tâm làm gì.

- Họ nói xấu tao và mẹ tao mà không quan tâm hả?

- Thì biết ai nói mầy đính chính với họ là xong chứ gì?

- Tao biết mầy bây giờ khác xưa rồi. Mầy học giỏi, có tương lai chứ không như tao, lẹt đẹt ở trường Bán Công chưa biết có tốt nghiệp cấp ba hay không. Mầy bây giờ đâu coi tao như bạn nữa.

- Nói vậy mà nghe được. Mầy sợ mình không tốt nghiệp được sao bây giờ không cố gắng lên, vẫn còn thời gian mà. Dư luận người ta nói gì kệ người ta, miễn mình sống sao vui vẻ và không cảm thấy hổ thẹn với chính mình là được.

Phượng ngồi phịch xuống cái ghế kề bên, đưa mắt nhìn Trâm dò xét, giọng nói rụt rè không dắm dẵn như lúc nãy:

- Ê Trâm, mầy thân với anh Thiện lắm hả?

- Thì cũng như mầy với ảnh thôi.

- Như sao được mà như? Tao thấy ảnh chở mầy hoài.

Trâm cười ngất:

- Tao có giang ảnh đi học về đó mầy ơi. Trưa nắng gần chết mặc áo dài lượt bượt ảnh chịu chở về giùm tao mang ơn gần chết.

- Mấy đứa bạn nói mầy với ảnh có tình ý. Tao giải thích hổng ai chịu tin.

- Tình ý gì trời? Tao còn đi học với lại trong mắt ảnh tụi mình là con nít. Bây giờ ảnh là sinh viên đại học rồi. Ảnh coi tao với mầy là em út thôi đừng có nghĩ bậy bạ.

- Tao nói ra mầy đừng cười. Tao thích anh Thiện lắm.

- Trời đất. Mình mới lớp 10 nghe Phượng. Còn đi học mà nói chuyện tình yêu gì mầy ơi.

- Tao thích ảnh cả năm nay rồi đó mầy. Cái đêm mà tao đi dự sinh nhật của đứa bạn về bị mấy thằng đeo theo quấy rối, ảnh đi ngang, giải cứu cho tao rồi chở tao về. Ảnh nói con gái đừng đi đêm đi hôm một mình nguy hiểm lắm, nhất là khúc đường vắng vẻ đó. Ảnh nói chuyện ngọt ngào, nhìn tao trìu mến lắm. Từ ngày đó tao cứ nghĩ tới ảnh hoài. Xin số điện thoại để kết bạn zalo với ảnh mà ảnh nói ảnh không có chơi zalo nhưng tao không tin, lẽ nào mà ảnh không chơi chứ?

- Sao không có lẽ? Trước đây ảnh cũng là học sinh phổ thông mà. Học sinh phổ thông cũng ít có đứa nào xài điện thoại cảm ứng thì làm gì có zalo. Tao hai năm nữa cũng chưa có nè. Nhưng từ hôm đó đến nay mầy có tiếp cận với ảnh không?

- Cũng gặp rồi chào hỏi thôi chứ không có nói chuyện riêng. Nhiều khi tao muốn có giang ảnh về nhưng lần nào cũng thấy ảnh chở mầy.

- Trời ơi đâu phải ngày nào ảnh cũng chở tao? Khi nào về cùng giờ kìa. Nhưng mầy đi xe mà có giang gì? Xe mầy xịn, phân khối lớn còn xe ảnh chỉ là cup 84 thôi mà.

- Thì bởi cậy nên tao mới cố tình đi bộ đó. Nhiều khi muốn nói thiệt với mầy nhường cơ hội đó cho tao nhưng sợ mầy nghĩ tao nầy kia.

- Tầm bậy tầm bạ không. Tao cũng đâu biết ngày nào ảnh cho có giang mà nhường cho mầy. Nhưng là bạn bè, tao nghĩ nếu mầy thương ảnh thì cố gắng tốt nghiệp cấp ba xong, được tuyển vào đại học rồi hẹn hò với ảnh. Ảnh ra trường thì mầy cũng năm thứ hai rồi. Chừng đó là hợp tình hợp lý nhất. Chứ còn bây giờ mầy còn nhỏ xíu ảnh không có nghĩ tới đâu. Mà bây giờ có bồ bịch học hành cũng không được lại mang tiếng là con nít quỷ đó nhen, mới bây lớn mà bày đặt yêu đương.

- Xời, mầy nói chuyện giống một bà cụ già. Bạn tao tụi nó có bồ hàng hà.

- So sánh làm chi với mấy đứa đó. Mình lo phận mình đi. Tao bây giờ bày đặt nầy kia là no đòn.

- Mẹ mầy khó khăn vậy chứ còn mẹ tao thì đồng tình. Tao làm gì mẹ cũng ủng hộ hết.

- Ủng hộ cái gì đúng thì mới ủng hộ chứ chuyện gì cũng cho phép làm không nghĩ tới hậu quả sao được? Mẹ là mẹ, đừng đem so sánh mẹ mầy mẹ tao. Trong mắt đứa nào mẹ mình cũng là số một.

- Xời. Mẹ mầy mà đi bì với mẹ tao. Mẹ mầy chót chét tối ngày còn mẹ tao có như vậy không?

- Nè, tao cấm mầy nói xấu mẹ tao nhen.

Phượng đứng dậy cái rẹt, chuẩn bị bỏ ra về còn để lại một câu:

- Có tốt đâu mà sợ nói xấu?

- Mầy nghĩ vậy thì từ nay đừng bước tới nhà tao và cũng đừng coi tao là bạn nữa.

- Làm thấy ghê.

- Làm người, không nên vì bảo vệ mình mà làm tổn thương người khác. Đạo lý đó mầy cũng không hiểu thì sao làm người?

- Nè, không có được xúc phạm tao nhen.

- Mầy về đi. Nói một hồi mích lòng ráng chịu. Chuyện gì tao nhịn được chứ đụng chạm tới ba mẹ tao là không xong với tao đâu.

- Về thì về.

Phượng te rẹt bước ra ngoài. Trâm ấm ức nhìn theo, trong bụng sôi gan. Mẹ nó từ sau đi lên, nhìn nó cười hài lòng:

- Mới sáng sớm giận no khỏi ăn cơm hén?

Trâm giật mình quay lại, cười chúm chím với mẹ:

- Con nhỏ đó ba trợn, mẹ đừng để bụng nhen.

- Ai nghĩ sao về mẹ, mẹ cũng không quan tâm. Miễn chồng con của mẹ hiểu mẹ là được.

Trâm cười hề hề:

- Con hiểu mẹ mà.

- Vậy hả? Hiểu thì xuống ăn sáng đi cho mấy em ăn với. Mẹ đi chợ đây.

Chuyện hôm nay.

Trâm vượt qua cấp ba với số điểm thi cao ngất và được tuyển thẳng vào Đại học Y khoa Thành Phố Hồ Chí Minh. Trước khi thi, nó hội ý ba mẹ nên chọn trường nào, ba nó một lòng muốn nó làm bác sĩ trở về phục vụ cho huyện nhà. Mẹ nó thì nói trường nào cũng được miễn là nó thích, bởi vì công việc mình chọn thì mình phải thích mới có niềm vui và động lực mà theo đuổi. Trâm nghĩ, Thiện đang học đại học kinh tế. Ở cái xóm nầy Thiện là người con trai đầu tiên đỗ đại học và nó cũng là đứa con gái đầu tiên, ba mẹ Thiện hãnh diện một thì ba mẹ nó sẽ hãnh diện mười. Vì vậy, Trâm quyết định chọn ngành y và nó đã được toại nguyện.

Phượng thê thảm hơn. Nó không đủ điểm tốt nghiệp cấp ba nên đường vào đại học, cao đẳng là xa vời. Ba Phượng buộc nó học lại lớp 12 một năm nữa nhưng nó dứt quyết đòi nghỉ đi làm công nhân. Ba nó không cho, bắt phải đăng ký vào một trường trung cấp nào đó để có bằng cấp sau nầy không phải làm lao động phổ thông. Mẹ nó không có ý kiến gì để cha con nó quyết định. Cuối cùng, vì áp lực của ba, Phượng ghi tên vào học khóa trung cấp kế toán. Nó nghĩ, học để đối phó với ba mình thôi. Con gái rồi cũng phải có chồng, học nhiều hay ít rồi cũng về làm tôi mọi cho người ta.

Mặc dù nghĩ vậy để tự an ủi mình, nhưng trong lòng Phượng rất xót xa khi nhìn gia đình Trâm hí hửng chuẩn bị cho nó khăn gói lên Sài Gòn nhập học. Sau lần nói chuyện cách đây hai năm, thuở tụi nó còn học lớp 10, giữa hai đứa như có vết gợn, không xa lánh nhau nhưng sự thân thiết đã không còn nữa. Trâm cắm cúi học hành còn Phượng vẫn nhởn nhơ như thường ngày bởi nó biết, khả năng của nó chỉ tới đó, có cố gắng mấy cũng không bằng Trâm được, thì thôi, tới đâu thì tới vậy.

Ba Phượng thì khác, ông nói với nó trước mặt mẹ nó:

- Cùng trang lứa như nhau, cùng hoàn cảnh, cùng học với nhau từ nhỏ đến lớn, con và Trâm là cặp bài trùng như tay mặt tay trái, thuở nhỏ học hành cũng ngang tài ngang sức sao càng lớn lên con càng thua sút nó về mọi mặt vậy? Ba cứ lo làm ăn kiếm tiền không quan tâm con nhiều, giao hết chuyện nhà cho mẹ con, chỉ mong mấy chị em con được ăn ngon mặc đẹp, học hành giỏi giang sau nầy mình tự nhờ vào mình không cần phải bám vào ai. Ba mẹ rồi cũng sẽ già, cũng sẽ mất đi. Con chẳng biết tự lo cho mình thì làm sao mà bước ra đời chứ?

Mẹ nó lên tiếng:

- Học hành cũng là do thiên tư của mỗi đứa. Con nó không muốn học nữa thì thôi, anh cho nó đi học may cũng có cái nghề. Con gái lớn rồi thì có chồng. Quan trọng là lấy chồng giàu để nương tựa tấm thân cần gì phải học nhiều. Lấy chồng có nghề nghiệp đàng hoàng thì cũng làm bà nầy bà nọ với người ta chứ gì.

Ba nó quắc mắt nhìn mẹ nó:

- Thì ra là do em. Do em đã đầu độc suy nghĩ nó từ trong trứng. Chồng giàu, chồng làm ông nầy ông nọ lại chấp nhận lấy một cô vợ học hành không tới đâu, tầm phào tầm phẹt. Trong thì không quán xuyến được việc nhà, ngoài thì chẳng giao tiếp được xã hội. Lấy cái thứ đó về làm gì? Đẹp à? Nhan sắc có thể dọn lên bàn cơm ăn không? Nhan sắc có thể làm tiền để chi phí sinh hoạt trong gia đình không? Không cãi nữa. Đi học trung cấp, sau nầy liên thông lên đại học, con chỉ có con đường duy nhất mà thôi. Người ta nghèo, vào đại học có trăm nỗi lo, con thì cái gì cũng sẵn sàng mà lại yếu kém như vậy thật làm ba quá thất vọng.

Ba nó bỏ đi làm. Phượng ngồi cú sụ trên ghế. Mẹ nó vuốt ve:

- Nếu như con không muốn đi học nữa thì tùy con, mẹ sẽ thuyết phục ba. Rồi cũng sẽ tìm cho con một nơi đàng hoàng để gả. Chẳng có gì phải buồn lòng cả.

- Mẹ ơi, con mới mười chín tuổi hà.

- Tuổi nầy có chồng là phải rồi. Hay là con có thương ai chưa? Có bạn trai chưa?

- Bạn trai thì chưa nhưng con có cảm tình với anh Thiện con bác Sáu.

- Mẹ biết thằng đó rồi. Nó đang học đại học. Mà thằng đó có gì để con thương? Mẹ nó chằn ăn trăn quấn, về làm dâu bả là tiêu đời. Thôi để mẹ tính cho.

- Mẹ tính sao?

- Thì cứ chờ xem đi.

CHƯƠNG 3

Hôm nay, nhà Trâm làm bữa tiệc để tiễn nó lên thành phố học. Khách mời chỉ có bà con bên nội, bên ngoại ruột, bên ngoại của mẹ kế Trâm và vài người hàng xóm. Tất nhiên là có gia đình của Phượng rồi. Bên nội Trâm toàn là người lớn, Bác Hai, cô Ba, cô Tư và chú Út nó. Bên ngoại ruột có bà ngoại, cậu Hai và cậu Út, mẹ ruột Trâm thứ ba. Bên mẹ kế Trâm có bà ngoại, dì hai, dì Ba và cậu Út. Cậu Út còn trẻ, mới lập gia đình nên thân với Trâm, xem nó như em gái hơn là cháu...

Hàng xóm là hai bên nhà cạnh nhà Trâm, tổng cộng chừng mười người. Vậy là cũng nhộn nhịp và hoành tráng lắm. Mỗi người một câu chúc mừng Trâm. Ba mẹ Trâm từ chối tiền của bà con gửi cho Trâm làm lộ phí. Ba Trâm nở mày nở mặt với mọi người, tự hào có đứa con gái đỗ đại học đầu tiên của xóm ấp, lại là đại học Y Khoa nữa mới ghê. Tương lai sẽ là bác sĩ về phục vụ tại huyện nhà không hãnh diện sao được?

Phượng không dám ló mặt ra ngoài, nó ngồi cú sự trong phòng, cái điện thoại nằm lăn lóc trên giường cũng không buồn mó tới. Lần đầu tiên nó cảm thấy mặc cảm thua kém Trâm. Trước giờ, nó luôn tâm niệm là về bất cứ phương diện nào Trâm cũng không thể bì với nó. Phượng biết mình học không bằng Trâm, nhưng nó nghĩ, Trâm tới đâu nó cũng sẽ tới đó. Trâm học trường công thì nó bán công, Trâm tốt nghiệp cấp ba nó cũng sẽ tốt nghiệp cấp ba. Cấp ba thôi mà, đủ điểm là qua được. Nhưng khi kết quả rõ ràng nó mới ngẩn người ra, tiếc nuối cũng đã muộn mất một năm. Phượng ý thức được rằng mình đã mất căn bản để theo đuổi việc học tiếp tục nên đành chấp nhận thực tế. Phượng lại cũng nghĩ rằng Trâm bị mẹ ghẻ bạc đãi nên lấy sự học làm vui. Nhưng ba nó đã nói: Trâm lúc nào cũng vui vẻ lạc quan, mặt mày hí hửng và Phượng cũng nhận ra điều đó. Mấy lúc gần đây Phượng thấy Trâm hay chở mẹ nó đi chợ, hai người cười nói ríu rít với nhau. Có bữa Phượng còn thấy mẹ Trâm dùng tay áo mình chùi vào mặt Trâm, nhặt mấy chiếc lá vướng trên mái tóc dài mượt mà của nó, gắt lên mà giọng vẫn nghe đầy vẻ trìu mến:

- Con gái con đứa gì mà hễ mỗi lần vô bếp mặt không dính cái nầy cũng dính cái kia. Đầu cổ tóc tai vầy nè mà coi được hà.

Trâm cười hề hề, nghiêng đầu cho mẹ nó gỡ mấy chiếc lá xuống. Nhìn cảnh ấy Phượng chạnh lòng. Mẹ nó mặc dù luôn chiều chuộng nó, nhưng Phượng đã ngẫm lại, bà không bắt nó làm gì, cơm không nấu, nhà không quét, đồ không giặt, em không giữ. Nó muốn làm gì thì làm trong cái căn nhà nầy. Bà chải đầu, đánh bính cho nó, thoa son giồi phấn cho nó, sắm quần áo đẹp cho nó, nói chuyện ngọt ngào với nó nhưng rất ít khi hỏi nó thích gì, muốn gì và có mơ ước gì cho tương lai không. Nó chơi game hay online chát chít với bạn bè, bà biết nhưng cũng không ý kiến, chỉ nói cẩn thận đừng để ba phát hiện. Hai đứa em của Phượng cũng không quấn quít đeo theo nó như hai đứa em của Trâm, Phượng cũng không phải dạy tụi nó học hành gì. Ở trước cửa vì hai nhà đối diện nhau, Phượng chứng kiến Trâm cực nhọc với hai đứa em, chơi với nó, đút nó ăn cơm, tắm gội, thay quần áo cho tụi nó. Trâm quét sân, phơi đồ, nấu cơm, làm những chuyện lặt vặt hoài. Nói chung,

Phượng nghĩ: Mình sống sướng hơn Trâm nhiều lắm, mẹ mình cưng mình hơn mẹ Trâm cưng nó, nhưng sao mặt Trâm lúc nào cũng rạng ngời hạnh phúc chứ không phải trầm mặc như nó vậy? Mẹ Trâm cũng vậy, thuở trước hay la rầy nó lắm mà, sao nó vẫn thương yêu thân thích với bà hơn là Phượng với mẹ Phượng chứ? Rõ ràng, mẹ Phượng chưa khi nào ngồi lại nói chuyện tâm tình với nó. Nhìn thì thấy thân nhưng thật sự không thân.

Bây giờ, Trâm nghiễm nhiên khăn gói lên Sài Gòn học, khoảng cách của nó và Thiện mỗi lúc một gần, chắc chắn Thiện sẽ nhìn Trâm bằng đôi mắt ngưỡng mộ. Trâm đẹp, xét ra cũng không thua kém Phượng. Một nhan sắc bình dị không rực rỡ bởi trang điểm phấn son nằm trên một thân thể khỏe mạnh, một tinh thần lạc quan tràn trề nhựa sống đã vượt qua Phượng rất xa rồi. Còn nó? Ê chề trước sự so sánh của người đời với Trâm. Cùng cạnh nhà nhau, cùng điểm xuất phát như nhau, cùng học chung với nhau dù nó lớn hơn Trâm một tuổi, cùng bị mẹ mất sớm, cùng có mẹ ghẻ, cùng có hai em một cha khác mẹ, mà giờ đây Trâm thành công rực rỡ trong khi nó chưa biết có vào trung cấp nổi hay không. Mẹ nó lại định gả nó đi trong khi nó mới vừa mười chín tuổi và tận sâu trái tim nó đang ẩn chứa hình bóng của một người mà nó biết mình sẽ không bao giờ với tới.

Tiếng mẹ Phượng cắt ngang dòng tâm tư buồn bã của nó:

- Con có tính qua chia vui với Trâm hôn?

Phượng cúi mặt xuống, không nhìn bà, giọng nói có chút gì đó như tủi thân:

- Không mẹ ơi. Qua làm gì rước nhục.

- Nhục nhã gì con ơi. Mỗi người đều có số cả. Nó học làm bác sĩ nhưng chưa chắc tương lai sẽ hạnh phúc hơn con. Cần gì phải học nhiều. Để mẹ kiếm cho một chỗ giàu có rồi hai vợ chồng ra kinh doanh mua bán làm chủ với người ta. Trong thời gian nó mất mấy năm học đại học thì kinh tế con cũng đã ổn định rồi. Thua kém gì nó mà mặc cảm.

Phượng ướm thử lòng bà:

- Vậy là mẹ muốn con đi qua đó chúc mừng nó sao?

- Mẹ không ép con. Trước giờ đều không ép con chuyện gì. Nhưng nhìn thấy con mặc cảm với nó mẹ không đành lòng. Lúc nào mẹ cũng muốn con vui vẻ thoải mái sống cho hết tuổi thơ. Bây giờ lớn rồi cũng phải dự tính cho tương lai chứ. Dẹp suy nghĩ về thằng Thiện đi. Trên đời có trăm ngàn đàn ông tốt, điều kiện hơn Thiện gấp bội mà con lo gì?

- Không dẹp cũng phải dẹp. Con bây giờ có còn gì mà hy vọng ảnh sẽ nhìn tới nữa mẹ?

- Tầm bậy tầm bạ. Chứ bộ con gái trên đời nầy học ít đều bất hạnh hết sao? Được cái nầy thì mất cái kia thôi. Mẹ nói con đừng suy nghĩ gì nhiều, trước khi con có quyết định đi học trung cấp thì mẹ sẽ kiếm chồng cho con. Nếu không ưng thuận thì chừng đó con muốn sao mẹ cũng chiều.

Phượng cười mỉm. "Kiếm chồng?" Chồng ở đâu mà dễ kiếm như vậy? Mẹ Phượng là con nhà khá giả nên chắc chắn giao lưu với những người khá giả rồi. Có chồng giàu là mơ ước của biết bao cô gái, nhất là Phượng. Nó không giỏi giang, quán xuyến như con gái người ta, có chồng giàu sẽ thuê người giúp việc, mẹ nó nói hoài với nó như vậy và nó cũng đinh ninh như vậy. Nó không thể có chồng nghèo phải chạy lo ngày ba bữa cơm, quanh năm đầu tắt mặt tối. Thôi kệ, cứ để mẹ sắp xếp, ra sao thì ra. Làm mẹ ai cũng muốn con mình hạnh phúc. Mẹ ruột hay mẹ kế cũng thế thôi. Phượng cam tâm tình nguyện theo sắp đặt của mẹ quyết không có một phản kháng nào vì nó tin, mẹ nó sẽ chọn cho nó tấm chồng như ý bà mong muốn.

Trong khi ba của Phượng luôn hối thúc nó tìm trường đăng ký học thì mẹ nó gấp rút tìm chồng cho nó. Thật ra, bà đã nhắm vào một người rồi. Người nầy là con trai vợ chồng bạn cũ của mẹ nó. Anh ta lớn hơn Phượng bốn tuổi, mẹ nói trai lớn hơn gái bốn tuổi thì không cần phải coi tuổi chi nữa, rất hạp. Anh ta tên Long, mẹ lại nói nội cái tên cũng nghe xứng đôi vừa lứa rồi, Long Phượng là rồng phụng đó mà. Long đã nghỉ học năm mới lên lớp mười hai, hiện đang kinh doanh một cửa hàng bán xe gắn máy các loại, tài sản có tới bạc tỉ. Ngoại hình cũng rất bô trai. Mẹ Phượng tổ chức một bữa ăn ở nhà hàng sang trọng, mời ba mẹ của Long và hắn đến. Lần đầu gặp mặt hai đứa như trúng phải tiếng sét ái tình. Long nhìn Phượng đắm đuối còn nó cứ cúi mặt xuống, toàn thân nóng bừng, e thẹn một cách kỳ lạ.

Mẹ nó nhìn ra tất cả, bà khéo léo mở lời với ba mẹ Long. Mẹ Long rất vui vẻ tán thành còn ba hắn im lặng chẳng nói gì. Theo như đánh giá của Phượng, cả hai vợ chồng ông bà đều là bạn thời trung học của mẹ nó, và còn là bạn rất thân. Trong bữa ăn, Long ngồi cạnh Phượng, hắn không nói chuyện nhiều mà cứ chăm sóc nó, thêm đồ ăn cho nó, hỏi những món ăn nầy có thích hợp với khẩu vị của nó không. Long hỏi điều gì Phượng cũng gật đầu. Nó cảm thấy mình nhỏ bé trước Long. Ăn xong, hai bà mẹ cho phép hai đứa chở nhau đi chơi một vòng, họ ngồi lại bàn tính chuyện gì đó, chắc là chuyện tương lai của con trẻ.

Long ga lăng, lịch sự và duyên dáng, Phượng xinh đẹp mỹ miều, đúng là một cặp trời sinh. Nói chuyện với nhau tâm đắc và hợp gu. Long chưa đề cập đến việc yêu đương hay cưới hỏi, chỉ là đơn giản chở Phượng đi chơi vòng vòng trên đường lộ thiên, Phượng nghĩ đây là lúc tìm hiểu nhau. Nó sẽ về tư vấn mẹ nó xem phải làm gì mới có thể chiếm trọn trái tim gã con trai mà mới sơ ngộ đã có tình cảm nầy.

Đến chiều, hai đứa ghé vào quán ăn một lần nữa, cà phê tán chuyện nhảm nhí một hồi, trao đổi số điện thoại. Sụp tối, Long đưa Phượng về tận cửa nhà. Phượng rất muốn mời Long vào nhà chơi để gần gũi thêm giây phút nữa nhưng thấy xe ba nó đậu trước cửa nên e dè. Nó nói lấy lệ:

- Anh ghé nhà em uống chút nước nha?

- Thôi, cũng trễ rồi. Để hôm nào rảnh rỗi anh sẽ sang chơi.

- Biết hôm nào?

- Sẽ sớm thôi mà.

Long về, Phượng nhìn theo quyến luyến. Nó vừa bước vào nhà đã thấy ba nó ngồi ngay bộ sa lon, hất mặt nhìn nó:

- Đi đâu tới bây giờ mới về? Tìm được trường nào để đăng ký học chưa?

Phượng bối rối chưa biết trả lời sao thì mẹ nó đứng kế bên, can thiệp:

- Đã nói với anh rồi. Hôm nay em với con gặp vợ chồng Nga, có thằng Long con của Nga đi cùng. Thấy hai đứa coi cũng xứng nên em và Nga cho phép tụi nó đi chơi tìm hiểu nhau thôi mà.

Ông quay sang bà, quắc mắt:

- Em định làm gì đó?

- Con gái lớn rồi, phải tìm cho nó nơi chốn đàng hoàng sau nầy nhờ cậy tấm thân chứ?

- Mới nứt mắt ra đã tính chuyện vợ chồng, rồi lủi vô cảnh làm dâu, làm vợ, làm mẹ, chôn vùi cả tuổi thanh xuân. Em nghĩ sao vậy?

- Đó là nơi giàu có, đàng hoàng. Gả con về chỗ đàng hoàng anh không muốn sao?

- Giàu có hay nghèo khó không quan trọng. Quan trọng là có chí tiến thủ. Gia đình đó mà em nói đàng hoàng à?

- Sao lại không đàng hoàng? Người ta có mấy cửa hàng kinh doanh xe. Buôn bán phát đạt, không đàng hoàng mà phát triển vậy à?

- Anh biết quá rành về thằng cha Tương. Làm việc thì biển thủ, chiếm dụng của công. Đời sống thì lăng nhăng bà nầy bà nọ. Hách dịch, gia trưởng với vợ con. Về làm dâu nhà đó liệu nó có kham nổi không trong khi chẳng biết làm cái giống gì hết?

- Là anh thành kiến với người ta. Em chơi thân với Nga, em biết. Sắp xếp chuyện nhà một tay Nga lo. Thằng Long lại sở hữu một cửa hàng xe gắn máy lớn. Làm vợ nó phải nấu cơm, rửa chén, quét nhà sao anh? Em đã nhắm lâu lắm rồi, âm thầm gợi ý Nga và nó cũng chấp nhận. Làm dâu là lo mẹ chồng khó khăn chứ lo chi cha chồng mà anh quan tâm anh Tương làm gì?

- Cha mà như vậy con sao lại không thừa hưởng gen di truyền chớ? Nó càng giàu có thì càng phóng túng, con Phượng quản lý nổi không?

- Cũng còn tùy thuộc vào tình cảm của hai đứa. Lần nầy, anh để em làm chủ đi. Con là con chung, anh nghĩ em chỉ là mẹ ghẻ thôi sao?

Mẹ nó nói đến đây với giọng run run như tủi thân làm ba nó nghẹn lời. Ông chắt lưỡi:

- Nhưng nó không có nghề nghiệp gì trong tay anh không yên lòng.

- Làm bà chủ còn muốn nghề nghiệp gì nữa?

CHƯƠNG 4

Sau đó, không biết mẹ Phượng dàn xếp thế nào mà Long thường xuyên đến xin phép chở Phượng đi chơi. Cứ mỗi ngày anh chở nó đi một xa hơn, cho đến khi phải mất hơn một tiếng đồng hồ mới lên tới tỉnh thành mà dù sống đến mười chín tuổi đầu Phượng chưa đến lần nào. Long dắt Phượng đi ăn ở những nhà hàng sang trọng nơi đó, càng ngày, Phượng càng ngưỡng mộ sự hiểu biết và sành điệu của Long hơn. Nó cảm thấy yêu thích người con trai nầy quá đỗi.

Long chưa bao giờ tỏ tình với Phượng nhưng hình như nghiễm nhiên mặc định Phượng là người của anh ta. Khi gặp bạn bè Long, anh cũng không giới thiệu rõ ràng quan hệ với nó, Phượng chờ đợi lời tỏ tình, lời cầu hôn của Long mỗi khi đi cùng. Long ân cần với nó, chiều chuộng nó, nắm tay nó, vuốt tóc nó. Phượng căn dặn bản thân mình, nếu Long chưa ngỏ ý yêu nó, muốn làm chồng nó thì nó sẽ không thể cho Long hôn, chạm vào người nó như một cặp tình nhân.

Nhiều lần đi chơi về, mẹ nó hỏi:

- Hai đứa có tiến triển gì không con?

- Không mẹ à. Ảnh chiều con lắm nhưng không có đặt vấn đề gì hết á.

- Nó không đặt thì con đặt.

- Con là con gái sao dám chứ?

- Thời buổi nào rồi mà còn phân biệt trai với gái? Tình cảm phải chủ động, trai hay gái gì cũng phải có người lên tiếng trước. Hôm nào con hỏi nó cho ra, bằng không thì đừng đi chung nữa. Nếu nó thương con, tự khắc sẽ biết phải làm gì.

- Làm gì là làm gì mẹ?

- Làm gì lúc đó con sẽ biết. À, mà mẹ dặn vầy, ba mẹ nó với mẹ là chỗ thân thiết, nếu như nó có làm gì con, cứ để nó làm. Sau đó cho mẹ hay, mẹ sẽ có cách bắt họ cưới.

- Làm là làm gì mẹ?

- Hỏi ngây thơ quá. Thậm chí có thai trước cũng không sao.

- Trời! Ba giết con chết.

- Giết sao được mà giết? Chừng đó, ván đã đóng thuyền rồi, hai bên chỉ còn thiếu cái đám cưới thôi. Chuyện nầy thì mẹ lo được.

- Con không dám.

- Nếu con thương nó thật lòng và muốn làm vợ nó, con sẽ dám.

Phượng run. Nó không ngờ mẹ nó lại có ý nghĩ táo bạo như vậy. Nhưng nó tin rằng, Long cũng sẽ như nó, không dám vượt qua rào lễ giáo. Có điều, mẹ nó nói cũng đúng, tình yêu phải chủ động, lần gặp sau, chính nó sẽ mở miệng hỏi Long xem nó và anh ta là mối quan hệ gì. Nếu anh ta trả lời thẳng thừng chỉ là bạn thôi thì nó sẽ kết thúc tình bạn nầy. Bởi vì cả xóm đã chứng kiến nó đi chơi đêm hôm khuya khoắt với Long hoài. Nó là con gái mới lớn mà, cũng nên sợ cho tai tiếng của mình chứ?

Chẳng mấy hôm thì Long điện thoại hẹn nó đi chơi nữa, lần nầy Long đưa nó đi dự sinh nhật một người bạn của Long trên tỉnh, sinh nhật con nhà giàu nên đãi ở nhà hàng lớn top 5. Long đến xin phép, không có ba Phượng ở nhà đương nhiên mẹ nó đon đả sẵn sàng đồng ý rồi.

Hôm đó Phượng ăn mặc và trang điểm rất đẹp, đẹp nhất trong mắt Long từ trước đến nay. Phượng nhận ra anh ta hãnh diện đi bên cạnh nó, mặt mày tươi rói hỏi nó biết nhảy đầm không. Phượng lắc đầu. Nhảy đầm ư? Một đứa con gái quê mùa như nó làm gì biết nhảy đầm chứ? Long nói, bạn của anh toàn là giới thượng lưu, anh sẽ dạy nó khiêu vũ để dễ dàng tiếp xúc khi theo anh giao tế. Phượng nhủ trong lòng: Nói vậy là sao? Là quan hệ gì mà cùng anh đi giao tế? Nó mừng thầm trong bụng khi nghĩ đây là lời ngụ ý nó sẽ là vợ của Long. Phượng quyết định sau buổi hôm nay, trên đường về sẽ hỏi anh ta và nó phải có một câu trả lời.

Nhưng đến tối thì nó và Long đã say. Long vẫn còn đủ sức để đưa nó vào khách sạn và chuyện gì tới đã tới.

Khi tỉnh rượu, Phượng thấy mình trần truồng nằm cạnh Long cũng không có mảnh vải che thân, cả hai được đắp bàng tấm chăn trắng muốt trên chiếc giường của khách sạn. Một vệt máu loang dài ở tấm ra trải giường. Phượng điếng người. Xong rồi sao? Sự trong trắng của nó đã vĩnh viễn mất đi với gã con trai nầy rồi sao? Gã con trai chưa từng nói tiếng yêu, chưa có một lời hò hẹn đá vàng với nó lại ngang nhiên chiếm đoạt thân thể nó một cách lén lút xấu xa như vậy?

Phượng giận run. Nó đâu phải là đứa con gái hư hèn. Nó thích Long nhưng cũng không dễ dàng dâng hiến sự trinh bạch vào tay gã như vậy. Nay sự thể đã xẩy ra, phải tính sao đây? Bản năng con người trỗi dậy, Phượng điên tiết, kéo Long tỉnh lại, nó khóc rưng rức:

- Anh đã làm gì tôi?

Long mở mắt ra, điềm nhiên nhìn Phượng mà vẫn không xê dịch:

- Có chuyện gì?

- Anh nhìn đi.

- Còn không mặc đồ vào. Không thấy lạnh sao?

- Tại sao anh lại làm chuyện như vậy chứ? Anh phá hỏng cuộc đời tôi rồi.

- Anh xin lỗi, anh chịu trách nhiệm là được chứ gì?

- Anh nói nghe miễn cưỡng quá. Thật sự anh không có thương tôi. Hôm nay do say, anh đã không kiềm chế được, anh vô tâm làm mất đi trinh tiết của tôi, rồi tôi phải sống sao đây?

Long liếc qua tấm ra có vệt máu, anh ta ngồi xổm dậy, vẻ mặt hốt hoảng:

- Anh xin lỗi, anh sẽ chịu trách nhiệm. Em vẫn còn là con gái thanh tân. Chỉ vì trước đây anh nghĩ em là đứa dễ dãi nên có ý xem thường. Yên tâm, anh sẽ nói với ba mẹ bước tới cưới em về làm vợ danh chính ngôn thuận. Đừng buồn nghe. Anh nói được làm được. Em sẽ là vợ chính thức của thằng Long nầy.

Phượng gục khóc trong vòng tay Long. Long kéo nó nằm xuống bên cạnh, âu yếm hôn lấy nó rồi hai đứa ôm nhau ngủ tiếp. Đến sáng, Long đưa Phượng về. Rất may, ba Phượng đi công tác chiều hôm qua, không hề hay con gái ông cả đêm không về và nó đã trở thành đàn bà cũng trong đêm đó. Chỉ có mẹ Phượng khi thấy hai đứa đưa nhau về, bà nở nụ cười mãn nguyện, xem như bước đầu kế hoạch đã thành công.

*

Thiện hay điện thoại cho Trâm. Từ khi Trâm lên Sài Gòn

học, Thiện hay đến thăm nó vào tối thứ Bảy, rủ nó đi ăn. Trâm tung tăng bên cạnh Thiện không chút ngại ngần giữ kẽ gì bởi nó luôn xem Thiện như một người anh. Đôi khi Thiện cùng đi với vài người bạn, ai cũng khen Trâm dễ thương và bóng gió kêu Thiện làm mai. Thiện cười nói Trâm còn nhỏ xíu mà mai mối sẽ bị ba mẹ nó chửi cho tắt mặt.

Có lần, Trâm nói với Thiện:

- Anh biết Phượng rất thích anh không?

Thiện cười ngất:

- Trời đất. Thích gì mà bất nhơn vậy? Anh với nó có tiếp xúc nhiều đâu?

- Cần gì tiếp xúc nhiều. Sau lần anh hùng cứu mỹ nhân là nó để bụng anh luôn.

- Gặp trường hợp đó, là ai anh cũng làm vậy huống chi Phượng ở cái xóm của mình.

- Nhưng nếu như nó tỏ tình với anh thì sao?

- Nói bậy không. Anh và Phượng không hợp nhau đâu. Vả lại bây giờ nó đã có bồ rồi. Thằng Long hồi trước học chung với anh. Nói lén nghe chơi, nó học dở ẹt. Leo không nổi tới lớp 12.

- Vậy sao?

- Thì bởi vì trai gái quá trời đó mà. Bồ bịch lăng nhăng lắm. Không biết tới Phượng nó dừng lại chưa. Nghe đâu còn có con rơi con rớt gì nữa. Nhưng gia đình con nhỏ đó nghèo nên ba Long chê không chịu cưới.

- Trời. Vậy em phải nói cho Phượng nghe để nó đề phòng mới được.

- Nói bậy nhằm lúc nó đang yêu, nó chửi đầu thai không

kịp luôn. Mà nghe đồn vậy chứ biết có thiệt hôn? Hahaha... anh cũng nhiều chuyện dữ hén?

Trâm phân vân. Dù sao nó với Phượng cũng chơi với nhau từ nhỏ đến lớn. Đành rằng chuyện tình cảm không thể bàn ra tán vào nhưng biết đối tượng của Phượng là người không tốt mà để nó dấn thân vô mình không một tiếng góp ý cũng tội nghiệp nó. Nhưng Thiện nói cũng phải, Phượng vốn bảo thủ, góp ý không nghe mà còn mách lại với Long thì coi như tiêu đời vì gia đình Long giàu có ở đây ai cũng nể mặt. Mối tình nầy chắc chắn có mẹ của Phượng nhúng tay vào. Thôi chi bằng im hơi lặng tiếng cho lành. Người lớn ắt biết tính toán cho tương lai của con, huống gì Phượng được ba mẹ nó cưng như vậy.

Thiện rủ Trâm về quê nhân ngày 30.4 và 01.5 lọt vào thứ Bảy, Chủ nhật nên được nghỉ bù thứ Hai, thứ Ba. Mấy tháng ở Sài Gòn Trâm cũng đã hai lần về quê do Thiện chở nên nó cũng không ngại ngần đồng ý. Gia đình hai bên nghi ngờ mối quan hệ của hai đứa nhưng nhìn cách cư xử của chúng thì biết chúng chỉ xem nhau như anh em thôi. Vả chăng, nếu như tình cảm có tiến xa hơn thì ba mẹ hai đứa cũng không ngăn cản vì chúng xứng đào xứng kép và trình độ ngang nhau.

Bên cạnh Trâm, Thiện rất vui. Cả hai cười nói tíu tít suốt cả đường dài.

Thiện và Trâm về đến nhà mới hay Phượng đang chuẩn bị lễ hỏi với Long, một tháng sau sẽ là đám cưới.

Trâm giật mình. Giờ có ngăn cản cũng muộn rồi. Nhưng dù sao, Long cưới Phượng có nghĩa là anh ta thật lòng với nó. Vậy là Phượng sẽ có chồng giàu, sẽ làm bà chủ của cửa hàng xe Honda nổi tiếng xứ nầy. Mừng cho nó đã có bến đỗ an toàn, đúng với yêu cầu mẹ nó đưa ra.

Trâm hỏi mẹ:

- Phượng quen với anh Long lúc con đã đi học rồi, nghĩa là mới mấy tháng thôi sao cưới nhanh vậy mẹ?

- Do duyên số con à. Là do mẹ nó dẫn dắt hôn sự nầy. Coi bộ hai đứa cũng khắng khít lắm.

- Con nghe đồn anh Long bê bối vụ trai gái lắm. Không biết Phượng sẽ có hạnh phúc không?

- Đừng nói ra nói vô nghe hôn? Có chuyện gì họ chửi tắt bếp luôn à. Con lo học hành đi, sau nầy làm bác sĩ với người ta, đồng tiền do mình kiếm được mới đáng hãnh diện biết chưa?

- Biết gồi. Mẹ nói hoài hổng biết mới lạ.

- Chê tui nói dai như đỉa chứ gì?

Bà đưa tay lên, chuẩn bị cốc vào đầu Trâm thì nó cười khanh khách và bỏ chạy. Bà không rượt theo mà nguýt ngang:

- Già đầu rồi, tui rượt theo đâu có kịp mà chạy chi cho mắc công.

Con Thúy và thằng Trực nhìn theo Trâm, nói lớn:

- Chị Hai về mẹ bớt la tụi em. Ở nhà bị mẹ la hoài mệt ghê.

Trâm cười:

- Là sao?

Hai đứa nhỏ láo nháo:

- Hở ra cái mẹ nói: Chị Hai con hồi nhỏ bằng tuổi con đã biết vo nồi cơm điện bắt lên rồi. Chị Hai con mẹ rầy không bao giờ dám trả treo một tiếng. Chị Hai con giữ chị em con hết đứa nầy tới đứa kia mà không hề than cực. Chị Hai con không ai dạy cũng học giỏi phà phà, bây giờ đậu đại học, tương lai sẽ làm bác sĩ, ba mẹ nở mặt nở mày với lối xóm bà con biết bao nhiêu. Hai đứa phải cố gắng bắt chước chị Hai con đó. Cái gì cũng chị Hai con, chị Hai con, mắc mệt.

Trâm cảm động, sà lại ôm hai em. Muốn ứa nước mắt. Thì ra trong lòng mẹ nó, nó luôn có một vị trí như vậy. Ấm áp biết bao nhiêu với ba từ "chị Hai con" mà mẹ nó nhắc với các em như một tấm gương cho chúng noi theo. Trâm phải làm gì cho xứng đáng với sự thương yêu, quan tâm của mẹ? Nó tự hứa trong lòng sẽ mãi mãi là đứa con ngoan của ba mẹ, là người chị gương mẫu của hai em. Trâm sẽ không làm bất cứ điều gì đi ngược lại nguyện vọng của hai đấng sinh thành mà chưa một lần nó nghĩ đây chỉ là mẹ kế mà thôi:

- Mẹ dạy đó, không phải la đâu. Chị Hai giỏi như vậy cũng là nhờ mẹ dạy biết hôn? Hai đứa ở nhà phải ngoan, phải nghe lời ba mẹ, phải phụ mẹ làm công chuyện cho mẹ đỡ nhọc, như vậy mới là con có hiếu. Hai đứa muốn làm con có hiếu không?

Thúy, Trực đồng thanh:

- Muốn chớ.

- Vậy thì được rồi. Hai đứa ngoan, học giỏi, chị Hai cưng. Mỗi lần chị Hai về sẽ có quà cho hai đứa hen?

Trâm thấy mẹ nó chớp chớp mắt. Nó cũng chớp chớp mắt, không muốn để mọi người nhìn thấy mình sắp khóc.

*

Đám hỏi Phượng suôn sẻ diễn ra, chỉ là đại đăng khoa thôi mà hoành tráng không thua gì một đám cưới. Ai ai cũng hồ hởi xem đại gia cưới dâu như thế nào. Phượng ngập chìm trong hạnh phúc. Ba nó cũng không còn cằm ràm gì khi nhìn thấy con gái rực rỡ trong bộ sa rê, vòng vàng sính lễ đeo ngập cổ và tay. Phượng có chồng giàu, điều đó rõ ràng không thể chối cãi được.

Lẽ ra, Phượng sẽ mang tâm trạng háo hức đó về nhà chồng nếu như nó không vô tình nghe được những lời mẹ nó nói với hai đứa em cùng cha khác mẹ của nó.

CHƯƠNG 5

Long đưa Phượng về tới cổng nhà nhưng từ giã nó bằng một cái hôn lên trán chứ không vào. Hôm nay hai đứa đi may đồ cưới, may rất nhiều. Long rất hào phóng trong việc nầy. Hôm lễ hỏi, Long may cho Phượng hai bộ áo dài và ba bộ sa rê trắng, hồng, vàng. Long nói da Phượng trắng phải mặc màu sáng mới hợp. Đồ cưới thì Long may cho nó ba bộ áo dài và năm chiếc sa rê. Phượng cản không cho vì sa rê xong đám cưới thì không có dịp mặc, chi mà tới tám chiếc uổng phí tiền bạc. Long nói, cái mà anh ta có là tiền. Tiền bạc là vật phù du, không xài thì cong lưng kiếm tiền làm gì? Phượng nghĩ thầm trong lòng, sau nầy làm vợ anh ta rồi, vấn đề tiền bạc chắc là sẽ thoải mái lắm, cái ăn cái mặc sẽ không phải lo lắng gì. Đời một đứa con gái như nó vậy cũng đã mãn nguyện rồi.

Khi chỉ có hai cha con bên nhau, ba nó hay nói với nó:

- Gả con lúc nầy thật ba không muốn chút nào. Con không có nghề nghiệp lại không có bản lãnh gì. Tuổi mới mười chín, chưa từng bước ra đời, chưa từng gặp phải những lọc lừa gian trá. Nếu như con có chồng trong một gia đình bình thường, sống cuộc sống bình thường để ngày tháng trôi qua, sinh con đẻ cái, làm phận đàn bà nhà quê như bao thiếu nữ khác chắc ba sẽ yên tâm hơn khi gả con vào hào môn. Nhà thằng Long dù giàu có nhưng nó cũng chỉ mới hai mươi ba tuổi, làm sao có thể quản lý một cơ ngơi đồ sộ như vậy nếu sau lưng không có ba mẹ nó? Con biết chưa? Gia đình nó còn một chuỗi cửa hàng xe gắn máy rải rác các huyện khác. Nghe đâu sắp mở một salon ô tô. Thằng Long thì có bản lãnh gì? Nó xài tiền như nước. Cho là nó có khiếu kinh doanh nhưng con cũng biết, lớn thuyền lớn sóng, nhìn thấy hoành tráng vậy chứ thâm thủng, hao hụt bên trong đến khi phát hiện ra thì nó không còn cơ hội sửa chữa nữa rồi. Con về nhà đó, mọi việc phải thận trọng. Họ giao con làm gì thì con làm, tuyệt đối đừng tham vọng sở hữu cái gia tài đó, đừng nhúng tay vào việc kinh doanh, có gì họ đổ thừa, có thể sẽ xẩy ra những chuyện ngoài dự đoán của mình. Con và Long đều còn rất nhỏ nghe Phượng. Lo cho hạnh phúc của mình là quan trọng. Làm sao cho vừa ý nhà chồng, được cha mẹ chồng thương, em chồng xem trọng và nhất là chồng phải luôn yêu thì hạnh phúc mới có thể giữ vững. Làm dâu hào môn khó lắm con ơi.

- Ba yên tâm đi. Ba mẹ anh Long là bạn thân của mẹ con mà. Mẹ cũng hiểu rõ tính nết của mọi người và hoàn cảnh gia đình bên đó mới mạnh dạn kết thông gia chứ ba.

- Hiểu rõ sao? Đúng là họ rất thân. Nhưng con thử nghĩ xem: Bển đó người ta giàu có, tiếng tăm lừng lẫy, Long là con trai đầu lòng của họ, đào hoa phong nhã cả huyện đều biết tới. Vì cớ gì mới vừa quen biết con chẳng bao lâu lại sẵn sàng đi cưới chứ? Con đẹp à? Con giỏi sao? Hay là gia đình con giàu? Hay là số phận đã gán ghép hai đứa từ kiếp trước? Điều nầy ba hoàn toàn không hiểu nổi. Mẹ con chỉ đơn giản là dựa vào tình bạn bao nhiêu năm mà tìm cho con tấm chồng để nương tựa về sau. Nhưng con phải nhớ rõ một điều, thằng Long giàu trong trứng giàu ra, chưa từng sống qua một ngày nghèo khổ, học hành thì dở dang, kinh doanh dựa vào nền tảng của ba mẹ nó. Ba tình nghi, chuỗi cửa hàng đó mặc dù nó đứng tên nhưng phía sau luôn là ba nó vận hành. Đủ sức bù đắp vào khoản hao hụt do chính nó đã tiêu xài.

- Ba không thích anh Long sao ba?

- Nó là rể, là chồng con, không thích cũng phải thích. Mừng cho con có chồng giàu một, lo cho con vào hào môn, tiếp xúc với giới thương lưu tới mười Phượng ơi.

Ba nó cứ lo lắng về chuyện đó hoài khiến Phượng cũng cảm thấy bất an. Nhưng nó nghĩ, miễn Long yêu nó thì mọi việc sẽ dễ dàng vượt qua. Phượng cũng nhận ra mẹ Long không phải là người khó khăn gì, mặt bà lúc nào cũng thư thả, nụ cười luôn nở trên môi. Chỉ là ba của Long thì rất ít khi nói chuyện với cô, mỗi lần Long đưa Phượng về nhà, ông cũng ít khi nào ngồi lại dùng cơm chung. Phượng tin, mẹ cô hiểu rõ tính cách của hai bạn mình mới mạnh dạn thu xếp cho hôn sự nầy.

Phượng nhảy từng bước chân sáo vào nhà. Nó định vào khoe với mẹ Long may đồ cưới cho nó quá nhiều ngoài sức tưởng tượng của nó. Nhưng nó bỗng khựng lại, nép mình đi sát vào vách tường để vô nhà chứ không đi thẳng từ cổng vào như thường khi vì thấy mẹ nó đang ôm lấy Loan, em gái nó mới có mười một tuổi khóc tức tưởi như giận hờn mẹ, thằng Trí ngồi chồm hổm kế bên ngơ ngác nhìn, miệng méo xệch như sắp khóc. Phượng rón rén lắng nghe. Loan mếu máo:

- Mẹ thiên vị chị Hai. Chị Hai trước giờ tối ngày hông có làm gì, cơm cũng dọn sẵn cho ăn, còn con mới có mấy tuổi mẹ bắt làm nầy làm kia đủ thứ. Chị Hai con gái con cũng con gái vậy sao mẹ không công bằng gì hết? Con nấu cơm thì thằng Trí lặt rau, Trí quét, con lau nhà. Chị Hai có khi nào nấu cơm, lau nhà hôn? Ăn cơm cũng không dẹp nổi cái tô. Ôm điện thoại chơi game không hà.

Mẹ dỗ dành bé Loan:

- Đừng phân bì như vậy con. Con với em mới là con của mẹ. Nó chỉ là người ngoài. Nó nên hay hư cũng chẳng ăn nhập gì chúng ta. Con gái thì phải đảm đang tháo vát, sau nầy không cần ai bảo bọc cho mình. Bản thân mình cũng tự lập được. Nếu như không có ba mẹ ở nhà, con có thể lo cho em ba bữa cơm mà không sợ đói. Còn nó, ở nhà một mình thậm chí mì gói cũng không biết nấu mà ăn. Con muốn lớn lên mình như vậy sao?

- Tại sao mẹ không dạy chị Hai như dạy con?

- Dạy để làm gì? Nó muốn sướng thì để cho nó sướng. Sướng bây giờ nhưng tương lai sẽ ra sao? Học hành không tới đâu. Ngu mà tưởng mình khôn. Ỷ có dáng vẻ bề ngoài là lòe được thiên hạ. Để coi mai mốt về làm dâu con người ta nó sẽ như thế nào rồi biết.

- Nói vậy hổng lẽ mẹ không thương chị Hai sao?

- Thương sao được mà thương? Nhưng con hỏi làm gì? Lo cho mình đi. Mẹ là mẹ ruột của con, lúc nào cũng muốn cho con tốt, giỏi giang. Hai đứa hãy cố gắng học cho giỏi, tới đâu mẹ cũng cho tới. Sau nầy có nghề nghiệp đàng hoàng, ăn trắng mặc trơn với người ta, có chồng có vợ cũng không bị gia đình chồng xem thường. Chứ cái ngữ của nó chỉ là thứ ăn bám vào chồng, trước sau gì cũng bị người ta hất cẳng. Chừng đó trôi đầu về đây cũng không được.

- Mẹ ghét chị Hai vậy sao? Vậy sao mẹ toàn cho chị ấy ăn thịt mà ít khi cho tụi con ăn? Nhiều khi con và thằng Trí thèm muốn chết.

- Phân bì chi vậy con? Mẹ có lý do của mẹ. Con và em ăn không thiếu thứ gì. Dễ ăn như vậy sau nầy lên đại học, đi học xa nhà dễ sống hơn. Còn như nó, về nhà người ta mà làm eo làm ảnh rồi coi cái cảnh.

- Vậy tội nghiệp chị Hai con. Chị ấy cũng thương mẹ lắm mà.

- Đừng nói chuyện nầy nữa. Lớn lên con tự khắc sẽ biết. Bây giờ, mẹ chỉ cần hai đứa con học giỏi, ngoan ngoãn, sau nầy sẽ là niềm kiêu hãnh của mẹ. Còn con kia thây kệ nó, đám cưới xong nó sống ra sao mẹ cũng không cần biết. Nó có chồng giàu nhưng chưa chắc sẽ có hạnh phúc đâu con, mẹ còn lạ gì gia đình đó nữa.

- Vậy tội nghiệp cho chị Hai con quá.

- Con nít biết cái gì mà tội nghiệp? Tài lanh bị đòn bây giờ. Tự nó làm tự nó chịu. Con gái gì mà tươm tướp, quen người ta chẳng bao lâu mà… mà… không cưới cho mang nhục.

Phượng tê điếng trong lòng. Tình cảm bao lâu nay bà đối với nó chỉ là giả tạo thôi sao? Chỉ là muốn dạy hư nó để nó học hành không tới đâu, sau nầy bản thân không tự lo cho mình được? Tìm chồng giàu cho nó nhưng gia đình chồng nó lại là hố sâu thăm thẳm mà nó sắp ngã vào hay sao? Tại sao bà lại đối xử với nó như vậy? Nó đã lầm lỗi gì chứ? Cũng đâu phải do mẹ ruột nó gây ra vì khi mẹ nó còn sống hai người họ có quen biết nhau đâu? Tại sao lại nhắm vào sự cô đơn không có mẹ ruột bên cạnh nó, nhắm vào sự tin tưởng tuyệt đối, sự yêu thương chân thành của nó đối với bà mà bà nỡ lòng nào giáo dục nó trở thành một đứa con gái tầm thường như vậy? Chính bà xúi biểu nó bằng mọi cách phải lấy được lòng Long, thậm chí có thai trước cũng không sao, để bà giải quyết và bà đã thật sự giải quyết nên mới có hôn sự nầy. Nó thầm cám ơn bà, nhưng hôm nay chính tai nó nghe bà phê phán nó là đứa hư hèn, nói sao trái tim nó không bị tổn thương trầm trọng?

Bây giờ phải làm sao đây? Phượng từ từ sụt lùi ra cổng, nó không muốn bà nhìn thấy nó lúc nầy cũng như chưa nghĩ ra mình có nên vạch mặt bà không. Nó đứng nép vào cánh cửa cổng, trong nhà nhìn ra sẽ không thấy được mà suy nghĩ. Chỉ còn không đầy tháng nữa nó sẽ rời khỏi căn nhà nầy để dấn thân vào cuộc sống mới ở một nơi xa lạ chưa từng có cảm giác an toàn như ở nhà. Mới cách đây vài phút, nó luôn nghĩ nơi đây là tổ ấm duy nhất cho nó trở về nương náu nếu như trong cuộc sống mới có khó khăn trắc trở gì, nếu như không được bên chồng thương yêu quý trọng thì nó cũng còn vòng tay ấm áp của ba mẹ lúc nào cũng sẵn sàng dang rộng để đón nó bằng sự trìu mến cảm thông của bậc sinh thành. Nếu như không phải chính tai nó nghe mà là do người khác kể lại những lời mẹ nó vừa nói, Phượng sẽ không bao giờ tin.

Nhưng sự thật nó đã nghe, vậy thì bây giờ phải làm sao đây? Lật ngửa ván bài của bà ra với ba sao? Phải đối diện với bà để hỏi tại sao ư? Để được gì? Rồi sau đó điều gì sẽ xẩy ra? Cảnh mẹ ghẻ con chồng xáo trộn và đối phương sẽ nhìn nhau bằng đôi mắt thù hằn, sẽ có một vết nứt trong tình cảm và một ngày nào đó vết nứt sẽ bể ra, tan nát hết cả. Nhưng Phượng cũng không thể xem như chưa từng có chuyện gì xẩy ra. Nó không thể yêu thương người đã dùng cả một khoảng thời gian dài để đào tạo nó trở thành một đứa con gái thất bại. Trước hết, nó phải rời khỏi bà ta thật nhanh, sẽ cố gắng hết sức mình để được chồng yêu, để được nhà chồng quí mến, để tồn tại vĩnh viễn nơi đó cho bà ta cảm nhận được một điều là không phải bà muốn gì cũng được. Nó sẽ hiên ngang hãnh diện sống trong hào môn, gia nhập giới thượng lưu một cách đàng hoàng, sẽ thành công rực rỡ để bà nhìn vào mà cảm thấy người thất bại chính là mình.

Còn nếu như bây giờ muốn cho đã cơn tức giận thì hôn sự sẽ bất thành. Nó lại tiếp tục ở bên cạnh bà không đoán được ngày thoát ra. Tiếp tục nhìn bà hình thức giả bên cạnh nó. Hình thức giả ư? Bà làm được thì nó cũng làm được và sẽ làm hay hơn bà. Bà lừa dối nó bao nhiêu năm thì nó sẽ dùng số năm gấp đôi để dối gạt lại bà để sau nầy bà nhận ra được rằng bà đã đào tạo ra được một người có thủ đoạn hèn kém gấp đôi mình.

Không ăn cá được à? Nó sẽ ăn. Ăn xong vào toilet ói ra hết cũng bắt buộc phải ăn. Không nấu nướng được thì sao? Nó sẽ học hỏi. Nghĩa là, nó sẽ thay đổi tất cả thói quen xấu của mình để hòa nhập vào gia đình chồng. Dù có khó nhưng dứt khoát nó phải làm được.

Phượng hít một hơi dài. Có chủ đích rồi, nó bình tĩnh chậm rãi đi vào nhà.

Mẹ nó đang ngồi trên ghế, hai đứa em ngồi hai bên. Hai đôi mắt của trẻ thơ nhìn Phượng, nếu như nó không nghe được câu chuyện vừa rồi, ắt nó cũng cảm thấy lạ với hai ánh nhìn đó. Mẹ nó cũng đon đả, thái độ khác xa những gì nó chính tai nghe:

- Con về rồi à? Ăn uống gì chưa?

"Đóng kịch", Phượng cảm thấy buồn nôn, nó cũng biết đóng kịch vậy?

- Con ăn rồi mẹ.

Nó sà xuống bên cạnh bà, tíu tít:

- Mẹ, anh Long mua cho mẹ xấp vải mẹ may áo dài ngồi sui nè, mẹ tranh thủ may cho kịp ngày nhen. Còn đây là con mua cho bé Loan và Trí. Chị Hai có chồng thì hai em phải mặc đồ mới tiễn chị đi chứ hến? Loan, Trí mặc thử coi vừa không em, mỗi đứa hai bộ đó.

Loan nhìn Phượng rồi lại nhìn mẹ như ngầm hỏi ý, cả hai đứa bé đều rụt rè không dám nhận. Khác với mọi hôm, khi Phượng đưa cho gì chúng cũng đều tranh nhau vì Phượng rất ít khi gần gũi chúng. Mẹ nó gật đầu bảo hai đứa thay đồ, bà cầm lấy mấy bộ đồ của hai đứa, dùng hai ngón tay se se để đánh giá độ tốt và số tiền bỏ ra mua sắm rồi mới đưa cho hai đứa con. Chúng vui mừng ôm lấy và nhanh chân bước vào phòng để mặc thử.

Bà đổi giọng, quan tâm:

- Tiền đâu con mua cho em đồ tốt và chắc là mắc tiền?

Bỗng dưng Phượng muốn khoe khoang:

- Anh Long cho con. Anh đưa tiền con rồi biểu muốn mua gì thì mua.

Bà chống hai tay lên cằm, nghiêng mặt nhìn Phượng, cười tươi rói như mừng cho nó:

- Long may đồ cho con nhiều không?

- Nhóc luôn mẹ, ba cái áo dài, năm cái sơ ri luôn. Con nói nhiều quá sau nầy bỏ uổng. Ảnh nói cái ảnh có là tiền nên đừng quan tâm. Cô dâu của ảnh phải rực rỡ trong ngày cưới mới xứng tầm với ảnh.

Phượng chờ đợi sự thất vọng trong đôi mắt ấy, nhưng hoàn toàn không có, chẳng những không ganh ghét mà còn ánh lên sự vui mừng:

- Vậy là tốt rồi. Mong nó luôn trân quí con như vậy mãi. Ráng lên nhen con.

Phượng ướm lòng bà:

- Mẹ à, con lo sợ một điều là mình dở quá, không biết công dung ngôn hạnh là gì, về làm dâu người ta sẽ bị mắng vốn làm xấu mặt ba mẹ.

Mẹ nó trề môi:

- Xời. Thời buổi nầy còn lo làm dâu. Mà nhà người ta giàu có, thiếu gì kẻ ăn người ở. Ai lại bắt mợ cả nấu cơm lau nhà mà con lo. Mẹ Long hứa với mẹ là cưới xong sẽ cho vợ chồng con ở riêng trong căn nhà sát bên cửa hàng ngoài huyện, chỉ có hai vợ chồng thôi, con thuê người giúp việc thì còn động đến móng tay sao?

- Mẹ nói cái gì cũng dễ dàng, biết người ta có thoải mái như mình nghĩ không?

- Mẹ chơi thân với họ mẹ biết mà.

Tự nhiên Phượng cảm thấy ghét. Ghét và sợ. Ban nãy bà còn nói với hai đứa con của bà một câu y như vậy nhưng hàm chứa ý nghĩa khác. Phượng nhìn thẳng vào mắt bà, cố đọc xem trong tận cùng sâu thẳm của trái tim bà có dành cho nó chút tình cảm nào không. Nó sẵn sàng tha thứ nếu như bà nói rằng những lời nói với con bà chỉ là trấn áp chúng không so bì với chị Hai. Nhưng giọng nói mang đầy vẻ hằn học đó trước con ruột không thể giả tạo như hiện giờ đối với nó. Bà nói tiếp, câu nói nầy càng khẳng định rõ về con người của bà hơn:

- Con về đó cứ ung dung tự tại, làm bà chủ nhỏ hưởng phước. Không việc gì phải làm lụng vất vả. Ai có lời ra tiếng vào thì cứ mạnh dạn trả lời: "Tui sống ở nhà như vậy quen rồi, ba mẹ tui cũng không bắt tui làm gì thì không ai có quyền sai khiến tui hết". Thử coi ai dám nói gì với con? Có chuyện gì cũng còn mẹ đây.

Phượng cười mỉm:

- Vậy chắc vài bữa con khăn gói về nhà sống chung với mẹ cả đời.

- Họ dám sao?

- Họ sợ ai mà không dám hả mẹ? Làm dâu chứ bộ làm mẹ

của người ta sao? Bất quá con chịu khó trong thời gian còn ở nhà cố gắng học nữ công gia chánh là được chứ gì?

Phượng lại quan sát khuôn mặt mẹ nó, thầm mãn nguyện khi thấy đôi mắt của bà chau lại.

Nó nghĩ: Mình sai lầm khi lúc nào cũng đinh ninh là bà thương mình nhất hay sao? Rồi Phượng chợt nhớ tới Trâm, khi hai đứa thân thích với nhau, Trâm hay khoe mình mới đi nhà ngoại nầy, nhà ngoại kia về với vẻ mặt ham hố tí tởn. Phượng thì không. Ba Phượng có hai cô em gái và hai chú em trai, thỉnh thoảng Phượng có về nội, bà nội ở với chú Ba vì chú Năm có vợ giàu nên mua đất ở riêng. Cô Tư và cô Út có chồng cũng ở trong huyện. Phượng cũng có hai bà ngoại như Trâm nhưng nó ít khi được mẹ kế dắt về thăm bà ngoại. Phượng có cậu Hai, dì Ba và dì Út. Bà ngoại ruột nó ở với cậu Hai. Nhà mẹ Tiên (tên mẹ kế) rất đông anh chị em, cậu Sáu Lục giàu nhất có vợ lập nghiệp ở Đắk Lắk xa xôi. Cậu Sáu là rường cột của gia đình, nghe đâu cũng là quan chức gì đó nên tiếng nói của cậu có sức ảnh hưởng ghê gớm đối với người trong nhà. Phượng chưa gặp cậu lần nào nhưng nghe về cậu cũng đã nhiều lắm rồi. Các dì cậu còn lại ai cũng khá giả, bà ngoại sống nhàn nhã nay ở với đứa con nầy mai ở với đứa con khác, không phải bận tâm tới điều gì. Mẹ Phượng là con gái Út, cũng có chồng khá giả không thua kém ai.

CHƯƠNG 6

Thiện và Trâm về dự đám cưới của Phượng. Phải công nhận đây là đám cưới lớn nhất xóm nầy từ trước đến nay. Khâu chuẩn bị mấy ngày trước. Hôm nay, ba mẹ Phượng đãi khách từ ba giờ chiều cho đến tối, ra vào nườm nượp toàn những người sang trọng và lạ mặt. Phượng rực rỡ trong vai cô dâu, đẹp không thể tả nổi, Long cũng có mặt suốt, tục lệ nhà quê là vậy, chú rể phải cùng cô dâu xuất hiện khi nhà gái đãi khách, còn gọi là thám hôn.

Nhìn hai người đẹp đôi, Trâm cũng mừng cho Phượng. Nó không thành công trong đường học vấn nhưng thành công trong việc chọn chồng. Trước giờ Trâm vẫn nghĩ Phượng giao lưu rộng rãi thì đám cưới của nó sẽ đông đảo bạn bè tham dự nhưng không phải, khách của Phượng chỉ vỏn vẹn có mười mấy người, không tới hai bàn tính luôn cả Thiện và Trâm. Đám cưới đàng gái nhộn nhịp là do khách của ba mẹ nó, dòng họ hai bên nội, ngoại ruột và ngoại kế. Lần đầu tiên gả con lấy chồng, ba Phượng lại là người có tai mặt trong cơ quan nên mời ai cũng nể tình mà đến.

Không hiểu sao Trâm nhận thấy hôm nay Phượng có vẻ không được vui, nó luôn tỏ ra lo lắng vì điều chi chẳng rõ mà cứ chủ động mời rượu bạn bè. Phượng uống rất nhiều dù Long cũng có uống thay nó vài ly. Trâm nhận thấy Long và Phượng rất xứng lứa vừa đôi, cả hai tỏ ra thân thiết, yêu thương nhau nhưng Trâm cũng nhận thấy Phượng luôn bối rối khi đối diện với Thiện, nó nghĩ: Chẳng lẽ Phượng còn tình cảm với Thiện sao? Rõ ràng Phượng và Long đang yêu nhau, đang tiến tới hôn nhân đây mà? Nhưng Thiện thì không phát hiện ra điều gì. Anh vẫn vui vẻ chúc phúc cho nó. Vào đám cưới, Thiện và Trâm không tỏ ra thân thiết gì và hai người ngồi riêng hai bàn.

Sau khi làm xong lễ xuất giá, tiễn bạn về hết thì Phượng kéo tay Trâm ở lại với nó. Long đã về. Hai đứa vào trong phòng, Trâm giúp Phượng thay đồ ra, Trâm nói:

- Thôi mầy nghỉ ngơi đi. Mai là ngày trọng đại mầy phải tươi tắn xinh đẹp mới được.

Phượng ngã xuống giường, nắm tay Trâm:

- Mầy thấy tao hạnh phúc hả Trâm?

- Chớ sao? Mầy lấy người mình yêu và anh ấy cũng yêu mầy, kinh tế ảnh khá giả đủ sức đùm bọc mầy thì có gì mà không hạnh phúc?

- Do chính vì tao cần sự đùm bọc của ảnh nên mới không hạnh phúc, mầy không nghĩ vậy sao?

- Làm chồng thì đùm bọc vợ là chuyện đương nhiên, mầy nói tao nghe lạ nhen.

- Nếu như cuộc hôn nhân nầy có mục đích gì khác của ai đó mầy liệu nạn nhân như tao có hạnh phúc không?

- Mầy say rồi hả Phượng? Nói cái gì tầm bậy tầm bạ vậy? Hôn nhân có mục đích gì chứ? Mục đích của ai? Nạn nhân gì chứ? Không phải do mầy chọn anh Long sao?

- Mầy không hiểu hết đâu.

- Hiểu làm sao nổi mà hiểu. Ngày mai theo người ta về

nhà rồi, bây giờ suy nghĩ lung tung là không có được. Ván đã đóng thuyền rồi. Mà tao hỏi thiệt, mầy có yêu anh Long thật tình không?

- Có chứ.

- Còn ảnh?

- Chắc cũng có.

- Trả lời gì mà phân hai vậy? Có là được rồi. Hôn nhân được xây dựng trên nền tảng của tình yêu mầy sợ gì chứ? Đừng nói với tao là mầy còn nghĩ tới anh Thiện nhen.

- Bậy mầy. Tao bây giờ làm gì có tư cách nghĩ tới anh Thiện nữa.

- Nhỏ nầy. Mầy làm tao lo. Sao lại bi quan vậy? Tao nghĩ là mầy phải hồ hởi trong ngày cưới chứ.

- Một tháng trước thì đúng vậy.

- Bây giờ thì sao ha? Anh Long có lỗi với mầy à?

- Ảnh không có lỗi gì với tao hết.

- Vậy là được rồi. Có chuyện gì mầy nói tao nghe coi tao có góp ý gì được không?

Phượng ngồi xổm dậy, nó nắm tay, nhìn thẳng vào mắt Trâm:

- Trâm. Mầy nói thật đi, có phải tao là đứa con gái thất bại không? Tao dở đủ thứ và ngu nữa. Bị người ta xỏ mũi bao nhiêu năm mà cứ tưởng họ là người ơn của mình.

Trâm hốt hoảng:

- Mầy đang nói về ai vậy Phượng? Ai xỏ mũi mầy?

- Tại sao? Tại sao mầy có mẹ kế, tao cũng có mẹ kế. Mẹ kế của mầy dạy ra mầy là một đứa thành đạt, mẹ kế của tao lại dạy ra tao thành kẻ thất bại như vầy?

Phượng ôm mặt, rấm rứt khóc. Trâm không biết chuyện gì xẩy ra với bạn mình nhưng nó hiểu, có điều gì đó với Phượng và mẹ kế của nó. Trâm âu yếm ôm đầu Phượng vào lòng, Phượng gục đầu trên vai Trâm, nước mắt tủi hờn tràn ra. Trâm dịu dàng:

- Chuyện gì xẩy ra cho mầy vậy Phượng? Có thể tâm sự với tao không?

Phượng vẫn khóc mà không nói gì. Trâm lặng yên cho bạn vơi nỗi buồn chắc là đã chất chứa trong lòng nặng nề bấy lâu. Một lát sau, Phượng ngẩng đầu lên, đưa tay chùi nước mắt, giọng trầm xuống:

- Nói thiệt với mầy, tao không biết xuống bếp để nấu một bữa cơm. Tao chẳng hề biết làm gì. Bây giờ về nhà chồng, cha mẹ chồng, em chồng đầy ra đó, họ đang nhắm vào tao, tìm ra khuyết điểm của tao. Tao ngu dốt học hành chẳng tới đâu, người ta là giới thượng lưu, tao không có cửa bước vào nơi đó.

- Trời. Tưởng chuyện gì. Vậy thì có gì lớn lao chứ? Con người ta đâu phải lọt lòng mẹ là biết mọi thứ. Cái gì cũng phải học thôi. Bếp núc là chuyện nhỏ mầy lo gì. Quan trọng là mầy được mọi người thương. Tao biết mầy trước giờ quen được người khác nuông chiều nên không biết nuông chiều ai. Giờ có chồng rồi thì về chiều chồng, chiều cha mẹ chồng, chịu khó hạ mình một chút chiều em chồng. Tình cảm cho đi sẽ được nhận lại, mầy tin tao đi.

- Tao làm được không?

- Mầy làm được không là do mầy chứ sao hỏi người khác? Tao nghĩ, mình đừng sống cho bản thân mình, mà hãy sống cho một con người mà mình muốn trở thành. Mầy muốn mình trở thành một người như thế nào?

- Còn mầy? Mầy muốn trở thành người ra sao?

- Tao đơn giản lắm. Trước hết, ba mẹ muốn tao có nghề nghiệp ổn định, nghề nghiệp đó sẽ là bác sĩ và tao nghiêm túc trở thành bác sĩ như mong mỏi của ba mẹ, và phải là bác sĩ giỏi phục vụ bệnh nhân. Tao muốn trong mắt xã hội nhất là gia đình tao nhìn tao bằng cái nhìn đối với một người có ích, tao muốn là tấm gương sáng cho các em noi theo, tao muốn ba mẹ tự hào về mình. Tao muốn nhiều thứ lắm và tao chắc chắn sẽ vươn tới điều đó, chắc chắn sẽ chạm đến được. Mầy nói đi, mầy muốn trở thành người ra sao?

Phượng trầm ngâm, nó nói chậm rãi và cứng rắn:

- Cám ơn mầy, bạn hiền. Tao hiểu mình muốn gì rồi. Tao cũng sẽ giống như mầy, sẽ vươn tới điều đó và chắc chắn sẽ chạm đến được.

Trâm nắm tay Phượng, siết chặt:

- Tao biết mầy đang có tâm sự. Nếu như không nói ra được thì hãy cố gắng chôn kín nó vào đáy lòng đi. Sống tốt ở nhà chồng và cố gắng lấy được tình cảm của bên chồng, nhất là chồng. Ai thương ai ghét không quan trọng bằng chồng nhen mậy. "Con cá sống nhờ nước, con vợ sống nhờ chồng đó".

Phượng mỉm cười:

- Mầy nói giống như đã từng trải qua.

- Sách vở thôi mà. Với lại mẹ tao nói như vậy hoài. Tao nghe riết thuộc nằm lòng luôn.

- Mầy may mắn hơn tao, có mẹ luôn dạy những điều hay lẽ phải. Mầy có chỗ dựa tinh thần vững chắc không lo sai lệch hướng tương lai.

- Bi quan vậy? Mẹ mầy tốt với mầy lắm mà?

- Tốt? Ngày mai là ngày tao chính thức bước vào đời, tao mới phát hiện ra, hình như ngoài ba tao ra, chưa có ai nghĩ cho tương lai của tao sẽ ra sao cả. Vậy nên tao phải tự nghĩ cho mình phải không Trâm?

- Đúng, đúng. Người không vì mình trời tru đất diệt mà.

- Cám ơn mầy. Tao thông suốt rồi. Có dịp nào hai đứa gặp nhau, tao sẽ kể cho mầy nghe một chuyện rồi báo cáo kết quả phấn đấu của tao, sẽ xin thêm ý kiến của mầy.

Trâm cười phà, đánh vào tay Phượng:

- Xin ý kiến khỉ khô. Chỉ là bạn bè tâm sự với nhau chứ tao còn nhỏ hơn mầy một tuổi. Tương lai còn lờ mờ chưa ngã ngũ đâu vào đâu. Thôi tao về nghen. Mầy nghỉ ngơi đi. Tươi tỉnh xinh đẹp mai hớp hồn chú rể mầy ơi. Mai đừng uống cho cố vào về nhà người ta không tỉnh táo phát ngôn bừa bãi là chết nhen con.

Trâm vỗ vỗ vào vai Phượng:

- Ráng lên Phượng. Cuộc đời của mình là do mình quyết định, không ai có thể sai khiến cả. Mạnh mẽ lên mầy.

- Ừ. Tao hiểu rồi. Mầy cũng về nghỉ đi. Mai nhớ đưa tao về nhà chồng nhen.

- Tất nhiên rồi. Tao với anh Thiện sẽ đưa mầy về nhà chồng.

*

Trâm về đến nhà cũng đã khuya, mẹ nó vẫn chờ cửa. Bà tươi cười nhìn nó:

- Chơi khuya dữ. Ở lại tâm sự với cô dâu à? Thấy bạn có chồng nôn phải hôn?

Trâm nũng nịu:

- Mẹ nói kỳ. Con còn nhỏ xíu. Học hành chưa tới đâu, phía trước còn cả đống chuyện chưa làm, nghĩ chi chuyện xa vời vậy. Con mà có chồng là lúc đó nghề nghiệp cũng đã ổn định, chồng con phải là người con thật sự thương và cũng thương con mới được.

Mẹ nó cười khì. Trâm theo chân bà vào nhà, chờ bà khóa cửa xong xuôi, nó kéo tay mẹ ngồi lại bàn:

- Mẹ à, sao hôm nay con thấy Phượng ngộ lắm. Làm như nó có điều gì uất ức với mẹ của nó vậy.

- Nó nói với con à?

- Không có nói cụ thể. Nhưng nó nói gì mà hôn nhân là âm mưu của ai đó. Nó nói mẹ dạy con trở nên người thành đạt, mẹ nó dạy nó ra đứa thất bại. Bây giờ nó về nhà chồng với trăm ngàn nỗi lo đó mẹ.

- Tội nghiệp. Con có an ủi nó không?

- Có chứ. Nó khóc quá trời luôn mẹ. Con hổng hiểu sao luôn.

- Con gái mới lớn có chồng, lo lắng lúc tiền hôn nhân là chuyện bình thường thôi con. Rồi mọi việc sẽ ổn thôi. Bên nhà trai giàu có, Phượng cũng sẽ không vất vả gì đâu. Với lại, mặc dù nó không có giỏi giang như người ta nhưng được cái nó hiền, hiền thì sẽ nhịn nhục, nhịn nhục tới lúc nào đó người ta sẽ hiểu ra mà thương hơn. Nếu như không đạt được yêu cầu đó thì là số phận rồi con, có muốn thay đổi thì phải thay đổi môi trường sống.

- Mẹ, trước đây mẹ có biết gia đình anh Long không?

- Có nghe nhưng không biết gì. Mình đâu quan hệ gì với họ mà quan tâm chi. Sau nầy khi biết Phượng sắp gả vào nhà đó thì hàng xóm có xì xào, nói mẹ Long thì dễ nhưng ba Long lại khó. Mà đàn ông ăn thua gì con ơi, họ càng giàu có càng ít khi để ý đến những chuyện nhỏ nhặt, miễn được chồng thương là có thể sống yên ổn rồi.

- Nhưng con nghe nói anh Long cũng lăng nhăng lắm mẹ. Hình như có con rơi ở ngoài nữa đó.

- Mới hai mươi ba tuổi mà con rơi con rớt gì. Thiên hạ ghét nên đồn bậy bạ vậy thôi.

- Tự nhiên người ta ghét được à?

- Thì trâu buộc ghét trâu ăn. Mấy thằng bạn nó ganh tị nên đồn đãi vậy thôi. Mà cũng có sao đâu? Dù gì thì Phượng cũng là vợ chính thức có cưới hỏi hẳn hoi mà.

- Sao con cũng thấy lo lo cho nó.

- Người có số cả con à. Không lo nhiều được đâu. Bây giờ con chỉ nên lo cho mình, học giỏi ra trường có bệnh viện nhận liền là được. Lo cũng không giúp gì được cho nó đâu.

Trâm xụi lơ:

- Mẹ nói cũng phải.

*

Đám cưới xong, Phượng vẫn ở lại nhà Long, chưa nghe ai nói gì về việc cho hai vợ chồng nó ở riêng ngoài cửa hàng cả. Đến ba ngày Phượng mới được cùng Long về nhà, có cả ba mẹ và ông bà nội ngoại của Long đi cùng vì là lễ "phản bái". Nhiều thủ tục rườm rà mà trước giờ Phượng chưa từng nghe.

Phượng nghĩ, nếu như nó chưa nghe mẹ nó nói với hai em, chắc nó sẽ sà vào lòng bà mà tỉ tê tâm sự, mà kể lại cho bà nghe ba ngày ở nhà chồng nó sống ra sao. Nhưng bây giờ nó nhất định không nói với bà bất cứ điều gì xảy tới với nó. Tốt cũng được, xấu cũng không sao. Cuộc sống của nó bắt đầu tách ra khỏi bà kể từ ngày nó bước chân theo chồng. Đau khổ hay hạnh phúc nó sẽ tự cam chịu không ta thán với bà nửa lời.

Phản bái xong, họ nhà trai về hết. Long và Phượng còn ở lại chơi tới chiều. Trong khoảng thời gian đó, Phượng cố tình tránh gặp mẹ nó một mình. Nó sợ phải trả lời những câu hỏi của bà. Nó nghĩ trong lòng hai người bây giờ ai cũng đều không muốn tốt cho đối phương.

Thật ra, ba ngày ở nhà Long, một ngôi biệt thự sang trọng bên trong có kẻ hầu người hạ. Phượng không phải làm gì. Ba Long cũng ít khi ở nhà dùng cơm chung. Chỉ có mẹ Long và ba đứa em, đứa em gái bằng tuổi Phượng tên Nhã, sau khi tốt nghiệp cấp ba không học tiếp mà ra cửa hàng khác phụ ba nó trông coi. Hai đứa em trai, đứa lớn là Nhất đang học lớp 11, đứa nhỏ tên Bang học lớp 8. Cả ba đều hòa thuận với Long và gọi Phượng là chị Hai, gặp mặt thì cười chào dù cũng ít khi nói chuyện. Phượng cảm thấy chúng không có thành kiến gì với mình. Nó tâm niệm sẽ bằng mọi cách lấy được lòng của ba đứa em chồng.

Ban ngày tản đi hết, tối mới về ăn cơm và không ai bỏ bữa cơm chiều. Trưa thường có Phượng và mẹ chồng nó dùng cơm. Bà cũng hay nói chuyện với nó, hỏi han về gia đình nó, về cách đối xử của mẹ kế với nó. Tất nhiên Phượng cũng giữ kẽ, nó không nói gì nhiều.

Thời gian rảnh, Phượng không biết làm gì. Nó theo nói chuyện với chị Điệp nấu cơm. Hỏi chị cách làm món nầy món kia. Chị Điệp vừa thương vừa sợ nên cũng tận tình chỉ bảo. Có khi Phượng còn đích thân nấu theo sự điều khiển của chị Điệp. Mẹ Long mỗi khi nhìn thấy chỉ cười cười, không có ý kiến gì.

Và Phượng vui mừng khi nhận ra mẹ Long cũng dễ dãi chứ không khó khăn kênh kiệu như nó nghĩ. Thỉnh thoảng bà cũng dẫn nó đi chợ, mua sắm vài món cho nó. Tiền bạc thì Long luôn cho nó đầy đủ có khi còn hơi nhiều hơn nó tưởng.

Ngày đầu tiên dùng cơm chung với gia đình chồng, Long luôn chiều chuộng Phượng, gắp bỏ thức ăn vào chén cho vợ vì sợ cô ngại. Nhà Long hay ăn cá, những con cá lớn được chị bếp chế ra đủ món mới lạ và Phượng ngạc nhiên sao mình ăn lại cảm thấy ngon miệng, không chút tanh tưởi như đã từng mặc định ở nhà. Quá đỗi vui mừng vì điều nầy, Phượng tin rằng sẽ không có gì làm khó nó được nữa.

Phượng sinh ra và lớn lên nơi vùng quê hẻo lánh. Càng về sau xóm làng phát triển nên văn minh hơn xưa rất nhiều. Nhà cửa san sát mọc lên thay chỗ cho những khoảng đất trống cặp mé lộ. Phượng cho rằng mình đã sống một nơi rất tốt, bước ra ngoài xe cộ dập dìu. Nhưng nhà Long trên tỉnh thành, giàu có và sang trọng. Nằm mơ nó cũng không thể nghĩ mình sẽ là thành viên của gia đình nầy. Không biết mẹ nó có hay đến đây chơi không? Nếu như bà biết nó sống trong giàu sang nhung lụa do chính bà đặt để không biết bà sẽ vui mừng cho nó hay căm ghét vì mình đã tính sai nước cờ? Không hiểu sao, Phượng thấy nhớ ba, nhớ hai đứa em mà không hề nhớ tới mẹ nó, người mà lúc nào nó cũng tưởng là rất thân thiết với mình.

"Mình hẹp hòi chăng? Hay là mình nên bỏ qua cho bà ấy, tha thứ cho bà, vạch ra những lỗi lầm bà đã phạm phải với nó rồi mẹ con vẫn vui vẻ như xưa? Mình cần bờ vai của một người mẹ mà?" Nhưng… Phượng lắc đầu. Bờ vai nầy không bằng xương bằng thịt tạo cho người ta cảm giác ấm áp mà là bờ vai của con ma nơ canh, lạnh lùng và tàn nhẫn.

CHƯƠNG 7

Thấm thoát, Phượng về nhà chồng cũng được hơn tháng. Một hôm, sau bữa cơm gia đình, ba mẹ Long kêu hai đứa nán lại, có các em của Long cùng ngồi. Ông Tương, ba Long nhìn Phượng chăm chăm làm nó thấy ái ngại, ông nói:

- Đã có đôi có bạn rồi thì phải lo làm ăn. Để mẹ bây coi ngày nào sạch sẽ hai đứa dọn về căn nhà kế bên cửa hàng mà ở. Cửa hàng đó ba cho hai vợ chồng kinh doanh, muốn làm gì thì làm không cần thông qua ba nữa. Ráng vận hành cho tốt, lợi nhuận của căn tiệm đó rất mạnh, nằm trong top 5 của chuỗi cửa hàng. Lâu nay thằng Long quản lý cũng quen rồi, mặc dù có những điều ba không hài lòng nhưng cơ bản cũng được. Nay có Phượng, ráng dòm ngó, thu nhập bao nhiêu ba cho hai đứa hết khỏi nộp về trên. Thắng thua là tự hai đứa gánh chịu.

Phượng kín đáo liếc qua xem phản ứng của Long. Nó chẳng thấy anh biểu lộ thái độ gì. Phượng lại nhìn ba đứa em, Nhã cũng điềm nhiên xem như đó là chuyện đương nhiên. Hai cậu em trai bàng quang trước quyết định của cha mình. Mẹ Long mặt mày hồ hởi, bà vui vẻ:

- Chỉ có hai vợ chồng về đó ở, phố chợ nên cẩn thận nhen con. Mọi việc phải ý tứ. Tối trước khi đi ngủ phải kiểm tra cửa nẻo đàng hoàng. Căn nhà có cửa thông qua tiệm, tiện cho việc kiểm tra. Thằng Long tính tình hời hợt, mọi chuyện trông cậy vào con. Con là vợ thì nên quán xuyến mọi thứ, phụ chồng trông coi cửa tiệm, thúc đẩy nó càng ngày càng phát triển. Nhu cầu xe bây giờ rất lớn. Nhà mình sống đều nhờ vào nguồn nầy.

Khỏi nói, trong lòng Phượng mừng như thế nào. Có nghĩa là từ nay, nó chính thức trở thành bà chủ nhỏ rồi. Nó có căn nhà riêng dành cho hai vợ chồng, có cửa hàng riêng do tự hai vợ chồng quản lý, có thu nhập ổn định và nó sẽ có quyền quyết định cho tương lai mình. Mọi chuyện đều xuôi chèo mát mái, bà mẹ kế chắc không thể ngờ chính bà ta đã đưa nó đến bến bờ nầy.

Chiều hôm đó, Long không về nhà ăn cơm. Điện thoại thì tắt máy. Phượng lo rầu trong lòng. Nhã an ủi nó:

- Không có vấn đề gì đâu chị. Trước anh Hai cũng hay đi chơi như vậy, tới khuya mới về. Có khi cũng qua đêm. Từ hồi cưới chị về tới giờ hạn chế lắm rồi. Hôm nay chắc cũng có ai rủ rê ăn nhậu nên quên đường về đó thôi. Chị "làm việc" ảnh một lần cho ảnh tởn.

Phượng cười cười. Đúng là từ lúc làm vợ Long cho tới giờ, nó chưa có điều gì phàn nàn về Long. Mặc dù Phượng không biết mỗi ngày Long làm gì khi ra khỏi nhà, nhưng sinh hoạt như thời khóa biểu của anh đã làm nó an tâm. Sáng, Long uống ly cà phê, xong đi đến chiều tối, về cùng ăn cơm với gia đình. Long lúc nào cũng ân cần chu đáo với Phượng, tối lại, nằm bên cạnh nhau anh cũng kể cho nó nghe qui trình hoạt động của cửa hàng, hôm nào đắt ế anh cũng khai báo. Lúc đó Phượng lắng nghe nhưng nó thật sự không quan tâm vì nghĩ đó là tài sản của nhà chồng, nó không được quyền tơ hào tới. Nhưng bây giờ ba Long đã tuyên bố chính thức cho vợ chồng nó rồi, nhiệm vụ nó là phải quản lý cửa hàng cho tốt. Bây giờ Phượng rất muốn gặp Long để hỏi han về cung cách mua bán vận hành cửa hàng, vậy mà Long đến giờ nầy cũng chưa về.

Phượng trăn trở không sao ngủ được, đã hơn mười giờ đêm rồi. Có khi nào anh không về nhà không? Vậy sao một cú điện thoại cũng không điện về báo? Hay là điều gì đã xẩy ra? Phượng lo lắng, muốn vào hỏi mẹ nhưng cửa phòng bà đã khép kín. Sao mọi người lại bàng quang trước sự việc nầy như vậy chứ? Hay là trước nay Long vẫn thường như vậy?

Phượng mòn mỏi mong chờ. Nó cố dỗ giấc ngủ nhưng không tài nào chợp mắt được. Rồi nó thấy đèn dưới nhà sáng choang, đưa mắt nhìn xuống, Phượng thấy Long nghiêng ngả vào nhà theo chân mẹ anh. "Say rượu rồi", Phượng nghĩ thầm trong bụng, nó lật đật chạy xuống, mẹ Long kêu Nhã cùng bà dìu Long lên phòng. Phượng đón lấy anh ngay cửa ra vào. Nó cố không hỏi một câu gì bởi sợ mình mang tiếng hạch sách chồng trước mặt mẹ và em.

Long ngã nhào lên giường, chân vung vẩy cho đôi giầy rớt xuống. Phượng vội vàng tháo giầy, tháo vớ cho anh. Mẹ chồng nhìn Phượng, có vẻ ái ngại:

- Không sao đâu con. Hôm nay chắc là gặp khách rồi. Con canh chừng nó nhen, đừng để ba con biết ông la rùm lên đó.

- Dạ, mẹ với Nhã đi nghỉ đi.

Nhã thân mật vỗ vai Phượng:

- Hồi chưa có chị, mỗi lần ảnh say rượu về, em với Nhất, Bang ngán lắm. Ảnh sai làm nầy làm kia không ngớt miệng. Để coi ảnh có làm vậy với chị không. Mới có bao nhiêu tuổi mà say xỉn hoài bực mình ghê.

Bà Tương kéo tay con gái, cằn nhằn:

- Lắm lời. Vợ chồng thì phải chấp nhận tính tốt xấu của nhau mới ăn đời ở kiếp được. Mẹ xuống dưới nhà nhen. Nó ngủ rồi chắc không làm phiền con đâu.

Hai người ra khỏi phòng. Phượng đứng nhìn chồng, chưa biết phải làm gì. Trước giờ nó chưa từng thấy ai say rượu nhiều, ba nó thì không bao giờ say như vậy. Tự nhiên Phượng nghĩ đến câu nói của Nhã "Mới có bao nhiêu tuổi mà say xỉn hoài", nghĩa là đây không phải là lần đầu mà là thường xuyên như vậy.

Phượng ngồi xuống bên cạnh, nhìn Long. Anh như không còn biết gì nữa, nằm ngay chừ. Làm sao có thể về tới nhà được nhỉ? Đường sá giờ nầy chắc vẫn còn náo nhiệt, một mình anh say tới như vậy sao lại chạy xe về tận nhà? Hay là có ai đã đưa anh về?

Phượng rón rén nằm xuống bên cạnh. Mùi mồ hôi pha lẫn mùi rượu làm nó khó thở nhưng đành phải chịu thôi. Nó hy vọng đây sẽ là lần đầu tiên và là lần cuối cùng nó nhìn thấy chồng như thế nầy.

Vừa nằm xuống, Long đã quơ tay đẩy Phượng một cái thật mạnh, nó té nhào xuống giường. Ngơ ngác đứng dậy, Long vẫn mắt nhắm nghiền. Có lẽ trong vô thức anh đã không nhận ra nó nằm cạnh bên. Phượng lồm cồm bò dậy thì nghe tiếng Long nhừa nhựa:

- Làm cho ly nước chanh coi.

- Dạ. Anh chờ chút nghen.

Nó lật đật chạy xuống lầu, vào bếp làm ngay cho anh ly nước chanh nóng, đặt vào dĩa bưng lên. Long vẫn như đang ngủ say, Phượng khều khều chồng:

- Anh à, anh à. Dậy uống nước đi.

Long gạt tay, hất Phượng dạt ra xa. Phượng mím môi, nó cố nín nhịn. Phượng sẽ chiều chồng. Nó phải trụ được trong gia đình nầy. Long lắp giáp:

- Tôi nói cho cô biết, cô đừng thấy tôi có tiền rồi nghĩ có thể khống chế được tôi. Còn lâu. Đầu tôi có sạn rồi nha. Tôi chán ngán cô tới tận xương tủy rồi.

Phượng sững người. Anh đang nói với nó sao? Anh chán ngán nó rồi sao? Mới cưới nhau hơn một tháng đã bị chồng chán ngán, nó làm người thất bại đến như vậy à? Sao những lúc bên nhau bao giờ anh cũng tỏ ra âu yếm với nó? Giả tạo? Vợ chồng mà sống giả tạo, mà hình thức thì sao có thể lâu dài? Phượng muốn khóc nhưng nó cố nhịn, dịu dàng nói với Long:

- Uống nước đi anh. Em pha nước chanh rồi đây.

Long gạt tay, ly nước rơi xuống nền gạch vỡ tan, miếng văng tung tóe. Nước mắt Phượng tràn ra. Nó im lặng ngồi thừ bên cạnh chồng, cảm nhận được rằng hạnh phúc quá mong manh, Long lại nói:

- Tôi hứa cho cô cuộc sống đầy đủ thì tôi sẽ giữ lời. Yêu cầu cô đừng quấy rầy tôi là được. Về phần đứa con, tôi sẽ xét nghiệm AND để coi thật sự nó phải là con tôi không. Cô cứ vịn vào đó mà yêu sách nầy nọ làm tôi rất bực mình. Nói cho cô biết, dù nó là con ruột của tôi thì cô cũng không có cửa vào gia đình tôi đâu huống hồ bây giờ tôi đã có vợ rồi.

Phượng mở lớn mắt. Long đang nói với ai đó chứ không phải nói với nó, ai đã có con với anh, đã làm tiền anh sao? Nghĩa là Long đã có con với người con gái khác trước khi cưới nó về? Chuyện lớn như vậy chắc chắn nhà chồng nó biết và có thể mẹ nó cũng đã biết luôn. Tại sao mọi người lại giấu nó chứ? Long mới hai mươi ba tuổi thôi mà đã có con riêng bên ngoài, liệu trong quãng đời còn lại sẽ có bao nhiêu đứa con rơi nữa? Phượng chạnh lòng nhớ tới ba nó, ông đã từng cảnh báo rằng ba của Long là một tay lăng nhăng, già không bỏ nhỏ không tha. Làm con trai của ông chắc là phải có gen di truyền.

Bây giờ Phượng phải làm sao đây? Vờ như không biết gì hay đùng đùng làm lớn chuyện? Mà làm lớn chuyện ra thì sau đó sao nữa? Ly dị à? Không. Nó không thể ly dị. Gia đình Long đã biết chuyện nầy nhưng mắt lấp tai ngơ, cô gái kia cũng chưa từng gây khó khăn gì cho Phượng. Chắc là cô ta đã nhận được lợi lộc gì từ Long và cô ta chỉ cần có vậy chứ không cần tình yêu và danh phận. Hay là ba mẹ Long không chấp nhận nên cô đành một mình nuôi con? Cũng không đúng, nếu âm thầm hy sinh như vậy thì việc gì Long lại nói những câu hằn học với cô ta trong lúc say?

Vờ thôi. Mọi chuyện đang rối rắm, nó cũng không đủ bản lĩnh để gỡ những gút mắc nầy. Đêm nay Long say, sáng mai anh sẽ quên hết hoặc có nhớ cũng sẽ làm như quên. Phượng không nên biết nhiều, tới đâu tính tới đó. Nó là vợ hợp pháp có cưới hỏi, đăng ký kết hôn hẳn hoi, nó không cần tranh giành với ai. Bây giờ Long nói gì mặc kệ anh ấy. Sáng ngày mai xem thái độ của anh khi tỉnh rượu ra sao rồi tùy cơ ứng biến.

Long lè nhè một chút rồi ngủ, quên luôn ly nước chanh vừa mới đòi. Phượng nhẹ nhàng nằm xuống bên cạnh, nó cố dỗ mình đừng nên cảm thấy bất an trong lòng.

Sáng, Phượng xuống nhà phụ chị Điệp dọn điểm tâm sáng, một lát sau Long xuống. Cả nhà có mặt đầy đủ. Ông Tương nhìn Long, ánh mắt lộ vẻ không hài lòng:

- Tối đi ăn nhậu nữa à?

Long gãi gãi đầu:

- Giao tiếp mà ba.

- Giao tiếp gì? Còn nhỏ ráng phấn đấu cho bằng với người ta. Khi ổn định rồi tha hồ mà giao tiếp. Bây giờ mới nứt mắt ra mà cứ ăn nhậu ăn nhậu hoài người ta sẽ lợi dụng biết chưa?

Long tiu nghỉu, ông quay sang Phượng:

- Còn con, bổn phận làm vợ phải biết khuyên nhủ chồng. Nó có đi lệch hướng thì về méc lại ba nghe hôn.

Phượng dạ và kín đáo nhìn Long. Anh cười cười liếc liếc nó, bộ dạng như chẳng nhớ gì về chuyện tối hôm qua. Được thôi, Phượng chỉ cầu mong như vậy. Trước khi gặp nó. anh có thể lăng nhăng sao cũng được, chỉ yêu cầu khi đã là chồng nó rồi, anh toàn tâm toàn ý vì nó, cùng nó xây dựng gia đình hạnh phúc là đủ rồi. Mặc dù trong lòng đã đinh ninh như vậy, nhưng nhớ tới đứa con rơi của Long Phượng vẫn thấy bất an. Lỡ như một ngày nào đó, mẹ con họ dẫn tới nhìn cha hoặc đòi chia của thì Phượng sẽ tính sao? Có ai đứng về phía nó mà bênh vực, mà bảo vệ nó không? Nhưng Phượng vội vã trấn tỉnh mình, mình là vợ hợp pháp có hôn thú đàng hoàng, nếu như mình giữ được tình cảm của chồng, giữ trọn phụ đạo thì không có cơ sở nào hất cẳng mình ra khỏi gia đình nầy được. Huống chi cô ta mặc dù có con với Long vẫn không dám đường đường chính chính chường mặt ra? Vờ thôi. Vờ như chưa từng biết chuyện gì để xem diễn biến tới đâu.

Khi Phượng cùng Long trở lên phòng, Long ôm lấy nó, cười vã lã:

- Đêm qua, xin lỗi em nhen. Anh say quá không biết có nói gì bậy bạ làm em buồn không?

Phượng định nhân cơ hội nầy hạch sách Long cho ra lẽ nhưng nó kiềm chế lại, giả bộ phụng phịu với chồng:

- Kêu em làm ly nước chanh nóng rồi gạt tay ly nước rớt xuống gạch bể luôn.

Long hốt hoảng, nắm lấy tay Phượng xăm xoi:

- Trời. Rồi em có bị phỏng không?

Phượng mát bụng, lắc đầu. Long đánh vào tay mình:

- Bỏ tật nhen mậy. Từ nay không được say rượu làm vợ buồn biết chưa

Phượng phì cười. Nó tha thứ cho Long mặc dù nó biết, anh vẫn còn giấu nó nhiều điều.

Vậy là một tuần sau, Phượng đã nghiễm nhiên thành bà chủ nhỏ cửa hàng xe Honda tầm cỡ trên tỉnh. Trước khi dọn ra sống ở cửa hàng, hai vợ chồng nó về nhà ba nó một chuyến.

Ba Phượng nghe nói vậy mặt mày sáng rỡ, mừng cho con. Mẹ nó hơi bất ngờ trước tin nầy. Nhất cử nhất động của bà đều không qua khỏi mắt Phượng. Nó ngạc nhiên sao thấy tự thâm tâm mình thỏa mãn khi nhìn bà thất vọng. Bà muốn nó đi vào con đường bế tắc nhưng nó đã tìm cho mình hướng thoát ra ngoài mong đợi của bà chăng? Phượng tâm niệm trong lòng, phải hết sức cố gắng, hết sức chiều chồng, không cho phép mình lơ là xao nhãng bổn phận làm vợ, làm dâu, làm chị cả. Phải hết sức khôn ngoan lèo lái cuộc đời mình tới bến bờ hạnh phúc một cách đàng hoàng.

Khi từ giã ba mẹ ra về, Phượng cho tiền hai đứa em. Mẹ nó nắm tay nó, bóp bóp:

- Thấy con được như vầy mẹ mừng quá. Không uổng công đấu tranh cho con vào làm dâu hào môn. Ráng nắm được thằng Long sau nầy không còn phải lo gì nữa.

Phượng cười. Mọi lời khuyên nhủ của bà bây giờ nó đều không để vào tai.

Phượng nắm bắt tình hình buôn bán của cửa tiệm rất nhanh. Chẳng mấy chốc, nó đã biết giá cả của từng chiếc xe và có thể vu vi trong việc mua bán, giúp cho Long rất nhiều. Long yên tâm giao cửa hàng cho Phượng để đi nhập hàng về. Từ lúc dọn về chỗ mới, Long chưa lần nào bỏ Phượng ở nhà một mình, có về trễ anh cũng điện thoại báo với nó, tuyệt không để lộ ra điều gì khiến Phượng nghi ngờ.

Giao cửa hàng cho vợ chồng Phượng rồi, ông Tương không tới lui cửa tiệm nữa. Thỉnh thoảng bà Tương có ghé qua, đem đồ ăn thức uống tiếp tế cho hai vợ chồng. Thấy Phượng lu bu, bà mỉm cười hài lòng:

- Tính ra con cũng đảm đang tháo vát chứ. Vậy mà mẹ con lại sợ con vụng về, làm dâu mất lòng mẹ chồng.

Phượng cũng cười:

- Mẹ con lúc nào cũng lo xa.

- Quan hệ của hai mẹ con vẫn tốt chứ?

- Bình thường mà mẹ? Mẹ con chiều con lắm, không cho làm gì, bữa cơm không biết nấu nên khi có chồng con lo đủ thứ hết. Cũng may cho con là mẹ luôn thông cảm chứ thôi con chẳng biết xoay trở ra sao.

- Có gì lớn lao đâu. Không biết thì học. Có ai biết từ trong bụng mẹ biết ra đâu con. Quan trọng là có chịu học hỏi không thôi.

Rồi bà đột ngột hỏi:

- À, thằng Long có tốt với con không?

- Có mẹ. Ảnh tốt với con lắm.

- Nếu nó có thái độ gì con cho mẹ hay. Mẹ làm chủ cho.

Phượng cười phì, nó cảm thấy vui:

- Mẹ ơi, ảnh không có thời gian để kiếm chuyện với con đâu. Tụi con bận túi bụi, tối mới rảnh rang chút đỉnh bàn công việc. Lúc nầy vô mùa nên xe bán được lắm mẹ.

- Ừa. Ba con cũng nói vậy. Con Nhã theo ổng ra salon mô tô rồi. Mẹ không muốn hai đứa em trai của con bị ổng lôi kéo vào con đường kinh doanh nữa, phải để cho tụi nó học có bằng cấp đàng hoàng. Giàu có mà làm gì, suốt ngày chúi đầu vô đống tiền không bận tâm bên ngoài xẩy ra chuyện chi thì vui thú gì nữa con.

Phượng chưa biết trả lời sao thì bà như chợt nhớ ra, vội vã nói:

- Nè. Mẹ dặn, nếu như có hôm nào thằng Long đi suốt đêm không về, con nhớ gọi điện kêu Nhã đến ngủ cùng nghe chưa? Sợ người ta theo dõi biết con ở nhà một mình sẽ phiền phức lắm.

- Không sao đâu mẹ. Anh Long chưa từng đi qua đêm bao giờ.

- Thì mẹ dặn hờ vậy đó. Còn nữa, nếu có ai tới quấy rầy con thì báo cho mẹ hay. Đừng tự giải quyết chuyện gì hết nghe chưa?

- Chuyện gì là chuyện gì hả mẹ?

- Mẹ dặn vậy đó. Con còn nhỏ lắm, chưa hiểu hết chuyện đời đâu. Đời có những cạm bẫy mà mình không lường trước được đâu con. Càng có tiền càng là mục tiêu của bọn xấu. Không tin được ai dù đó là người nhà.

Thật lòng, Phượng muốn hỏi mẹ chồng về đứa con rơi của Long lắm nhưng nó kịp dừng lại. Cứ xem như không hề hay biết để sau nầy còn có cớ mà trách hờn gia đình đã giấu nó. Tất nhiên Phượng sẽ không chấp nhận Long đưa đứa bé về nuôi, không chấp nhận làm mẹ ghẻ, nó sợ hai từ mẹ ghẻ lắm rồi. Nếu như lúc trước, Phượng sẽ tâm sự với mẹ của nó rồi xin bà lời khuyên, còn bây giờ, điều gì giấu được nó sẽ giấu, nó không muốn bà biết gì về cuộc sống hiện tại của nó.

Mẹ chồng đốc thúc Phượng nhanh chóng có con để giữ chân Long và để nối dòng dõi cho nhà chồng. Phượng lại thấy mình mới đám cưới chưa bao lâu, còn cần phải học hỏi nhiều, có con rồi vướng bận một mình Long không lo xuể. Nhưng nó nghĩ lại, nếu như mình chậm có con, thậm chí không có được thì sao? Thì Long sẽ đưa đứa nhỏ về? Đứa nhỏ và người đàn bà bí mật kia luôn là nỗi lo trong lòng Phượng. Nó nghĩ, kim trong bọc ắt có ngày cũng lòi ra, kệ đi, bao giờ lòi ra hãy tính.

Mẹ chồng nó không lo dư thừa. Hơn một tháng sau, đến tối mịch, Long điện thoại nói với Phượng hôm nay sẽ về muộn, kêu Phượng cứ ngủ trước, anh có chìa khóa vào nhà. Phượng đắn đo, không biết có nên kêu Nhã đến ngủ cùng không. Nhưng Long nói sẽ về mà? Kêu Nhã đến lỡ như anh phật ý thì sao?

Nhưng cả đêm Long cũng không về. Phượng cảm thấy lo lắng. Nó nghi Long qua đêm với người đàn bà đó. Dù sao đứa bé cũng là máu thịt của anh. Cha con mà, đâu thể nói bỏ là bỏ. Chẳng lẽ Phượng lại bị Long gạt gẫm triền miên như vậy hay sao? Rồi cứ tới lui hoài như vậy, lỡ như anh có thêm với cô ta vài đứa con nữa thì Phượng sẽ ra sao? Vị trí của nó trong cái nhà nầy chẳng lẽ bị đe dọa một cách tàn tệ như vậy được à? Không. Phượng không nhu nhược. Nó yêu Long và bây giờ đã sở hữu được anh, nó tuyệt đối không cho phép ai xâm phạm vào hạnh phúc của nó. Nhưng xử lý chuyện nầy như thế nào cho thông minh, cho không ai cảm thấy bẽ mặt thì thật sự bây giờ nó chưa nghĩ ra.

CHƯƠNG 8

Nằm trằn trọc mãi không sao chợp mắt được. Lòng ngổn ngang trăm mối tơ vò, Phượng nghĩ ra đủ cách để giải quyết chuyện ả đàn bà bí ẩn và đứa con rơi, nguy cơ đe dọa cuộc hôn nhân của nó nhưng không tìm ra cách nào vẹn toàn. Bức bí, Phượng nghĩ hay là tâm sự với ba nó? "Ba là người ruột thịt duy nhất của mình, là người không bao giờ làm hại mình. Nhưng ông vốn dĩ có thành kiến với gia đình của Long, nếu như biết chuyện nầy, là đàn ông nóng tính cộng với sự khinh ghét ba của Long về thói trăng hoa, ông chắc chắn sẽ bảo mình làm ầm ĩ lên, hoặc là dứt hẳn mẹ con ả đi, hoặc là bỏ chồng. Nhưng nếu như làm ầm ĩ lên, mình sẽ được gì khi cả ba bên đều bẽ mặt? Ba càng thương mình, càng không muốn mình phải chịu ủy khuất như vậy cả đời. Mà bản thân mình cũng phải tìm cách thoát ra chứ không chấp nhận cảnh chia chác chồng với người đàn bà khác được". Còn bỏ chồng về nhà, lại tiếp tục đối diện với người mẹ kế thì mình sẽ không bao giờ.

Phượng nghĩ đến bà ngoại ruột của nó. Ngoại lại càng không ổn. Bà là người phụ nữ phong kiến số một. Và bà lại là người xem chồng là trời xem con là đất. Cuộc đời của bà chỉ biết thờ chồng nuôi con. Đối với bà, không ai có thể so với chồng con bà hết. Khi mẹ Phượng mất, nó mới có năm tuổi, nghe nói ngoại nó như điên cuồng gào thét bên thi thể con gái và phát bệnh mấy tháng trời. Nếu nó tâm sự với ngoại, chắc chắn bà nó sẽ khuyên nó cứ bình chân như vại, thuận theo tự nhiên đi. Những lời khuyên như vậy đối với Phượng bây giờ thật không hữu ích gì.

Còn hai dì ruột của nó? Chắc chắn sẽ đứng về phía nó, sẽ bảo nó và cùng nó đi bắt quả tang rồi đánh ghen một trận kinh hoàng cho đối phương chừa tật quyến rũ chồng người khác. Không được. Phượng không thể hành sự như vậy trong gia đình nầy, không thể để Long mất mặt, sẽ đổ vỡ hết tất cả. Người thua cuộc sẽ là nó chứ không phải ả kia. Dù sao, nó phải đứng trên góc độ nhìn nhận ả kia đến với Long trước nó và đã có con với Long cũng trước khi anh quen biết nó. Vì lý do gì họ không đến được với nhau có lẽ nó cũng cần nên tìm hiểu thêm. Nếu thật sự Long chán chê ả thì anh đã không qua đêm với ả như vậy. Nhưng cũng không thể nói anh vẫn còn tha thiết yêu cô ta, vì nếu như yêu, anh đã không nói với cô ta những lời tàn nhẫn như khi say rượu được.

Bỗng Phượng chợt nghĩ ra. Tại sao đêm đó, nếu nói là vừa mới ở nhà cô ta về mà anh lại say tới vậy? Chẳng lẽ anh uống rượu ở nhà ả hay là cùng ả đi giao tiếp bên ngoài và ả đưa anh về nhà, òn ỉ xin xỏ gì đó nên anh ta bực bội mà trong cơn say đã lớn tiếng miệt thị? Ôi sao bên người Long có quá nhiều bí mật, quá nhiều điều giấu giếm nó như vậy? Làm vợ một người chồng có cuộc sống khuất lấp như Long liệu có hạnh phúc vững bền hay không?

Phượng nghĩ đến mẹ chồng. Sao bà cứ căn dặn nó là nếu như có chuyện gì hãy bàn qua bà chứ đừng tự quyết định mọi việc? Chuyện gì là chuyện gì chứ? Hay là bà muốn ám chỉ chuyện nầy? Làm vợ như nó, cứ không quá một tháng chồng lại qua đêm với người đàn bà khác trong khi mới cưới nó về chưa được bao lâu. Và Long chỉ mới hai mươi ba tuổi thôi đã có con rơi và vợ bé bên ngoài, nếu như nó không có bản lãnh dứt anh ta ra khỏi hành vi ngoại tình từ trong trứng nước thì thời gian sau, lúc đã thành người đàn bà đã cũ trong mắt anh ta, Long sẽ còn ngoại tình bao nhiêu lần và có thêm bao nhiêu đứa con nữa khi mà anh ta càng lúc càng trưởng thành và thành đạt trên thương trường thì sẽ có biết bao cô gái trẻ đẹp cam tâm tình nguyện làm con thiêu thân nhảy vào ánh đèn sáng chói là anh ta? Anh ta sẽ vung tiền ra bao biển cho bọn họ để tìm thú vui xác thịt cho mình. Chừng đó. Phượng con cái đùm đề, có còn thời gian để quản lý anh ta không? Tài sản nó cùng anh phát triển liệu có bị chia năm sẻ bảy cho đám người bu quanh anh ta vì tiền?

Phượng rối rắm ngay cả trong suy nghĩ của mình. Bỗng nó chợt nghĩ đến Trâm. "Ừ nhỉ, mình vẫn còn một người bạn thân mà. Mình hứa sẽ kể cho nó nghe tất cả mọi chuyện nhưng từ hôm đám cưới đến nay vẫn chưa liên lạc với nó. Nó tuy nhỏ hơn mình một tuổi nhưng khôn ngoan hơn mình nhiều". Nghĩ tới Trâm, Phượng lại thấy hận mẹ kế của mình. Cũng là mẹ kế mà mẹ của Trâm thật thà chất phác, nuôi dạy Trâm thành đạt, còn mẹ kế của nó lại hướng nó trở thành đứa con gái không chút bản lãnh để tự bảo vệ bản thân mình.

Phượng quyết định gọi điện cho Trâm. Nó hy vọng Trâm sau khi nghe chuyện sẽ có cách giải quyết. Nó cũng không sợ Trâm tung tin ra ngoài chuyện chồng nó có con rơi vì nó biết, nếu nó tín cẩn tâm sự với Trâm, nó sẽ nhận được sự hồi đáp tuyệt đối làm nó an lòng.

Đưa tay với lấy cái điện thoại, Phượng vào zalo gọi video cho Trâm. Trâm bắt máy ngay. Phượng nhìn Trâm đang nằm trên giường của nhà nó, hai đứa em cười nghiêng ngửa mỗi đứa một bên ôm lấy chị mình. Con Thúy bằng tuổi Loan em nó đã trổ mã thành một thiếu nữ trông y chang Trâm hồi trước. Thằng Trực vẫn còn nhỏ, chắc cỡ mười ba tuổi như Trí. Hình ảnh ấy làm Phượng chạnh lòng. Mình thất bại trong bổn phận làm chị luôn. Nó chưa bao giờ ôm lấy đứa em nào của nó. Sự xa cách ấy sao mẹ nó không quan tâm nhỉ? Sao bà ta lại không muốn chị em nó thân thiết, gần gũi nhau mà lúc nào hai đứa kia cũng nhìn nó bằng ánh mắt xét nét e dè? Bà ta dạy con kiểu gì lạ vậy? Mà nó cũng đáng trách, con nít mà, mình thương nó thì nó thương mình. Tại vì mình suốt ngày cứ chúi đầu vào cái điện thoại. Tại sao bà ta lại sắm điện thoại cho mình quá sớm vậy? Trong khi đó anh Thiện, con Trâm là những người con nhà khá giả, anh Thiện lại lớn hơn nó mà anh ấy có điện thoại đâu?

Trâm cười thật tươi, nó kêu Phượng chờ chút rồi quay sang hai đứa em, ra lịnh:

- Hai đứa nằm yên cho chị Hai nói chuyện với chị Phượng chút được hôn nà?

Hai đứa lao nhao, giành nói:

- Được chứ. Chị Phượng phải không? Cho em nhìn mặt chị ấy một cái, một cái thôi nha chị Hai.

- Em nữa, em cũng nhìn chị Phượng một cái xem sau khi có chồng chị còn đẹp như trước hôn.

- Ừa. Nhìn thì nhìn nhưng cũng khuya rồi, ngủ đi. Cứ nằm giỡn hoài.

- Lâu lâu chị Hai mới về mà. Chiều giờ toàn bắt học bài không, mới nghỉ có một tiếng đồng hồ chứ mấy.

Rồi hai đứa châu đầu vào màn hình, Phượng cười:

- Hai đứa dễ thương quá. Lâu lâu chị Hai về nhõng nhẽo hả?

- Chị Phượng đẹp quá. Mai em khoe với con Loan và

thằng Trí là chị của mầy hồi tối điện thoại cho chị của tao nè. Chị của tụi bây đẹp quá trớn luôn.

Phượng cười tươi rói. Lời nói của trẻ con sao quá vô tư. Tuổi thơ của chị em Trâm mộc mạc hồn nhiên và vui vẻ khiến người ta ngưỡng mộ.

- Thôi, khoe chi hai cưng. Chị gọi điện cho chị hai đứa mà không gọi cho mẹ chị mẹ sẽ la và giận chị đó. Thương chị thì đừng nói nghe hôn.

- Dạ. Em biết rồi. Chị sợ mẹ chị cà nanh đúng hôn? Cũng phải. Chị Hai gọi điện cho ba mà không gọi cho mẹ, mẹ còn cà nanh đây huống hồ là gọi cho bạn bè.

Trâm cười, lấy tay xoa xoa đầu hai đứa.

- Được rồi. Giờ chịu ngủ cho chị Hai nói chuyện với chị Phượng chưa?

- Chịu rồi. Nhưng chị nằm chính giữa nói chuyện, tụi em nghe một hồi rồi ngủ.

- Không được. Hai đứa nằm đây còn chị ra bàn ngồi tâm sự với chị Phượng. Chuyện người lớn con nít không được quyền nghe.

Thúy trề môi:

- Xời ơi. Người ta mười lăm tuổi sắp vô cấp ba rồi mà chị nói con nít. Cu Trực con nít thì có.

- Hổng dám con nít đâu nhen. Em cũng mười ba tuổi rồi chứ bộ.

Trâm cười xòa:

- Được rồi, người lớn. Vậy hai người lớn ngủ đi cho chị Hai nói chuyện nhen.

Trâm nhìn Phượng:

- Mầy chờ tao chút, tao ra ngoài nói chuyện với mầy.

Xong, Trâm bước xuống giường, trước khi rời đi, nó bẹo cằm hai đứa em mỗi đứa một cái. Thúy và Trực nhìn theo chị khuất sau cánh cửa rồi quay lưng lại với nhau nhắm mắt ngủ.

Trâm ra salon trước nhà ngồi xuống, nó không mở đèn sợ làm ba mẹ thức giấc. Nhìn đồng hồ trên điện thoại, thấy sắp mười hai giờ rồi mà Phượng lại điện cho nó, vậy Long đâu? Hai đứa chẳng lẽ cơm không lành canh không ngọt?

- Rồi Phượng. Sao lại gọi cho tao giờ nầy? Anh Long đâu?

Phượng nói chuyện khác không ăn nhập gì đến câu hỏi của Trâm:

- Mầy về nhà hồi nào vậy?

- Mới hồi chiều thôi.

- Anh Thiện có về chung với mầy không?

- Không. Anh Thiện đi thực tập rồi, cả tháng nay tao không có gặp ảnh. Nhưng nói chuyện của mầy đi.

- Được.

- Anh Long đâu mà giờ nầy mầy gọi cho tao vậy?

Trâm nhìn sâu trong mắt Phượng, nó nhận ra từ trong sâu kín của đôi mắt ấy hiện ra một nỗi hoảng loạn lạ kỳ mà nó chưa từng thấy qua ở đứa bạn của mình:

- Mầy có tâm sự sao Phượng?

- Đúng vậy.

- Là chuyện buồn à?

- Đúng vậy.

- Trời ơi, mầy làm tao lo quá. Chuyện gì nếu nói được thì nói tao nghe đi.

Phượng mím chặt môi. Nó không biết mở lời với Trâm như thế nào. Nếu như Trâm biết toàn bộ sự thật, liệu Trâm có chê cười nó không? Liệu Trâm có nói cho ba mẹ và hai em nó biết không? Ba mẹ nó thì Phượng không sợ vì họ biết chuyện gì nên nói chuyện gì không. Nhưng hai đứa em của Trâm thì khác, hai đứa sẽ đồn đãi tin nầy ra ngoài, sẽ đến tai gia đình nó, ba nó sẽ rất buồn và mẹ nó sẽ hài lòng. Có nên nói với Trâm hay không?

- Sao mầy lừng khừng vậy? Ban đầu muốn tâm sự với tao bây giờ đổi ý rồi phải không? Mầy sợ tao sẽ nói cho cả nhà tao biết chứ gì? Nếu là tâm sự thầm kín của mầy, mầy nghĩ tao sẽ bán rẻ mầy sao?

Bị Trâm nói trúng tim đen, Phượng chống chế:

- Không phải. Là tao đang nghĩ xem nên bắt đầu từ đâu trước.

Phượng sửa lại tư thế từ nằm thành ngồi bật dậy, tựa lưng vào tường chuẩn bị cho cuộc nói chuyện dài. Trâm ân cần:

- Mầy nói đi.

- Anh Long qua đêm cùng người đàn bà khác rồi. Và họ đã có con với nhau trước khi cưới tao. Cưới tao xong ảnh vẫn còn quan hệ với ả.

Phượng ngạc nhiên sao Trâm không có vẻ gì là bất ngờ, trái lại còn hỏi:

- Ảnh thường xuyên qua đêm với cô ta à?

- Không. Từ hôm đám cưới tới nay, đây là đêm thứ hai thôi. Nhưng lần trước vì ở chung với ba mẹ nên chưa quá mười hai giờ ảnh đã về nhà.

- Vậy họ cũng đâu khắng khít gì lắm mậy?

- Nhưng vấn đề là họ đã có con với nhau. Trong khi ảnh say, ảnh lỡ lời nói ra. Qua lời nói của ảnh, tao đánh giá ả chỉ đến với anh ta vì tiền thôi vì anh Long hứa sẽ lo chu toàn cho cuộc sống của hai mẹ con ả. Dùng đứa con để trói buộc ảnh bắt ảnh chi tiền cấp dưỡng và sinh hoạt cho hai mẹ con.

- Trời. Vậy thì dễ ụi có gì đâu mà mầy lo.

- Dễ ụi là dễ làm sao? Mầy có cách gì hả?

- Trước hết, mầy nên xác định là không thèm ghen. Bởi vì người đàn bà đó đến với ảnh trước khi ảnh gặp và cưới mầy. Sau đó, mầy cũng tìm hiểu xem tình cảm của mẹ con nó ra sao. Rồi đề nghị anh Long khai báo thật thà. Mầy tỏ ra cao thượng, muốn giúp ảnh nuôi đứa con nầy…

Trâm chưa dứt câu thì Phượng đã la toáng lên:

- Trời. Mầy kêu tao làm mẹ ghẻ hả? Tao sợ cảnh mẹ ghẻ lắm rồi.

- Ngộ biến phải tùng quyền chứ. Nhưng nếu cô ta đồng ý giao đứa nhỏ cho mầy nuôi thì đủ chứng tỏ cô ta không có thương con. Không ai lại dứt núm ruột mình ra đành đoạn hết Phượng ơi, trừ khi cô ta quá nghèo túng đến đỗi không nuôi nổi con mình phải giao cho ba nó để nó có cuộc sống sung túc đủ đầy. Nhưng qua cách nói của anh Long khi say thì biết là ảnh với cô ta cũng không mặn nồng lắm đâu. Tao nghĩ, mầy nên dùng cách nầy… coi sao.

- Ô kê, mầy nói đi, tao nghe.

Hai đứa bàn luận hơn một tiếng đồng hồ, Phượng đã thông suốt. Nó quyết tâm thực hiện kế hoạch Trâm vạch ra. Phượng bình tĩnh chờ ngày mai Long về, nó sẽ có một cuộc nói chuyện nghiêm túc với anh và cha mẹ chồng.

Mới hừng sáng là Long đã về đến nhà. Anh vào phòng thấy Phượng mở mắt thao láo nhìn anh. Long sà xuống bên cạnh vợ, vuốt ve mơn trớn. Phượng nhích người ra xa, hờn dỗi:

- Anh đi cả đêm không về cũng không báo với em một tiếng, bây giờ lại làm như không có chuyện gì xẩy ra.

- Xin lỗi vợ nhen. Đêm qua say quá không chạy xe về được nên tụi bạn đưa vào khách sạn ngủ một đêm. Tỉnh lại vội vã về với em liền thấy hôn?

- Đi tới khách sạn được sao không về nhà được?

- Em không biết đâu, hỏi con Nhã thì biết. Khi say anh xấu tính lắm, về nhà đày đọa em đủ thứ tội nghiệp. Em đã cực khổ cả ngày rồi, tối phải nghỉ ngơi chứ.

- Anh không về em nghỉ ngơi được sao?

Phượng nghe giọng nói của mình run run, mắt ươn ướt. Long hôn lên đôi mắt của nó. Cười cầu hòa:

- Anh sẽ không tái phạm nữa. Hứa với em như vậy. Em muốn gì anh cũng chiều.

Phượng ngồi bật dậy làm Long hết hồn, nó nói rắn rỏi:

- Em muốn gì anh cũng chiều phải không?

- Đương nhiên rồi.

- Vậy, em muốn anh kể cho em nghe bí mật về anh. Anh có điều gì giấu giếm em phải không?

- Làm gì có?

- Có. Nếu anh không nói mà để chính em phát hiện ra thì chuyện sẽ không còn đơn giản nữa. Thà là bây giờ anh thật thà khai báo, dù chuyện lớn bằng trời em cũng tha thứ cho anh và cùng anh giải quyết.

Long nhìn sững vào mặt Phượng, kéo tay vợ lại gần mình hơn, ôm lấy nó vào lòng, trầm ngâm suy nghĩ. Phượng yên lặng trong vòng tay của chồng, chờ đợi. Nó vừa muốn Long thú thật với nó tất cả vừa lo sợ sự thật nầy sẽ làm tan nát trái tim người đàn bà mới mười chín tuổi như nó.

CHƯƠNG 9

Thấy Long cứ trùng trình nửa muốn nói nửa muốn không, Phượng nhớ lại lời của Trâm dặn nó:

- Mầy đừng nôn nóng, đừng hối thúc ảnh quá, cứ coi như ảnh tự thú với mầy chứ trước đó mầy chưa từng biết gì, để ảnh nghĩ mầy có chuẩn bị mà mất lòng tin biết hôn? Sau khi ảnh đã tự thú rồi thì mầy nói với ảnh là mầy đã biết do chính ảnh nói ra trong khi say. Chừng đó ảnh sẽ hết chối cãi nữa.

- Trời đất, vậy ảnh sẽ nghĩ tao quỷ quyệt

- Đó không phải là quỷ quyệt, mà là tế nhị. Tế nhị ở chỗ dù rằng mầy biết nhưng là chuyện quá khứ nên mầy không truy cứu, chừng nào chính ảnh kể mầy nghe thì vợ chồng sẽ cùng nhau bàn bạc. Nhưng cho dù ảnh nghĩ mầy quỷ quyệt thì có sao? Mầy phải quỷ quyệt chứ? Anh Long làm kinh doanh từ trong trứng, ảnh cần người vợ thông minh quỷ quyệt biết tính toán chứ không cần con búp bê nhen mậy. Bây giờ mầy đã là bà chủ nhỏ của cửa hàng tầm cỡ, tương lai không biết sẽ phát triển tới đâu. Mầy không thể là một người đàn bà hiền lành an phận được.

Phượng im lặng ngước nhìn anh, ánh mắt như động viên anh cứ an tâm bộc bạch mọi điều với vợ, để nó cùng anh cảm thông, sẻ chia và giải quyết những gút mắc mà anh đã từng vướng phải. Nhìn ánh mắt Phượng, Long cảm thấy ái ngại, anh hỏi:

- Hôm nay có chuyện gì sao mà em chất vấn anh vậy?

- Không. Không có chuyện gì. Chỉ là em luôn nghĩ, trước khi đến với nhau, thế nào mỗi đứa cũng có những bí mật của riêng mình. Mà đã là vợ chồng rồi thì không nên có bí mật riêng nữa bởi vì trước sau sự thật cũng phải được phơi bày. Làm vợ anh, hai đứa mình còn quá trẻ, đời còn dài, nếu muốn ăm đời ở kiếp với nhau thì tốt nhất là không nên giấu giếm nhau bất cứ điều gì đúng không anh?

- Vậy em có bí mật gì không? Có điều gì chưa nói ra với anh không?

- Anh là người con trai em quen đầu tiên, là mối tình đầu của em. Khi đến với anh em là một cô gái trong trắng, điều nầy anh biết rõ mà. Cho nên em không có bí mật gì hết. Cuộc sống của em đơn giản. Con người của em cũng đơn giản thôi.

- Anh cũng vậy mà?

- Anh khác. Anh là con nhà giàu, sinh ra là đã mặc định cuộc đời sẽ sống trong nhung lụa. Anh lại là con trai, chung quanh anh có biết bao cô gái săn đón. Em là người thứ mấy của anh cũng không biết nhưng em may mắn hơn họ ở chỗ được chính thức làm vợ anh. Em biết có nhiều cô ganh tị với em lắm, em không sợ gì hết, chỉ sợ một ngày nào đó anh anh chê em thôi.

Long siết chặt lấy Phượng, hôn lên tóc nó:

- Nói bậy. Đàn ông có thể trăng hoa bên ngoài nhưng vợ nhà sẽ không bao giờ phụ bạc.

- Đàn bà lại không thích chồng mình trăng hoa bên ngoài đâu.

Long ỡm ờ:

- Nếu như trước đây anh có ăn chơi lầm lỡ gì đó, em có sẵn lòng bỏ qua không?

- Chuyện trước đây em không bận tâm. Quan trọng là từ lúc anh cưới em về.

- Không bận tâm thật sao?

- Thật.

Long thăm dò:

- Nếu như trước khi cưới em, anh lỡ có con với đứa con gái khác thì sao?

Phượng hồi hộp. "Sắp tới rồi đây. Sắp tự thú đó Phượng, mầy phải hết sức bình tĩnh nghe chưa?"

- Thì anh cũng nên tâm sự với em. Anh có dự định gì cũng nên cho em biết để em phối hợp.

- Em không ghen sao?

- Đã nói là chuyện trước đây em không quan tâm rồi. Vấn đề là anh với người đó có còn quan hệ hay không?

- Có đứa con làm sao không còn quan hệ được em?

Phượng lập tức vùng khỏi vòng tay Long, nó ngẩng mặt lên, ánh mắt lộ nguyên vẻ kinh hoàng:

- Là sự thật hả? Là anh có con riêng bên ngoài với phụ nữ khác hả?

Long lật đật ôm lấy Phượng:

- Là anh ví dụ vậy thôi, ai kêu em nói chuyện gì cũng bỏ qua, anh chỉ thử lòng em thôi mà làm gì thấy ghê vậy?

Phượng chợt tỉnh. Nó dịu xuống, ân cần nhìn anh:

- Là em ngạc nhiên vậy thôi. Anh mới có bao nhiêu tuổi mà lại có con rơi bên ngoài nên em giật mình.

Long lặng yên, Phượng sợ anh bỏ qua luôn câu chuyện nên từ tốn nói:

- Nhưng nếu đó là sự thật em cũng sẽ không trách anh, vì điều đó xẩy ra khi chúng ta chưa quen biết nhau. Vấn đề ở chỗ mình phải giải quyết chuyện nầy như thế nào để không có hậu quả về sau.

- Giải quyết làm sao?

- Thì anh cứ kể cho em nghe tất cả xem em có cách nào giúp anh gỡ rối không?

- Em sẽ không vì chuyện nầy mà bỏ anh chứ?

- Bỏ sao được mà bỏ? Trừ khi anh chán chê em.

- Vậy anh kể cho em nghe một chuyện, em hứa sẽ không vì chuyện nầy mà trở mặt với anh nghe?

- Em hứa.

Long buông Phượng ra, anh xoay người lại ngồi đối diện với nó. Phượng thật sự hồi hộp lo lắng, nó chỉ sợ Long nói còn rất yêu cô ta nhưng vì gia đình phản đối nên đành phải chia tay. Phượng nhìn chăm chăm vào đôi mắt Long. Anh cũng âu yếm nhìn lại nó, chậm rãi:

- Anh quen với Thương trong một lần đi sinh nhật của Trác, bạn cô ấy cũng là bạn anh. Hôm ấy Thương đẹp lắm và biết ăn diện, sành điệu một cây. Nhỏ hơn anh một tuổi, nhảy đầm và hát nhạc hit hop rần rần. Lúc đó anh mới hai mươi, còn ham thể hiện mình lắm nên anh cũng hòa nhập vào nhóm bát nháo đó, cũng nhảy ầm ầm và hát rống lên như mọi người. Trác giới thiệu anh cùng Thương, nói anh là con đại gia, nói Thương là sinh viên năm thứ hai cao đẳng công nghệ thực phẩm. Vậy là anh đưa cô ta về nhà. Sau đó anh cũng thường xuyên rủ Thương đi chơi, đi ăn khi cô ta từ thành phố về những ngày nghỉ học. Ngoài cái đêm có vẻ trác táng đó, Thương bao giờ cũng xuất hiện trước mặt anh với dáng vẻ hiền ngoan của người con gái học thức, gia đình nha giáo. Cô ta khôn ngoan, không bao giờ đòi hỏi anh về vấn đề tiền bạc dù luôn miệng than sinh viên nghèo, than phải làm thêm mới đủ chi phí vì không thể ngửa tay xin tiền gia đình mãi, cô ta còn mấy đứa em và mẹ mất sớm. Nhà nghèo, cha hay đau bệnh, hai em trai còn đi học. Cũng đôi lần anh chở cô ta lên thành phố, thấy nhà trọ cô ta ở một mình cũng ngăn nắp gọn gàng. Sáng anh đưa Thương tới cổng trường, chiều rước về cùng nhau đi ăn rồi anh mới về quê. Chưa bao giờ động tới thân thể cô ta ngoài những nụ hôn. Thương nói sau giờ học là đi phụ bán cà phê, phụ bưng bê cơm cho tiệm ăn. Cám cảnh vừa đi học vừa đi làm của Thương, lần nào về anh cũng lén bỏ lại một số tiền cho cô ấy đủ chi phí bớt cực nhọc. Anh nghĩ mình đã yêu Thương rồi, yêu một đứa con gái nhà nghèo nhưng có nghị lực, ba mẹ anh có thể sẽ không phản đối. Chính vì vậy, anh quyết định ăn cơm trước kẻng để đặt ba mẹ vào chuyện đã rồi. Lần đó, anh hỏi quán cà phê mà Thương làm thêm, cô ấy cứ úp mở không chỉ, anh theo dõi riết cũng biết địa điểm nhưng sợ Thương mặc cảm nên chưa vào quán lần nào. Vậy là anh ở lại chơi vài ngày trong đợt chờ hàng nhập về. Sáng đưa Thương đi học, nếu chiều không có giờ thì đến trường rước về. Xong dắt đi ăn rồi đưa về phòng trọ. Mấy hôm anh lên thì Thương điện thoại đến quán cà phê xin nghỉ. Ba ngày ở thành phố, anh đã lên giường với Thương, lúc đó là trai mới lớn, chưa có kinh nghiệm với đàn bà, cho tới khi cùng em rồi, anh mới hiểu ra là Thương không còn con gái khi ăn nằm với anh thì đã quá muộn.

Hôm sau anh về, hứa với Thương là anh sẽ chịu trách nhiệm về tất cả. Thương khóc mà không đòi hỏi gì. Anh nói chờ khi cô ta ra trường sẽ kêu ba mẹ tới xin cưới. Vài tuần sau anh lên, xong công việc rồi anh tới tìm Thương, anh không điện thoại trước vì muốn xem bất ngờ cô ta sống ra sao. Lúc đó cũng khoảng bảy giờ tối, phòng trọ đóng cửa, anh lại quán cà phê, chọn một bàn khuất trong ngồi xuống gọi ly cà phê đá, tiếp viên nữ đem ra cho anh. Quan sát quán một hồi anh vẫn chưa thấy Thương nên điện thoại cho cô ta, em biết cô ta nói mình đang ở đâu không? Đang ở phòng trọ. Anh nghĩ cô ta đã về rồi nên định trả tiền cà phê rồi về. Ai ngờ đâu anh thấy từ phía trong của quán, Thương ngả ngớn đi ra cũng với tay đàn ông sồn sồn, họ chào từ biệt nhau kiểu lạ lắm. Anh muốn đi tới cho Thương sững sờ chơi nhưng kiềm lại được. Cô ta ăn mặc diêm dúa, hở hang, khác xa với cô sinh viên mà anh quen biết. Anh đứng dậy ra về, vào khách sạn ngủ không tới tìm cô ta nữa.

Tối hôm đó, anh điện cho Thương. Cô ta vẫn nói đêm nay không có đi làm thêm, ở nhà học bài vì sắp thi hết môn rồi. Anh cảm thấy không thể tin tưởng Thương được, nhưng anh cũng muốn kiểm tra một lần cho nên sáng hôm sau, anh đến trường thật sớm để gặp cô ta. Em biết không, từ sáu giờ đến tám giờ sáng, cổng trường khép lại anh cũng chẳng thấy cô ta đến. Anh bèn điện thoại thì cổ nói đang trong lớp học không nói chuyện được nhưng anh lại nghe tiếng nhạc ầm ĩ ở quán cà phê. Anh bèn tới quán cà phê để vạch mặt cô ta,

Đứng trước quán cà phê, anh không vào vội mà dừng ở chỗ gửi xe, anh hỏi người giữ xe:

- Anh, cho hỏi thăm, trong quán có cô tiếp viên nào tên Thương không?

- Chú em quen với cô Thương hả?

- Dạ. Vậy là có phải không anh?

- Có. Thương là tiếp viên lâu năm của quán mà. Quán đắt khách nhờ có cô ấy. Cho nên chảnh hết biết. Được chủ quán chiều nên yêu sách nầy nọ dữ thần. Ăn mặc hở hang nhìn chướng mắt.

- Thương không được lòng nhân viên ở đây sao anh?

- Có coi ai ra gì đâu mà được lòng. Cũng không đẹp bao nhiêu mà làm như mình là Hằng Nga tái thế.

- Thương là sinh viên phải không anh? Cô ấy làm việc bán thời gian phải không?

- Gì? Sinh viên hả? Sinh con mẹ nó chứ sinh viên. Thứ đó là thứ xin tiền chứ sinh viên gì?

- Ủa? Thương mà em biết là sinh viên trường cao đẳng Công nghệ thực phẩm mà anh?

- Vậy chắc không phải nhỏ nầy. Quán cà phê nầy không có nhận người làm bán thời gian. Mà chú em muốn biết thì vô quán ngồi uống cà phê một lát thì gặp nó chứ gì. Chuyên môn õng ẹo chim chuột với mấy tay đại gia, có ngày cũng bị đánh ghen cho trào máu họng.

Anh nghe giọng điệu của người giữ xe thì biết anh ta không ưa gì Thương. Anh nghĩ có thể do anh ta đã từng chọc ghẹo mà bị Thương từ chối nên sinh lòng oán hận. Nhưng việc anh ta nói Thương không phải là sinh viên làm anh hơi bất ngờ và hiếu kỳ. Còn đang lớ ngớ chưa biết có nên vào quán hay không thì một chú cũng giữ xe tiến lại gần:

- Sao? Con có gửi xe không mà đứng chàng ràng ở đó vậy?

- Có. Cho con gửi xe.

- Vậy dắt đi mậy Tước, đứng ngây ra hà thằng quỷ.

Người giữ xe tên Tước bèn ghi số trên xe anh, đưa anh miếng thẻ rồi dắt xe anh vào trong, trước khi đi, anh ấy còn nói với đồng nghiệp

- Chú em nầy hỏi thăm con Thương, chú nó nói Thương là sinh viên làm việc bán thời gian đó chú Năm.

Người được gọi là chú Năm nhìn anh thân thiện:

- Con quen với Thương hay sao?

- Dạ.

- Quen trong trường hợp nào?

Sao bỗng dưng anh lại khai thật với chú ấy mới lạ chứ:

- Dạ, do đứa bạn giới thiệu.

- Nó nói với con nó là sinh viên à?

- Bạn con cũng nói vậy. Con có đưa Thương tới trường mấy lần, đưa đi và đón về.

Chú Năm bật cười ha hả, chú đưa tay đánh vào vai anh, mắt nheo nheo:

- Con nhỏ đó tinh vi lắm. Lúc mới tới đây xin việc nó cũng khai nó là sinh viên, ban đầu đi làm buổi trưa tới sáu giờ chiều. Cũng hòa nhã dễ thương lắm. Ăn bận cũng kín đáo đàng hoàng. Được chừng hơn tháng thì đổi tánh đổi nết. Ở quán 20/24 giờ ngày nầy qua ngày nọ. Sinh viên con mẹ gì vậy? Cũng có thể cho rằng trước đó nó là sinh viên nhưng chắc bị đuổi học rồi. – chú Năm lại cười ha hả - Từ đó, nó được chủ quán sủng ái ghê lắm và tiếp toàn khách sộp. Con coi, quán cà phê mà, có gì đâu để phân biệt giàu nghèo. Tao cũng không rõ nó có đi khách không nhưng thỉnh thoảng cũng có ra ngoài với mấy tay đại gia đến bằng xe con. Nói lén nghe chơi, ở quán nầy ngoài ông bà chủ quán ra, Thương không được lòng ai hết.

Giờ con có muốn vào quan sát nó thì tao chỉ cho cái bàn đặng ngồi nè, chỗ đó không đời nào con Thương bước tới vì thường là dân lao động vô ngồi thôi.

Anh theo hướng dẫn của chú Năm, chọn một bàn khuất phía trong ngồi xuống. Nơi đó có thể nhìn tổng quát các bàn cà phê khác nhưng cũng ít ai phát hiện ra mình trừ tiếp viên chạy bàn. Anh chua chát trong lòng, nếu như những lời chỉ trích kia là của các cô tiếp viên, anh sẽ nghĩ vì họ ganh tị nhau, nhưng chú Năm và Tước là đàn ông, ai lại đi nói xấu cho người tốt chứ? Là sinh viên sao Thương luôn có mặt ở quán? Thời gian học của cô ta đâu? Những lần anh đưa cổ tới trường rồi về, anh cũng chưa kịp nhìn thấy cổ bước vào cổng. Sau đó sẽ quanh lại à? Nhưng lẽ nào Trác lại gạt anh? Hay là cô ta có học ở trường một thời gian, sau đó vì mãnh lực của đồng tiền mà bỏ ngang?

Uống vài ngụm cà phê thì anh nhìn thấy Thương, cô ta ăn mặc thật hết chỗ nói, nhìn cũng không dám nhìn. Các tiếp viên ở đây gần như mặc đồng phục, chỉ có mình cô ta hớ hênh như vậy. Thương sà xuống bên cạnh một gã đàn ông độ tuổi trung niên, bá vai bá cổ ngả ngớn nũng nịu nói gì đó. Ông ta cười híp mắt, rút hai tờ năm trăm ngàn nhét vô vùng ngực căng phồng của Thương. Anh rùng mình ghê tởm. Sao anh lại quen biết với đứa con gái như vậy chứ? Hay là tại anh hại nó mất đi sự trong trắng đầu đời nên nó buông xuôi? (Long bắt đầu thay đổi danh xưng với Thương). Sao lại vậy được, anh đã hứa sẽ chịu trách nhiệm, sẽ cưới nó mà?

Ngồi một hồi, khi nó bước ra sau, anh bèn bấm máy gọi điện cho nó. Chuông đổ thật lâu nó mới bắt máy. Anh hỏi:

- Em đang ở đâu vậy?

- Em đang ở lớp học.

- Bao giờ em về?

- Tan học em về.

- Chiều nay em có đến quán cà phê không?

- Chưa biết nữa anh. Áp lực của bài vở làm em mệt mỏi, không muốn đi làm nữa.

- Anh đang trên đường tới thành phố. Vậy anh tới trường đón em về nghen.

- Khỏi đi anh, em có giang bạn được rồi.

- Anh chờ em ở nhà hén?

- Trễ trễ chút nhen anh. Em ghé nhà nhỏ bạn một chút đã.

- Cũng được.

Anh nghĩ, mình chẳng còn cớ gì để dây dưa với thứ con gái ba xạo đó. Chưa là gì hết đã qua mặt anh rồi, về lâu về dài sẽ ra sao? Nhìn bộ mặt hớn hở thỏa mãn của nó không thể cho rằng vì hoàn cảnh gia đình nghèo túng nó phải hy sinh bản thân để giúp các em ăn học làm nhẹ gánh cho cha mình. Anh cũng không việc gì phải cao thượng với nó. Ngoắc một tiếp viên nữ lại, anh đưa cho cô ta tờ giấy hai trăm ngàn, nhờ vả:

- Em ngồi xuống cho anh hỏi thăm một chút được không?

- Anh muốn hỏi gì? – Cô ta ngoan ngoãn ngồi xuống sau khi nhận tiền.

- Thương làm việc ở đây lâu chưa em?

- Anh quen nó hả?

- Tình cờ biết.

- Lâu rồi. Khi em vào làm thì nó có mặt rồi.

- Cổ là sinh viên phải không?

- Sinh viên à? (cô bật cười) Không phải đâu anh. Nhưng

anh đừng có hỏi nhiều, em không dám tiết lộ điều gì đâu, lạng quạng bị cho nghỉ làm luôn thì mệt.

- Anh sẽ không hỏi gì nữa. Cám ơn em.

Rồi anh giả bộ đi toilet, đi ngang phòng vip, có máy lạnh, có Karaoke, thấy Thương ngồi cho một gã đàn ông khác ngả đầu vào đôi chân gần như vén hết lên vì chiếc váy quá ngắn, cả hai đang say sưa hát. Anh không kiềm chế được, xô cửa bước vào. Thương thảng thốt nhìn anh, anh cười mỉm, cay độc:

- Trường học của cô đây hả?

CHƯƠNG 10

Kể tới đó, Long dừng lại chờ phản ứng của Phượng. Nó háo hức nhìn lại anh, đôi mắt hàm chứa vẻ ngạc nhiên thích thú không có vẻ gì là ghen tuông nhỏ mọn. Long lấy lại bình tĩnh, anh cũng cảm thấy hào hứng với câu chuyện của mình:

- Nói xong, anh nghĩ mình cũng không cần Thương biện minh gì nữa bởi trong lòng anh đã dứt khoát chia tay với nó rồi. Cho nên anh quay ra. Anh cứ tưởng là nó chạy theo khóc lóc năn nỉ anh nhưng hoàn toàn không. Thì ra nó đã xem anh như trò giải trí thôi. Bỗng chốc anh thức tỉnh và cảm thấy không còn buồn, không một chút hối tiếc gì với đứa con gái như vậy nữa. Anh về và từ đó gạt bỏ tên tuổi, hình bóng nó ra khỏi cuộc sống của mình không một chút bận tâm luyến tiếc, cũng không nói cho Trác biết luôn.

Tưởng đã êm, ai dè hai tháng sau, nó điện thoại cho anh nội dung đại khái vầy:

- Em biết anh coi thường em, em cũng không tiện giải thích với anh vì em không muốn nhận ở anh sự thương hại. Nhưng bây giờ có một vấn đề nan giải em cần thương lượng với anh, là em đã có thai với anh rồi.

Anh buồn cười. Lại là chiêu lừa đảo, ai ăn ốc bắt anh đổ vỏ sao? Không một chút ngại ngần, anh mắng nó:

- Rẻ tiền quá cô. Ai có thể chứng minh đó là cái thai cô có với tôi? Cô đã ăn nằm qua tay hàng trăm thằng đàn ông mà bây giờ bắt một thằng khờ như tôi chịu trách nhiệm hả?

- Tin hay không là quyền của anh. Có phải con anh hay không chờ em sinh xong xét nghiệm AND rồi biết. Nhưng em nói anh nghe, em chỉ cho anh hay thôi chứ không bắt anh chịu trách nhiệm. Em có gan làm có gan chịu. Em xin thề trước vong linh của mẹ em là ngoài anh ra, em chưa từng ngủ với người đàn ông nào. Anh nhìn thấy em có vẻ trác táng vậy nhưng đó chỉ là hình thức bên ngoài, miếng cơm manh áo mà anh. Nếu em không làm như vậy thì sao nuôi nổi ba đứa em, một đứa đại học, một đứa mười hai, một đứa lớp chín chứ? Con người ba bệnh hoạn của em nữa. Ngửa tay xin tiền anh sao? Làm phục vụ quán cà phê tháng lãnh lương một, hai triệu sao? Anh không biết, em đã âm thầm nghỉ học mà giấu gia đình sợ ba em buồn, sợ các em em ái ngại không dám nhận tiền em trợ cấp. Em nghĩ, mình cũng không cần giải thích vì cơ bản em không xứng với anh. Anh bỏ em là đúng, em không có quyền trách móc gì hết. Nhưng nay biết trong người đã mang giọt máu của anh, em rất vui mừng, xin nhấn mạnh, là em chỉ báo cho anh hay thôi, anh không cần phải lo. Em một mình có thể tự sinh nó ra, tự nuôi con được.

Anh đắn đo suốt mấy ngày liền. Chẳng lẽ mình đã hiểu lầm Thương? Chẳng lẽ cô ta có nỗi khổ mà mình không biết cảm thông chia sẻ còn bỏ mặc cô ta một mình chống chọi với biết bao nhiêu thị phi, bây giờ lại mang thai dù chưa hẳn trăm phần trăm là của anh nhưng cô ta có đòi hỏi gì ở anh đâu? Mà nếu như lời cô ta nói là sự thật, là cô ta chưa từng ăn nằm với gã đàn ông nào ngoài anh ra thì có phải anh đã quá vô tình lắm không? Hay là anh nên đợi cô ta sinh con xong, xét nghiệm nếu thật sự là con anh thì mới tính được?

Nhưng nếu đã quyết định như vậy rồi thì không nên để nó tới lui quán cà phê xô bồ xô bộn ấy được. Phải tìm cách tách nó ra khỏi môi trường đó, phải chu cấp cho nó để nó an tâm mà dưỡng thai. Con thì anh sẽ nhìn nhưng vợ thì không bao giờ. Nghĩ là làm, anh tìm tới gặp nó. Thương đưa anh xem phiếu siêu âm, thai sáu tuần, khớp với đêm anh khám phá nó. Anh đề nghị nó nên nghỉ ở quán cà phê mà về quê dưỡng thai. Nó không đồng ý vì về quê thì mọi chuyện sẽ rùm beng lên, ba nó sẽ xấu hổ vì nó, sẽ ảnh hưởng tới anh. Chi bằng bây giờ nó vẫn ở thành phố, nếu như anh không thích nó đi làm nữa thì nó sẽ ở nhà. Nhưng anh phải chu cấp cho nó mỗi tháng mười triệu đồng để nó lo cho ba đứa em và trả tiền phòng trọ, tiền ăn uống vì chẳng có thu nhập gì. Tiền thì anh không thiếu nên anh bằng lòng với điều kiện đó.

Anh mướn cho nó chỗ ở khác, cách rất xa quán cà phê nó đang làm. Mỗi khi đi thành phố nhập hàng, anh đều ghé thăm nó. Mặc cho nó mồi chài, anh không bao giờ chạm vào người nó hoặc ở lại đêm, cơ bản vì anh thấy gớm, anh không tin nó chưa từng qua tay đàn ông khác. Anh chỉ là một thằng con nít trong chuyện giường chiếu sao sánh nổi với những tay ăn chơi được em? Chỉ cần nó sinh đứa bé ra, chắc chắn là con anh rồi chừng đó sẽ tính tiếp.

Khi siêu âm biết là con trai, Thương mừng lắm và anh cũng mừng. Anh biết chắc ba mẹ sẽ bất bình khi anh một mình quyết định chuyện nầy nhưng bây giờ không thể nói với ba mẹ được. Trong khoảng thời gian bảy tháng chờ sinh, Thương cũng không về nhà.

Đến ngày sinh, anh đi cùng với nó. Sinh xong, anh rước nó về phòng trọ. Theo chỉ bảo của những sản phụ chung phòng, anh thuê một điều dưỡng tới chăm sóc cho nó ngoài giờ. Mấy lần anh định xét nghiệm AND rồi nhưng vì thấy nó mới sinh, sợ làm nó tổn thương lên máu sản hậu gì đó thì nguy. Mấy lúc gần đây nó ngoan hiền lắm, y như cái thuở mới quen biết nhau. Anh nghĩ, có thể bản chất nó cũng hiền lành, ngoan ngoãn chẳng qua là do cuộc sống khó khăn túng quẫn nên nó liều để kiếm tiền nuôi em ăn học và lo cho cha bệnh hoạn. Nhìn nó đau đớn sinh đứa bé ra mà khả năng nó là con mình cũng lớn lắm nên trong lòng anh có chút thương cảm. Mà cũng ngộ lắm em, khi nhìn thằng bé ngo ngoe đỏ hỏn, anh cũng thấy thương. Nhưng lắng nghe trong tận cũng trái tim mình xem tình phụ tử ra làm sao thì anh chưa cảm nhận được. Anh cũng nhìn nó một cách thích thú, cố tìm xem những điểm giống mình nhưng có lẽ nó còn nhỏ quá nên chưa có điểm nào nổi bật.

Nhưng mặc dù vậy, hình ảnh khêu gợi, lả lơi của Thương vẫn cứ ám ảnh lấy anh, không cho phép anh tha thứ nó để trở về tình trạng ban đầu được. Đứa bé đầy tháng thì anh quyết định lấy mẫu tóc của nó đem đi xét nghiệm. Không biết anh sơ ý như thế nào mà khi đến bệnh viện thì chẳng thấy hai mẫu tóc đâu nữa. Sau đó, do bận rộn nên anh cũng chưa có thời gian làm lại.

Đến một hôm anh lên thăm thằng bé, anh đặt tên cho nó là Thông, thì Thương đưa cho anh xem tờ giấy báo cáo xét nghiệm AND, trong đó ghi rõ hai mẫu xét nghiệm có quan hệ huyết thống cha con. Thương nói, nó lấy mẫu tóc của thằng bé và của anh. Bằng chứng là trên đầu bé Thông có một vết cạo mất một lõm tóc. Anh tin và nghiễm nhiên nhìn nhận thằng bé. Nhưng anh cũng nói rõ với Thương, đứa bé thì anh sẽ xem như là con còn Thương thì không thể xem là vợ được. Lúc đó nó chẳng nói gì. Sau cùng lại nói:

- Nếu như anh không cho em danh phận thì việc bắt em ở vậy nuôi con thật chẳng có ý nghĩa gì nữa. Anh đâu thể chăm sóc, cho tiền mẹ con em xài cả đời. Buông em ra đi để mẹ con em tự sinh tự diệt. Em không cần sự trợ giúp của anh nữa. Tự bản thân em sẽ nuôi được con em. Anh cũng đừng tới lui đây làm gì, cũng đừng nhìn nhận nó, hãy coi như chưa từng có nó trong đời.

- Không, em phải giao đứa nhỏ cho anh.

- Không bao giờ. Con là em mang nặng đẻ đau mới sinh nó ra được. Bất kỳ ai cũng không có quyền tách nó ra khỏi em. Anh đừng quên, khai sinh nó mang họ em đó. Nó không có cha.

- Đưa đứa bé cho anh nuôi, anh sẽ cho em một số tiền lớn để em làm lại cuộc đời.

- Đó không khác gì bán con. Em dù nghèo cũng không làm cái chuyện rẻ mạt đó. Anh về đi. Muốn tới thăm con thì tự nhiên nhưng phải hạn chế và bỏ ý định bắt nó. Sau nầy không cần chu cấp cho em nữa. Hãy để em còn chút sĩ diện mà nuôi dạy con.

- Để rồi em trở lại quán bar đó à?

- Đó không phải là quán bar. Và cũng không phải là điều anh bận tâm.

- Anh không cho phép mẹ của con mình có lối sống sa đọa không lành mạnh.

- Em không phải vợ anh nên anh không có quyền cấm cản em làm gì. Em sống ra sao đó là quyền của em, không đề cập tới chuyện nầy nữa. Anh về đi.

Anh giận lắm, nhưng cũng không có cách nào khác. Cưới nó thì anh không cưới được rồi vì tự trong sâu thẳm trái tim, anh khinh nó. Bỏ con cũng không được vì đó là giọt máu đầu tiên của anh. Thời gian đó anh rất bối rối, không biết tính sao cho toàn vẹn.

Bộ em tưởng nó cao cả được như vậy à? Sai lầm. Nó đi tìm mẹ, kể cho mẹ nghe rằng nó đã có con với anh, rằng nó đang đi học nhưng lỡ có thai đành phải nghỉ để sinh con. Nó kể tất tần tật ngoại trừ chuyện nó bán quán cà phê ngả nghiêng với khách và đã bị anh bỏ rơi thì không kể. Vậy là mẹ, vừa la vừa khuyên anh nên chính thức cưới nó để rước con trai về. Anh đâu phải thần, phật gì, cũng đâu có cao thượng đến nỗi phải gìn giữ uy tín cho nó. Vì vậy anh kể hết cho mẹ nghe, phản đối việc cưới nó làm vợ. Mẹ nghe xong phừng phừng lửa giận, tới gặp nó đòi bắt cháu nội. Tất nhiên là nó không đồng ý. Mẹ nói tuyệt tình, có nghĩa là nếu nó không đồng ý giao con thì từ nay coi như anh không có đứa con nầy, Thương đừng mong có ngày gia đình sẽ suy nghĩ lại mà đón mẹ con nó về.

Sau đó, nó khóc lóc với anh, thái độ khác với lúc hùng hồn tuyên bố sẽ sống độc lập không cần anh nữa. Nó nói nó yêu anh, thật sự yêu nên mặc cảm bởi vậy từ lâu không dám đề cập tới chuyện tình cảm nữa. Nhưng khi mẹ anh tuyệt tình như thế, nó mới phát hiện ra là không thể xa anh được, dù chỉ là thỉnh thoảng anh tới thăm con cho nó nhìn anh cũng đủ rồi. Đúng là anh vẫn còn khờ dại nên tin lời nó. Anh không nói gì cũng không từ chối. Và nếu có dịp đi thành phố nhận hàng thì anh cũng ghé thăm con, cho nó tiền. Kéo dài gần hai năm, anh cũng quen thêm vài cô gái nhưng chưa thật lòng với ai. Anh không tin vào con gái nữa cho đến khi gặp em. Thật ra, khi quen em, anh cũng không nghĩ đến việc sẽ cưới em làm vợ. Nhưng chừng biết em vẫn còn trinh trắng nên anh suy nghĩ lại, phải chịu trách nhiệm với em thôi. Qua em, anh mới biết mình bị Thương gạt từ đầu đến cuối. Khi đến với anh, nó đã không còn là con gái nữa rồi. Vậy chuyện thêm tay thêm chân cho đứa con là hoàn toàn có thể xẩy ra.

Thương biết anh có nhiều bồ nhưng nó cũng không dám hó hé gì. Nhưng khi anh cho nó hay anh sắp sửa có vợ thì nó đùng đùng nổi trận lôi đình. Nói sẽ phá tan cái đám cưới cho gia đình anh mất mặt và nhà gái thế nào cũng từ hôn. Anh giận lắm nhưng cũng sợ lắm vì em biết không, chuyện về Thương ba hoàn toàn không biết, mẹ dặn anh và Nhã không được hé lộ nửa lời. Ba mặc dù lăng nhăng bên ngoài nhưng với mẹ thì một mực kính trọng nên tình cảm vợ chồng không có chút sứt mẻ. Đúng là anh đã sai lầm gây ra vết nám trong cuộc đời để chuyện mẹ con của Thương trở thành vết rạn, VẾT RẠN THỜI TRẺ, MIẾNG MẺ LÚC GIÀ đó em ơi.

Vậy là anh phải bịt miệng nó lại bằng lời hứa sẽ chu cấp cho bé Thông mỗi tháng đến khi nó đủ mười tám tuổi. Nếu như Thương có thể nuôi nó lên đại học thì chi phí cho việc học anh sẽ lo. Vậy là nó im thinh. Nhưng từ khi anh có vợ, nó cứ liên tục điện thoại cho hay nay Thông bệnh nầy mai Thông bệnh kia, đòi hỏi tiền bạc, nếu anh không đáp ứng kịp thời thì nó sẽ ẵm con tới nhà. Anh vừa sợ ba, vừa lo em biết chuyện nên hễ nó kêu thì chạy. Thương biết vậy nên áp lực với anh lắm. Bao nhiêu lần anh đã định nói cho em nghe nhưng sợ em bị đả kích nên giữ bí mật nầy hoài. Hôm nay nói ra được với em rồi, anh thấy nhẹ nhõm lắm. Tùy em tính sao anh cũng bằng lòng miễn em đừng bỏ anh là được.

Long nói xong, im lặng nhìn Phượng. Phượng thấy trong ánh mắt anh đầy vẻ thành khẩn của kẻ phạm tội cần được tha thứ. Long vội vã:

- Em phải tin anh, trong suốt thời gian qua, anh không có ăn nằm với nó. Anh gớm.

Phượng áp bàn tay Long trong tay mình, gật đầu:

- Em tin mà. Thật ra, em đã sớm biết chuyện nầy rồi.

- Em biết rồi sao? Mẹ hay Nhã nói với em?

- Không ai nói với em cả. Trong lần anh say rượu đã lỡ lời

nói ra. Qua đó, em tin là anh không còn tình cảm với Thương. Tự em tìm hiểu cũng được nhưng em muốn chính miệng anh kể cho em nghe nên mới chờ tới nay.

- Bây giờ biết rồi, em liệu sao?

- Chuyện nầy anh cứ để em lo.

- Lo bằng cách nào?

- Anh dẫn em đi gặp Thương, nếu bé Thông thật sự là con anh, em có cách buộc Thương phải giao quyền nuôi dưỡng cho anh. Còn nếu không phải thì dễ rồi.

- Nó không giao thì em làm sao?

- Em có cách mà, anh tin em đi.

- Có nên nói cho mẹ biết không?

- Nói chứ anh. Thương biết anh sợ ba và em biết chuyện nầy nên khống chế anh, bây giờ nếu như mọi người đều đã biết thì cô ta sẽ không có cớ gì mà làm khó anh nữa. Em đem đứa bé về nuôi cô ta cũng không có quyền ngăn cản.

- Em nói nghe dễ dàng quá. Khai sinh bé Thông chỉ có mình mẹ nó. Dễ gì mình bắt con được. Cho dù có bắt được chẳng lẽ lại để em làm mẹ ghẻ sao?

- Thì có sao đâu? Em cũng có mẹ ghẻ mà anh? Hay là anh sợ em sẽ rẻ rúng, sẽ không thương yêu nó như con ruột?

- Không phải, anh chỉ sợ em thiệt thòi. Ai đời mới bao nhiêu tuổi đầu, mới lấy chồng lại phải nuôi con chồng.

- Nuôi cũng có sao đâu? Nhà anh giàu có, nuôi một đứa con cũng không phải khó khăn gì. Em cũng không hẹp hòi so đo tính toán con riêng con chung gì hết. Về khoản nầy anh cứ yên tâm. Bây giờ anh đưa em lại gặp mẹ bàn chuyện nầy, nhân lúc ban ngày không có ba ở nhà dễ nói chuyện hơn.

Bà Tương nghe kế hoạch của Phượng thì hồn vía lên mây, khoát tay lia lịa:

- Thôi đừng con. Ách giữa đàng sao lại mang vào cổ vậy?

Phượng bình tĩnh nắm lấy tay mẹ chồng:

- Không sao đâu mẹ. Mình phải giải quyết triệt để vấn đề nầy, để lâu dài không được đâu. Nếu bé Thông là máu mủ của gia đình cũng nên cho nó nhận tổ qui tông, mẹ yên tâm, con biết phải cư xử làm sao với con riêng của chồng. Bằng mọi cách phải cắt đứt liên hệ của Thương với anh Long, không cho cô ta có điều kiện tiếp cận với ảnh nữa.

- Nhưng nếu nó không đồng ý giao con thì con sẽ làm sao?

- Gặp lần đầu con chưa làm gì vội đâu mẹ. Con chỉ tới thăm thằng bé và tìm cách lấy mẫu tóc nó về xét nghiệm AND xem có phải chắc chắn là con của anh Long không. Lần trước là do chính cô ta xét ngiệm. Kết quả có thể làm giả mà mẹ. Nếu là con anh Long thì như con nói trước đó, còn nếu không, con sẽ bắt cô ta ký tên xác nhận Thông không có quan hệ máu mủ chi với anh Long hết và cô ta từ nay cũng không được quyền xen vào đời tư của anh Long. Nói cho cùng, nếu Thông là máu mủ của anh Long mà cô ta không chịu giao cho anh ấy nuôi, con có hai cách, một là mình gửi đơn lên tòa án nhờ can thiệp vì bản thân Thương không có nghề nghiệp ổn định, không thể nuôi con. Hai là chu cấp cho cô ta một số tiền rồi buộc cô ta làm giấy từ bỏ quyền nuôi con, không được vì bất cứ lý do gì mà đến làm phiền gia đình mình nữa, nhất là không bao giờ được nhìn lại đứa con.

Bà Tương chặc lưỡi:

- Con nhỏ nầy không đơn giản nhen con. Nó mất mẹ nên không có người dạy dỗ đàng hoàng, ra đời sớm, từng trải, lọc lừa chứ không phải như con đâu. Lỡ gặp nó, nó nói năng hàm hồ xúc phạm con hoặc đưa con vô thế kẹt thì khó lòng lắm. Hay là để mẹ đi cho.

- Mẹ yên tâm đi. Cô ta làm gì cũng phải sợ vợ lớn của anh Long quậy chứ mẹ. Mặc dù đây là chuyện xẩy ra trước khi anh Long có vợ nhưng sau đó cô ta vẫn còn bám lấy ảnh hoài thì lỗi đã về phía cô ta rồi. Mẹ cứ ở nhà chờ tin con. Con đi với anh Long chứ không đi một mình đâu mà mẹ lo.

- Con nói vậy thì mẹ nghe vậy. Cẩn thận với nó từng lời nghe con.

Tối lại, Phượng điện cho Trâm:

- Mọi chuyện nằm trong dự tính của mình hết rồi Trâm. Bước một đã thuận lợi, tao tiến hành bước hai đây.

Trâm mừng rỡ:

- Mã đáo thành công nghen mậy? Bình tĩnh, phải hết sức bình tĩnh trong mọi tình huống nhen. Lấy xong mẫu xét nghiệm rồi đến đưa tao liền, tao đem đi xét nghiệm cho.

- Được.

- Anh Long biết mầy có ý định đó không?

- Tao có nói. Nhưng mầy yên tâm, ảnh sẽ đồng ý. Sẵn đây, tao giới thiệu mầy với ảnh luôn.

- Để tao rủ thêm anh Thiện đi cùng.

- Thôi Trâm à. Nhiều người biết quá sợ ảnh ngại.

- Trước mặt ảnh mình đừng nói gì. Mầy chỉ âm thầm đưa mẫu cho tao thôi.

- Mầy chiều tao một lần đi, đừng dẫn anh Thiện theo.

- Được. Sợ tình cảm xưa trỗi dậy hả? Tao đập mầy bây giờ.

- Tình cảm xưa con khỉ mốc. Chỉ là tao sợ chồng tao ngại với bạn tao thôi. Dù sao mầy với anh Thiện cũng là người xóm mình. Anh Long sợ tai tiếng chứ mậy.

- Tao đùa thôi. Chừng nào mầy với anh Long đi gặp Thương?

- Mai. Làm liền để lâu nguội.

- Ừa. Vậy tao chờ mầy chiều mai. Xong công việc điện cho tao nhen. À, mà mầy nhớ phải đánh phủ đầu nó liền, không được kêu nó bằng chị nghe hôn?

- Nó lớn hơn tao tới ba tuổi đó mầy.

- Kệ nó. Lớn hơn bao nhiêu cũng không quan trọng. Không được kêu nó bằng chị chứng tỏ nó luôn dưới cơ mầy.

- Tao biết rồi.

Sáng hôm sau, giao chuyện cửa hàng lại nhờ Nhã trông giùm, Long và Phượng đi thành phố gặp Thương. Trong lòng Phượng vẫn luôn cảm thấy lo lắng nhưng nó tự tin rằng mình có thể đối phó với Thương nhất là mình có sự ủng hộ của chồng và mẹ chồng.

CHƯƠNG 11

Long kêu tài xế lấy chiếc xe bốn chỗ của gia đình đưa hai vợ chồng lên thành phố. Trên xe, Long có vẻ hồi hộp, khẩn trương. Anh sợ Phượng tuy nói cứng như vậy nhưng dù sao cũng chỉ là đứa con gái mới lớn, chưa có kinh nghiệm trên đường đời làm sao đối phó với Thương đã có sạn trong đầu khi hàng ngày tiếp xúc với bao loại người nơi chốn thị thành đầy sa hoa cạm bẫy. Nhưng nhìn thấy Phượng vẫn bình tĩnh, mặt không lộ ra chút lo lắng nào khiến anh an tâm pha lẫn ngạc nhiên. Bất chợt Phượng hỏi:

- Anh, Thương có cho con bú không?

Long nhíu mày nhớ lại:

- Hình như không à nghen. Anh tới mấy lần thấy thằng nhỏ toàn bú bình. Nó có tính tiền mua sữa cho con nữa mà.

- Ủa nhưng bé Thông cũng đã hai tuổi rồi, bú gì nữa mà bú anh?

- Anh thấy nó vẫn còn cho con bú bình.

- Vậy tấp xe vô tiệm tạp hóa nào mua cái bình sữa đi anh. Anh vào với em coi bình cỡ nào thì mua y chang vậy.

- Chi vậy em?

- Em có chuyện sử dụng mà.

Mua bình sữa xong, Phượng tháo phần núm sữa phía trên cất vào bóp, phần chai thì bỏ lại trên xe. Cẩn thận sợ tài xế biết chuyện, nên đến khu ở trọ của Thương, Long đưa tiền kêu kiếm gì ăn rồi đi cà phê đâu đó chờ điện thoại của anh xong hai vợ chồng đi bộ tới nhà trọ.

Càng tiến lại gần chỗ ở của Thương, Phượng càng thấy lo. Nó chỉ mới mười chín tuổi thôi mà. Trước nay vẫn nghĩ mình khôn ngoan, mình có bản lĩnh hơn các bạn cùng trang lứa nên lúc nào cũng tỏ ra sang chảnh. Nhưng từ khi biết mẹ kế cố tình đào tạo mình thành đứa con gái hư hỏng chỉ được cái khôn vặt chứ chẳng biết gì về đối nhân xử thế Phượng lại cảm thấy hoang mang. Nó có thể đối phó với Thương sao? Đứa con gái như Thương, dám có thai rồi sinh con mà không cần qua ý kiến cha mình. Đứa con gái chây lười trước bao nhiêu người đàn ông và bây giờ ngang nhiên và sẵn sàng làm kẻ thứ ba phá hoại gia đình người khác. Cãi tay đôi ư? Đánh nhau ư? Cái gì nó cũng sẽ làm không lại Thương. Mặc dù nói cứng với Trâm là sẽ luôn giữ bình tĩnh trước đối phương nhưng bây giờ Phượng thật sự thấy sợ. Nó tiếc là sao không rủ Trâm đi cùng. Trâm có thể thay nó phát ngôn. Người ta nói "Trong quáng ngoài sáng". Nó là người trong cuộc, nếu như khi tranh cãi lỡ ấp úng vài câu Thương sẽ bắt thóp mà đứng kèo trên thì nó phải làm sao? Nhưng Phượng còn có Long mà? Mặc dù Long có thể dưới cơ của Thương nhưng chắc chắn Long sẽ không để Thương làm tổn thương nó.

Nghĩ như vậy, lại nhớ câu Trâm nói, phải hết sức bình tĩnh, phải đánh phủ đầu Thương ngay lập tức khi vừa gặp mặt. Phượng hít một hơi dài. Nhủ lòng mình là vợ chính thức, không việc gì phải sợ cô ta. Phượng mạnh dạn nối bước Long đến phòng trọ của Thương với tư thế sẵn sàng ứng phó.

Phòng trọ của Thương nằm trong con hẻm nhỏ, xe bảy

chỗ có thể vào ra dễ dàng. Thương ở nơi khá là cao cấp trong mắt Phượng. Mặc dù Long nói chỉ là phòng trọ nhưng rõ ràng là một căn nhà nhỏ với đầy đủ tiện nghi, nằm san sát với những căn nhà của dân khu phố đó, tuyệt nhiên không phải phòng trọ. Trong lòng Phượng dậy lên một cảm giác ghen tức khó chịu. Thì ra lâu nay Long đã dùng tiền cung cấp cho cuộc sống riêng của Thương không phải là ít. Nếu như nó không phát hiện ra và chấm dứt tình trạng nầy thì nguy cơ bị Thương móc moi tài sản dần dần là lớn lắm. Lẽ nào Long lại cạn tính như vậy hay sao?

Vì có điện thoại hẹn trước nên Thương ở nhà chờ Long. Cửa mở, Long vào trước, Thương chưa nhìn thấy Phượng đã ríu rít đon đả:

- Bé Thông nhìn coi ai tới kìa con. Ba Long của con đó. Nào, mừng ba đi con.

Thương sà tới định đưa đứa bé cho Long, thì giọng nói hí hửng và nụ cười rạng rỡ chào đón bỗng lập tức tắt ngấm khi nhìn thấy Phượng. Phượng cũng đang nhìn Thương, ấn tượng ban đầu của nó đối với người phụ nữ nầy là cô ta đẹp, thân hình hấp dẫn của gái một con biết cách chăm sóc nhan sắc. Ngữ nầy thì không thể nói là hiền ngoan được. Cặp chân mày tỉa rất đẹp nhìn sắc gọn nhưng có phần hung dữ. Đôi môi thoa son khéo đến độ cứ tưởng là môi đỏ tự nhiên. Chắc cô ta sử dụng son cao cấp. Mặc bộ đồ bộ bằng vải đắt tiền bó sát thân thể nẩy lửa căng tràn sức sống. Hôm nay cô ta biết Long sẽ ghé nên cố tình ăn mặc khêu gợi chăng? Phượng nghĩ rất nhanh trong đầu: Phải nhanh chóng giải quyết ả ngay, kéo dài sẽ rất bất lợi cho nó về lâu về dài.

Phượng chủ động bước vào nhà. Nó quan sát căn phòng. Bày biện giống một căn nhà đàng hoàng chứ không phải là phòng trọ tạm bợ. Có ghế salon, có tủ ly, có ti vi, có máy tính. Một phòng ngủ và phía sau chắc là nhà bếp, toilet có thể có thêm bàn ăn. Mắt Phượng hướng ra sau, nó ngạc nhiên khi thấy căn nhà có phòng khách thông từ nhà bếp qua, tường mới xây và nước sơn còn mới tinh. Vậy là có người đang ở chung với Thương? Nó thắc mắc muốn hỏi nhưng kịp kiềm lại.

Long điềm tĩnh giới thiệu:

- Đây là Phượng, vợ anh.

- Nhìn là biết rồi. Nhưng hôm nay anh đưa vợ đến để làm gì?

Phượng đỡ lời Long:

- Là do tôi đề nghị. Anh Long cho tôi biết có bé Thông hiện diện trên đời nên tôi muốn biết mặt nó.

- Biết mặt nó để làm gì?

Phượng cảm thấy mặt mình nóng lên, nó phát hoảng nhưng tự trấn tỉnh lại. Nó đáp rắn rỏi:

- Dù sao thì nó cũng là máu mủ của chồng tôi. Biết nó là chuyện đương nhiên rồi. Với lại, cũng coi xem cô có cần gì thì tôi sẽ giúp đỡ.

- Không cần. Anh Long chu cấp cho mẹ con tôi đủ rồi.

- Là chuyện trước kia. Bây giờ anh ấy đã có vợ. Tiền bạc một tay tôi quản lý. Anh Long có muốn rút ra năm, mười triệu cũng phải hỏi qua tôi. Tôi không đồng ý cô liệu ảnh còn khả năng chu cấp cho mẹ con cô xài thoải mái như trước đây không?

- Cô sẽ chu cấp đầy đủ sao?

- Tất nhiên là không. Tôi không dại gì hàng tháng phải lo tiền cho người khác xài. Nhất là người đó đang cố tình mê hoặc chồng mình, đang cố tình chia cắt tình cảm vợ chồng của tôi.

- Cô sai rồi. Tôi không hề có ý chia cắt ai cả. Chu cấp cho mẹ con tôi là do anh Long cam tâm tình nguyện, tôi chưa từng đòi hỏi gì ở anh ấy.

- Cho là cô cao cả đi. Nhưng nếu như đã có suy nghĩ như vậy sao cô không tự mình tìm việc làm nuôi con mà phải nhờ vào tiền trợ cấp để sống chứ?

- Chuyện đó cô nên hỏi anh Long.

- Tôi không cần hỏi, anh Long đã kể hết cho tôi nghe.

- Vậy thì còn thắc mắc gì nữa?

- Vấn đề là chỗ khi anh ấy đồng ý theo yêu cầu của cô là buông cô ra để cô tự tìm nguồn sống, anh cũng hứa lo cho một mình đứa bé đến mười tám tuổi thì cô lại kêu réo anh ấy nay thằng bé bệnh nầy nay thằng bé bệnh kia rồi vòi vĩnh tiền bạc. Thủ đoạn làm tiền của cô cũng khéo lắm.

- Đó là sự thật. Bé Thông mỗi lần đi viện về đều có bệnh án cả.

- Nhưng hôm nay tôi tới đây không phải để kiếm chuyện gây với cô. Mục đích của tôi chỉ muốn nhìn thấy thằng bé. Nếu không có chi trở ngại, cô có thể cho tôi ẵm nó một chút không?

Thương vội vã áp sát con trai vào lòng:

- Ai biết cô sẽ làm gì nó?

Phượng cười ngất:

- Tôi sẽ làm gì nó được? Có cha, có mẹ nó ở đây chẳng lẽ tôi dám giết nó sao? Tôi cũng là đàn bà như cô, cũng có trái tim, cũng biết thương yêu trẻ con vậy?

- Nhưng nó không phải là con cô. Mẹ nó lại là tình địch của cô nữa.

- Cái nầy thì cô sai rồi. Trong mắt tôi cô không hề là tình địch. Cô thua cuộc ngay từ đầu, ngay lúc tôi và anh Long chưa hề quen biết nhau. Anh Long đã không chọn cô dù là cô đã có con với ảnh. Cho nên, đối với tôi, cô không thể so sánh được. Nay tôi hạ mình đến đây vì anh Long, vì giọt máu của gia đình chứ không phải đến để tranh chấp hay thương lượng gì với cô.

Phượng nói tỉnh bơ, nó cũng ngạc nhiên sao mình lấy đâu ra sức mạnh mà đối đáp trôi chảy với cô ta như vậy. Nhìn thấy vẻ bối rối trên gương mặt Thương, bất giác nó nhận ra, mình phải như vậy, phải đứng trên cô ta về mọi thứ mới mong đối phương khiếp sợ mà hạ sự tự tôn xuống.

Thấy hai người cứ nói qua nói lại mà không giải quyết được gì, Long giằng lấy bé Thông từ trên tay Thương đưa cho Phượng:

- Có nhiêu đó mà cũng rộn chuyện. Cho cổ ẵm chút có mất miếng thịt miếng cá nào đâu mà làm khó khăn vậy?

Thằng bé thấy người lạ, khóc ngất đưa hai tay về phía mẹ mình đòi ẵm. Phượng vội vã ôm nó vào lòng, dỗ dành:

- Ngoan nghe con. Cô ẵm một chút thôi, bé Thông ngoan, bè Thông đẹp trai nè.

Quay sang Thương, Phượng nói như ra lệnh:

- Cô khuấy cho nó bình sữa đi, tôi xem nó ăn uống có dễ không.

- Khuấy làm gì? Nó mới vừa uống sữa xong. Nó cũng lớn rồi, phải ăn uống theo cữ chứ tôi đâu có giàu sang gì mà nuôi nó như con người ta.

- Mắc mỏ làm gì. Không phải anh Long luôn lo đầy đủ hay sao?

Thương có vẻ bực bội, cô ta đưa tay vuốt lại mái tóc óng

mượt, kiêu kỳ nhìn thẳng vào mắt Phượng:

- Hôm nay hai người đến đây với mục đích gì cứ nói thẳng ra, rào đón làm gì. Nhưng tôi cũng xin tuyên bố trước, mọi vấn đề liên quan tới đứa con thì miễn bàn.

Phượng hất mặt:

- Vậy là cô không cần chúng tôi phụ cô để nuôi lớn đứa con à?

- Trách nhiệm của Long. Anh ấy muốn góp phần nuôi con tôi sẽ không từ chối.

- Và anh ấy không muốn góp phần nữa cô cũng sẽ không bắt buộc chớ?

- Cô là vợ mà không biết chồng mình là người luôn có trách nhiệm sao?

- Biết. Biết rất rõ. Cho nên tôi mới cùng anh ấy đến đây. Nói gần nói xa không qua nói thật. Nếu như cô đã xác định đây là con của anh Long thì tôi nghĩ, cô nên đưa bé Thông cho anh ấy nuôi. Anh sẽ cho nó có cuộc sống đủ đầy, ít ra cũng khả quan hơn cô, không nhà cửa, không nghề nghiệp, không có thu nhập ổn định, cô tính nuôi nó bằng cách nào? Xin nhấn mạnh, từ nay, nếu cô cứ lương ương như vậy tôi sẽ không cho phép anh Long tới lui với mẹ con cô, sẽ cắt đứt mọi nguồn tài trợ để cô tự nuôi con một mình. Nếu như cô cảm thấy bất công thì có thể đệ đơn ra tòa xin chu cấp. Đó là quyền của cô. Nhưng cô cũng là người có học, cô biết khai sinh đứa nhỏ không có tên cha, cô biết mình không có khả năng nuôi con như anh Long, nếu ra tòa thì cô chỉ ở cạnh nó đến khi nó ba tuổi rồi cũng phải trả nó về cội nguồn. Làm như vậy cô sẽ mất trắng. Nếu khôn ngoan, cô nên giao con cho ba nó nuôi là thượng sách. Nghĩ tình cô giác ngộ sớm, chúng tôi sẽ xem xét lại coi có nên cho cô thỉnh thoảng tới lui thăm con hay không.

Thương cười khẩy, vẻ ngạo mạn hiện rõ lên đôi mắt. Đôi mắt đẹp liếc ngang qua mặt Phượng không giấu được nụ cười ma mãnh:

- Thật là ngây thơ. Đề nghị như vậy mà cũng nói ra được. Đúng là chưa từng bước chân ra đời. Chỉ dựa vào gia thế bên chồng mà tỏ ra mình khôn ngoan hiểu biết. Tôi thách. Thách ai có gan chia cắt mẹ con tôi, tôi sẽ cho họ thân bại danh liệt.

Phượng rùng mình:

- Nghe sợ quá. Không ai chia cắt đâu, cô thu lại lời nói đi. Chúng tôi không ép cô. Nhưng nếu như cô không muốn giao con cho anh Long, cũng không sao. Cô cứ giữ lấy nó. Nhưng cô phải viết một bản cam kết là đứa bé không có quan hệ máu mủ chi với chồng tôi hết, và từ nay cô tuyệt đối không vòi vĩnh, không làm phiền anh Long nữa thì được. Tôi cũng sẽ cho cô một số tiền để cô tiêu xài trong thời gian tìm việc. Nhớ là tôi "cho" cô chứ không phải "bồi thường" gì cả vì chẳng ai làm sai quấy với cô mà bồi thường.

Thương cười mỉm:

- Đúng là có tiền nói ra điều gì cũng tiền.

- Bởi vì tôi đã chọn đúng đối tượng để sử dụng đồng tiền đó mà. Cô có thể suy nghĩ trong vòng một tuần. Tuần sau chúng tôi sẽ trở lại. Nhưng lần sau trở lại, tôi sẽ lấy mẫu của đứa bé và anh Long đi xét nghiệm AND lần nữa cho chính xác. Lần trước là do cô, nhưng kết quả xét nghiệm có thể làm giả. Nói cho cô biết, muốn lấy tiền của chúng tôi cũng không phải dễ đâu. Nếu bé Thông thật sự không phải là con của anh Long thì cô liệu hồn đó. Nếu phải, cô sẽ sở hữu một trăm triệu để chúng tôi đón nó về. Cô cứ tính toán đi.

Thương ngạo nghễ nhìn Long:

- Ý anh sao? Sao lại ngồi im không hề có ý kiến gì hết vậy? Bản lãnh đàn ông như vậy à?

Long cười khì:

- Hôm nay tôi đưa vợ đến gặp cô là đã xác định cho cô biết, mọi việc đều do vợ tôi giải quyết. Cô ấy tính thế nào thì như thế ấy thôi.

Dứt câu, Long nắm tay Phượng kéo đứng lên:

- Về em. Còn một tuần để cô ta thu xếp. Hoặc nhận một trăm triệu hoặc viết giấy cho em.

Phượng vui mừng trước phản ứng của Long. Thương mím môi khinh bỉ:

- Đồ đàn ông hèn.

- Tôi là vậy đó. Tiếc cho cô đã nhận ra quá trễ.

- Anh phải luôn nhớ, con tôi là cháu nội đích tôn của nhà anh đó.

Long chợt đứng lại:

- Vậy sao? Vậy thì nói thêm: Nếu như cô giao con cho tôi nuôi, vĩnh viễn nó sẽ không được là cháu đích tôn dù nó có lớn hơn con của Phượng bao nhiêu tuổi. Tôi khẳng định, con của Phượng mới là cháu đích tôn.

Phượng hài lòng với câu trả lời của chồng. Nhưng để hạ bầu không khí căng thẳng, nó xuề xòa:

- Cháu đích tôn hay không ba chúng ta không quyết định được. Chuyện nầy phải do ba mẹ thôi.

Thương chanh chua:

- Nếu như tôi không viết giấy từ bỏ Long, cũng không từ bỏ con để nhận một trăm triệu, các người sẽ làm được gì tôi?

- Được chớ. Tôi sẽ phát đơn kiện cô dùng đứa con để phá hoại hạnh phúc gia đình tôi. Cô có con với anh Long trước khi anh ấy có vợ nghĩa là anh đã không chọn cô. Lý do nào anh không chọn cô? Có cần ghi luôn trong đơn không? Có nên ghi luôn sau khi anh lập gia đình rồi cô vẫn không buông tha anh không? Đầu cô cũng có sạn rồi, những tình huống nầy chắc cô đã từng nghĩ qua. Không bàn cãi nữa. Tuần sau đúng vào thứ Năm như hôm nay, chúng tôi sẽ đến. Cô đừng mong lánh mặt để kéo dài thời gian, tôi sẽ đến nhà gặp ba cô, sẽ tới địa phương cô để trình bày với chính quyền. Cô phải biết, đàn bà một khi đã ghen thì khó lường trước điều gì sẽ xảy ra lắm. Đừng giỡn ngươi. Tôi là vợ chính thức, tôi có quyền lại có tiền, cô đấu không lại tôi đâu.

Phượng nắm tay Long ra về sau khi trả đứa bé lại cho Thương trước đôi mắt sững sờ của Thương và vẻ ngạc nhiên thích thú của chồng. Phượng cũng cảm thấy hôm nay sao mình oai phong quá, sao mình bản lĩnh quá. Ngộ biến phải tùng quyền hay là tình yêu dành cho chồng lớn hơn mọi thứ? Cũng có thể vì nó sợ, nếu như thất bại, nó sẽ trở về nguyên hình đứa con ghẻ vô dụng mà mẹ kế nó đã sắp đặt sẵn cho cuộc đời của nó.

Từ nhà Thương ra. Phượng rủ Long đến gặp Trâm. Long cũng biết Trâm là bạn thân của Phượng nhưng chưa có dịp nói chuyện lần nào. Anh vui vẻ nhận lời, nhìn vợ tươi cười:

- Hôm nay ngưỡng mộ em quá đi. Từ nay phải nhìn em bằng đôi mắt khác nha.

- Tại em sợ mất anh hơn là sợ cô ta.

- Sao mà mất anh được chứ? Có vợ vừa xinh đẹp, vừa khôn ngoan như em anh cầu còn không được ở đó mà lạng quạng.

Phượng cười, ngả đầu vào vai Long:

- Anh mà lạng quạng là em xử anh không nương tay đó.

- Xử sao nói nghe coi anh có sợ hôn?

- Thiến cho anh mất giống luôn.

- Trời ơi ác cà. Nói vậy sao anh dám chứ? À mà nè, Trâm có biết mục đích hôm nay mình đi thành phố làm gì không?

Phượng ngần ngừ. Nó nghĩ nếu như Long biết Trâm phối hợp với nó chắc anh sẽ mặc cảm tự ti. Chi bằng giấu được thì cứ giấu. Trâm sẽ hiểu và thông cảm cho nó mà. Hôm nay nó không lấy được mẫu tóc hay nước bọt của thằng bé để đưa Trâm đem xét nghiệm vì Thương lúc nào cũng kè kè một bên. Việc để Trâm đem xét nghiệm là vì Phượng muốn bí mật nầy chỉ mình nó và Trâm biết thôi. Trâm học y khoa thì vấn đề xét nghiệm AND là chuyện nhỏ, Phượng thì không có điều kiện để ra ngoài và nhất là nó mù tịt vụ nầy. Bây giờ phải làm sao tách Long ra nó với Trâm mới có điều kiện bàn sâu sát hơn được. Hay là quay về tối lựa thời cơ mà điện thoại với Trâm? Nghĩ vậy, Phượng nói với chồng:

- Hay thôi mình về anh à. Một tuần nữa mình cũng trở lên thôi. Lúc đó sẽ ghé nó. Giờ chỉ cần điện thoại cho nó hay là được rồi. Nó hứa khi nào về quê sẽ ghé em, em đãi nó ăn một bữa hoành tráng.

- Sao vậy? Mấy khi mới có dịp đi thành phố, không muốn thăm bạn sao? Cũng nên để anh dắt đi chơi mở rộng tầm nhìn chứ?

- Dịp khác đi. Ở nhà mẹ cũng trông mình. Cửa hàng cũng cần mình. Khi nào rảnh rỗi vợ chồng đi chơi cũng không muộn.

- Mới bây lớn biết lo rồi hén? Đúng là anh không chọn lầm vợ.

- Miệng anh ngọt quá đi. Những người đàn ông ngọt mật chết ruồi như vậy nguy hiểm lắm.

- Nguy hiểm cái gì. Anh dưới màu em xa lắc. À em, một tuần nữa nếu nó không thực hiện một trong hai yêu cầu của em thì em tính sao?

- Tới đó tính tiếp anh à. Chắc cô ta sẽ nhận tiền và sẽ có thêm yêu sách.

Phượng điện thoại cho Trâm, hẹn Trâm tuần sau sẽ lên gặp nó. Bây giờ nhà có chuyện gấp vợ chồng phải về ngay. Phượng cảm thấy náo nức trong lòng, vừa mãn nguyện vừa lo phát run mà vẫn cố gắng giữ bộ mặt điềm tĩnh để Long nghĩ rằng nó bản lĩnh trong mọi việc. Một tuần nữa… phải bàn bạc với Trâm thật kỹ về vấn đề nầy. Một trăm triệu bán con và tờ giấy chấm dứt quan hệ với Long đương nhiên Phượng cần tờ giấy hơn. Tự thâm tâm Phượng không muốn mình nuôi con của Long để trở thành mẹ ghẻ. Nó không muốn lịch sử lặp lại một lần nữa trong đời mà nó là nhân vật chính, phải cả đời mang danh mẹ ghẻ mà mới nghe nói thôi, nó đã dị ứng tới tận xương tủy rồi.

Và lỡ như Thương không đồng ý phương án nào hết thì sao?

Về kể lại cho mẹ chồng nghe, bà hài lòng vỗ vào đầu nó trìu mến:

- Giỏi lắm con. Nếu nó chịu giao thằng bé ra, một trăm triệu đó mẹ sẽ đưa. Đứa nhỏ mẹ sẽ nuôi, con đừng lo lắng gì về vấn đề đó.

An tâm phần nào khi nghe mẹ chồng nói. Phượng định một mình xây kế hoạch tiếp theo rồi mới báo lại với Trâm để nó bổ sung cho hoàn hảo.

Nhưng Phượng chưa kịp điện thoại cho Trâm thì ba hôm sau, khoảng hai giờ sáng, tiếng chuông cửa reo ầm ĩ dưới nhà, hai vợ chồng Phượng trên lầu nhìn xuống. Ngoài cổng, Thương tay ẵm đứa bé đang ngủ gà ngủ gật, tay bấm chuông cửa vẻ gấp gáp. Khi biết tiếng chuông đã đủ kinh động trong nhà rồi, Thương vội vã bấm điện thoại. Điện thoại reo, Long cũng hấp tấp bắt máy. Giọng Thương gấp rút đầy vẻ lo lắng:

- Anh cho em gặp Phượng đi anh Long.

- Có chuyện gì?

- Không giải thích kịp đâu. Cho em gặp Phượng đi anh.

Nghe giọng Thương khẩn khoản, Long vội đưa máy cho Phượng. Nó vừa a lô thì Thương đã khẩn trương lên tiếng:

- Phượng. Chị gửi em nuôi giùm bé Thông. Nó là con của anh Long. Hoàn cảnh chị bây giờ không thể tiếp tục ở bên cạnh nó nữa. Chị van xin em hãy nghĩ tình anh Long mà chăm sóc nó giùm chị. Em có thể không thương yêu nó bằng những đứa con của em sau nầy nhưng cũng đừng ghẻ lạnh với nó. Chị hứa cho tới chết sẽ không làm phiền em nữa, sẽ không tìm gặp nó một lần. Nó chỉ có một mình em là mẹ, em hãy khai sinh nó lại, Thông là tên anh Long đặt cho nó, giữ tên đó lại nghen em.

Phượng hốt hoảng, phản xạ hỏi lại, nó quên dự định ban đầu là không gọi Thương bằng chị:

- Chuyện gì xẩy ra cho chị vậy?

- Không có thời gian giải thích nữa rồi. Chị để bé Thông nằm trên băng đá, nó đang ngủ say. Em xuống mở cửa bồng nó vô nhà nghe Phượng.

- Chị chờ lấy tiền chứ.

- Chị không nhận tiền, chị không bán con. Chị từ bỏ quyền nuôi con vì hoàn cảnh không cho phép. Em đừng hỏi nhiều, nếu nghĩ tình thì chăm sóc thằng bé giùm là chị trọng ơn em cả đời rồi. Có dịp sẽ báo đáp. Nhưng chị hứa sẽ không bao giờ xen vào tình cảm mẹ con của em. Chị đi đây, Phượng. Chúc em và anh Long luôn hạnh phúc, bạc đầu giai lão.

Phượng nghe giọng nói của Thương nghẹn ngào. Cô ta đang khóc tức tưởi.

Thương cúp máy. Long và Phượng phóng như bay xuống mở cửa. Không thấy bóng dáng Thương đâu, chỉ thấy bé Thông được cuộn trong chăn ấm nằm ngủ ngon lành trên băng đá trước cửa nhà. Phượng vội vã bồng thằng bé lên, sững sờ và ngơ ngác ngó chồng, Long cũng cùng trạng thái với vợ, hai người không mở miệng nói được một lời.

CHƯƠNG 12

Qua tâm trạng bàng hoàng vì mọi chuyện bất ngờ xẩy ra ngoài dự tính của cả hai, Phượng ngẩng mặt nhìn Long, giọng đầy trắc ẩn:

- Chuyện gì xẩy ra cho Thương vậy hả anh?

- Anh cũng không biết. Tại sao nó lại dễ dàng giao con không có điều kiện vậy chứ?

- Chắc Thương có nỗi khổ gì rồi. Sao vội vàng tới mức không kịp gặp mình để gửi gắm đứa nhỏ mà phải gọi điện rồi bỏ đi như vậy?

- Thôi kệ đi. Bồng nó vô nhà đi em.

Lúc đó, Phượng mới nhìn thấy bên cạnh là cái giỏ xách đựng lỉnh kỉnh nào quần áo, tã lót, chai dùng để uống sữa và hộp sữa đã vơi một phần ba. Phượng thoáng cảm động, Thương đã chuẩn bị đầy đủ cho con rồi.

Hai người lật đật bồng bé Thông vào nhà, Long lúi húi khóa cửa thì Phượng ẵm Thông lên phòng. Đứa bé vẫn vô tư ngủ say trên tay Phượng, không hề hay biết từ nay sẽ hoàn toàn thay đổi môi trường sống, sẽ không còn bên cạnh người mẹ đã mang nặng đẻ đau để cho nó một hình hài.

Phượng đặt bé lên giường. Tháo gỡ lớp mền bọc kín thân

thể nó. Phượng nhìn thằng bé tròn trĩnh mập mạp, khuôn mặt bây giờ nó lại thấy hao hao đôi nét của Long, rất dễ thương. Thông chắc chắn là con trai của Long rồi. Nếu không, Thương chẳng dại gì mà đem nó đến đây, cô ta cũng phải sợ gia đình Long và nhất là Phượng xét nghiệm quan hệ ruột thịt của Thông và Long chứ? Nếu không phải là máu thịt của Long thì số phận đứa bé sẽ ra sao? Nhưng điều gì đã xảy ra với Thương vậy? Sao lại dễ dàng giao con không cần một trăm triệu mà chỉ cần Phượng cư xử tốt với con thôi? Rồi vì sao lại bỏ đi vội vã không một lời giải thích với vợ chồng nó? Vì chuyện gì? Trong lòng Phượng rối tung.

Long ngồi xuống, đưa mắt nhìn đứa bé. Anh nhìn nó trân trối để cảm nhận một tình yêu thiêng liêng của cha đối với con. Anh biết từ nay, bé Thông sẽ mãi mãi ở bên cạnh anh, sẽ mãi mãi là con trai của Phượng. Phượng từng sống chung với mẹ ghẻ, từng được mẹ nuông chiều, Phượng sẽ học tập mẹ mình về cách cư xử với con chồng. Long tin Phượng luôn biết điều, sẽ không ghẻ lạnh với bé Thông. Phượng tốt và biết sống hơn Thương, Thông sẽ lớn lên ngoan hiền trong vòng tay của Phượng, Long an tâm khi nghĩ đến điều nầy.

Phượng vừa sửa lại dáng nằm cho con, vừa lo lắng hỏi chồng:

- Bây giờ làm sao anh ơi? Em chưa từng có kinh nghiệm nuôi em bé. Phải nuôi làm sao đây?

- Thuê người giúp việc nghen em? Em không có thời gian chăm sóc nó đâu, còn có cửa hàng nữa.

- Nhưng có người giúp việc thì tình cảm mẹ con sẽ không gắn bó được đâu anh. Hay là để sáng mời mẹ qua tư vấn nhen.

- Ừ, Chắc mẹ mừng lắm nhưng không biết ăn nói sao với ba đây.

- Trước sau gì ba cũng biết thôi. Biết bây giờ tốt hơn là biết trước đó.

- Thôi kệ. Tới đâu hay tới đó. Mọi việc không nằm trong tầm khống chế của mình. Mơ anh cũng không nghĩ ra Thương lại giao con vô điều kiện như vậy. Thôi, ngủ đi. Chuyện gì cũng để mai tính.

Để bé Thông chính giữa, Long nằm phía ngoài, Phượng phía trong. Anh an nhiên nhắm mắt lại ngủ. Bình thản như chưa từng xẩy ra chuyện gì. Phượng đưa mắt quan sát chồng. Nó cảm nhận được Long đối với chuyện nầy không có gì làm bất ngờ, không có gì đáng để băn khoăn. Chắc là anh vui lắm vì khỏi phải tranh giành, khỏi phải đối phó với ai mà cũng đưa được con trai về nhà, trách nhiệm của anh bây giờ chỉ là nuôi nấng nó lớn lên, cho nó một cuộc sống đầy đủ, lo cho tương lai của nó thôi, còn ai sinh ra nó cũng mặc kệ.

Nhưng Phượng thì khác. Nó chưa bao giờ sẵn sàng làm mẹ ghẻ. Phượng luôn nghĩ trong đầu là không có người mẹ nào lại dễ dàng chấp nhận giao con cho người khác nuôi. Chính vì vậy, nó đồng ý bỏ ra một trăm triệu để "mua đứt" mẹ con Thương, không cho họ có điều kiện tiếp cận với Long nữa. Khi Thương cứng rắn tuyên bố không bao giờ đưa đứa bé cho nó, Phượng thật sự rất mừng. Mặc dù mẹ chồng nó nói, bà sẽ nuôi cháu nội, không để cho Phượng phải khó xử nhưng làm sao mà không khó xử được chứ? Nó tự biết mình không phải là đứa con gái cao cả gì, nó cũng tầm thường thôi, cũng nghĩ cho mình, lo cho mình. Sở dĩ nó luôn tỏ ra nhún nhường vì nó sợ cuộc hôn nhân nầy đổ vỡ, nó lại trở về nhà, sống hình thức với bà mẹ kế mà trong lòng nó đã không còn thương yêu kính trọng như trước. Nhưng muốn được vậy, chẳng lẽ nó lại đổi lấy cuộc sống nầy bằng việc trở thành mẹ kế của người ta sao?

Phượng hiểu, nó chưa chắc sẽ là mẹ kế tốt. Nó chưa từng

lo lắng cho ai. Ngay cả ba nó, nó cũng chưa bao giờ nấu cho ông ấm nước pha trà, chưa từng dọn cho ông ăn một bữa cơm. Chưa từng chiều chuộng những đứa em cùng cha khác mẹ. Về nhà chồng, nó chiều chuộng chồng, chiều chuộng cha mẹ, các em của chồng. Vào bếp học nấu ăn, học kinh doanh, học đối phó với tình địch, là những điều mà nó chưa hề nghĩ ra mình sẽ trải qua. Bây giờ, lẽ nào lại học nuôi con, học làm mẹ ghẻ hay sao?

Phượng biết, mình không đủ tốt để trải lòng làm mẹ ghẻ. Nó sẽ không có tình thương dành cho đứa con nầy. Phượng trước nay không hề có cảm tình với con nít, em ruột nó, nó còn chưa ẵm bồng huống gì thằng bé nầy với nó không có quan hệ gì, lại là con của người đàn bà khác với chồng nó. Nó không đủ cao thượng để tha thứ chứ đừng nói đến chuyện phải dùng cả tuổi thanh xuân để nuôi dạy một đứa con bị mẹ bỏ rơi. Thương yêu không nổi đâu. Rồi sau nầy nó sẽ có con, con riêng con chung, phân biệt đối xử, liệu nó có thương con chồng như con của mình sinh ra không? Chưa nói tới nếu Thông được ông bà nội nuôi, sẽ sống gần cô chú nó, tình cảm ắt sẽ đậm đà hơn con của nó sau nầy. Mặc dù Long nói con của nó mới là cháu nội đích tôn nhưng điều đó thật buồn cười. Hai đứa em trai của Long, mẹ anh đã xác định sẽ không để nó vướng vào việc kinh doanh của gia đình mà phải học, lấy bằng cấp rồi làm theo những điều bản thân ưa thích và ước mơ luôn ấp ủ. Vậy đứa bé nầy tương lai sẽ thừa tự sự nghiệp của gia đình hay sao?

Phượng nhận thấy hình như nó đang suy nghĩ giống mẹ kế của nó. Thì ra có lẽ bà ta cũng sợ nó lớn lên, nếu khôn ngoan, nó sẽ chia của với các con của bà. Nhưng nó là con gái mà, có chồng, ra khỏi nhà là xong. Nó theo chồng với đôi tay trắng không mang theo bất cứ món gì của gia đình nó. Thậm chí vàng vòng nữ trang bà mua sắm cho nó trước đây bà cũng khéo léo nhắc, nó đã lột trả lại hết. Nó cũng không được ba cho một công đất nào dù nhà nó có cả mẫu dừa, cả mẫu bưởi da xanh. Ba Phượng đi làm, có lương dù là lương công chức không bao nhiêu nhưng tiện tặn cũng đủ chi xài trong nhà. Thu nhập chính của gia đình nó dựa vào hai mẫu đất, mẹ nó không bao giờ đụng tới, chỉ thuê người chăm sóc khi tới vụ bón phân vun gốc và thu hoạch, vậy mà bà cũng sống sa hoa và sang trọng. Nó giành cái gì chứ? Bà đã tạo ra một đứa con gái nhà quê mà không hề ham thích đất đai, ham thích ruộng vườn. Cũng may là nó có chồng giàu. Nhưng ở hoàn cảnh như nó, có chồng giàu mà phải đương đầu với những điều không ngờ trước như vậy, chẳng hay mẹ nó có biết trước sự việc nầy không?

Bây giờ, thằng bé đã về nhận tổ qui tông. Biểu nó thương và xem như con ruột à? Khó lắm. Nếu kêu nó chọn lại, nó thà mắt lấp tai ngơ vụ thằng bé chứ không ngu gì lại a thần phù làm ra vẻ cao quí đến rước về nuôi. Tại Trâm tất cả, nó xúi bậy quá mà sao mình cũng nghe lời. Trâm chắc cũng nghĩ như mình, tin rằng trên đời hiếm ai bỏ rơi con. Trâm chắc cũng không ngờ tới được trường hợp nầy. Trách nó là trách bậy.

Phượng lồm cồm bò dậy. Nhìn Long đã ngủ say, nó vội mang điện thoại vào toilet gọi cho Trâm, giọng Trâm còn ngáy ngủ:

- Chuyện gì gọi cho tao giờ nầy vậy Phượng?

- Nan giải rồi mầy ơi.

- Chuyện gì? Sao lại nan giải?

Phượng tóm tắt cho Trâm nghe mọi chuyện từ hôm ở nhà Thương cho đến thời điểm nầy. Trâm cứ chắt lưỡi:

- Nan giải thiệt. Rồi mầy tính sao?

- Biết tính sao chết liền. Đành phải nuôi thằng bé thôi.

- Nên giao cho mẹ chồng mày nuôi không?

- Tao nghĩ là không nên.

- Tại sao?

- Mẹ tao mà nuôi nó thì bả sẽ thương nó hơn thương con tao, sẽ bảo vệ quyền lợi của nó. Sau nầy sẽ cho nó thừa tự công ăn việc làm của gia đình.

- Mầy có suy nghĩ giành của rồi đó Phượng.

- Tất nhiên rồi. Tao đâu phải là đứa thánh thiện gì đâu mậy. Tự nhiên ách giữa đàng lại mang vào cổ. Phải chi mình làm ngơ như chẳng hề biết gì về chuyện nầy thì bây giờ đâu có lâm vào cảnh nầy.

- Nói như vậy cũng không đúng. Dù muốn dù không chuyện nầy cũng đã xẩy ra rồi. Sớm hay muộn mầy cũng phải đối diện thôi. Thà là đối diện sớm chứ để sau nầy đứa bé lớn lên, Thương lại có điều kiện làm eo làm sách thì mầy còn khó xử hơn.

- Bây giờ nó đem con lại quăng ở đây rồi, mầy kêu tao làm sao đây?

- Một là mầy giao mẹ chồng nuôi, hai là chính tay mầy nuôi. Mầy giàu rồi Phượng. Tương lai còn giàu hơn. Nuôi một đứa nhỏ cũng không quan trọng. Mầy thương nó, nó sẽ thương mầy. Nếu mầy xem nó như con, mầy sẽ không so đo tính toán việc sẽ cho nó cái gì sau nầy. Cứ nghĩ mình làm tròn trách nhiệm của người mẹ là được. Còn nếu không, mầy giao nó cho mẹ chồng nuôi. Chấp nhận anh Long thương một đứa con bên ngoài thiếu tình mẫu tử. Rồi cứ an nhiên để mẹ chồng an bài cuộc đời của nó, không liên quan mầy nữa. Bây giờ, mầy chỉ có hai con đường đó để chọn đi một đường.

- Nói thì dễ rồi Trâm. Nếu như mầy ở trường hợp tao, mầy có khách quan như vậy không?

- Tao có. Tao sẽ nuôi dạy con như cách mẹ tao nuôi. Cứ sống hết lòng với nó, bản thân nó cũng có suy nghĩ mà mậy. Như mẹ mầy vậy. Bà cũng đã lo cho mầy tới lúc mầy thành gia lập thất, chọn cho mầy tấm chồng giàu có nương tựa về sau. Điều đó hơn ai hết mầy phải nhìn thấy chứ.

Phượng cười khì. Nó bĩu môi:

- Mẹ tao? Mầy không hiểu hết đâu. Có khi tao còn nghĩ bà ta biết hết mọi chuyện nhưng cố tình đẩy tao vào.

- Nghĩ như vậy là sai rồi. Theo mầy, anh Long có thương mầy không?

- Cái nầy thì có.

- Đó. Vậy là được rồi. Có chồng được chồng thương là hạnh phúc số một. Nếu mầy cũng thương ảnh, tao nghĩ, mầy nên bỏ qua tất cả, hy sinh cho ảnh một chút mới giữ được tình cảm vợ chồng lâu dài.

- Ủa mà sao lạ vậy Trâm? Giọng điệu của mầy khác hẳn hôm trước nhen?

- Vì hôm trước tao đinh ninh lập trường của Thương là không giao con. Ai ngờ nó phản ứng 360 độ vậy? Ngộ biến phải tùng quyền. Và cũng bởi vì tao cũng nghĩ đứa bé chưa chắc là con của anh Long. Nhưng bây giờ thì khẳng định rồi. Nó chắc chắn là con ảnh.

- Ờ Trâm. Mầy phán đoán thử xem, tại sao Thương lại bỏ con?

- Chắc nó có nỗi khổ gì đó không nói được. Mình cũng không nên đoán mò. Mầy cho tao địa chỉ quán cà phê trước đây nó làm và chỗ nó ở, tao sẽ tới xem chuyện gì xẩy ra cho

Thương.

- Nếu nó giao con như vậy dễ gì còn ở chỗ cũ mầy ơi.

- Đúng. Nhưng mình cũng tìm hiểu chung quanh đó thử coi có chuyện gì. Tính ra nó ở đó cũng hơn hai năm rồi mậy. Hai năm chắc cũng quen biết những người chung quanh chứ.

- Ừ. Mầy lại coi thử giùm tao đi. Có thể tao cũng sẽ đến nhà nó dưới nầy để xem tình hình.

- Mầy làm gì cũng nên hỏi qua mẹ chồng mầy nhen. Tới đó coi chừng gặp ba Thương và mấy em nó, biết anh Long là ba của con cháu họ coi chừng mọi chuyện sẽ không đơn giản nữa. Nếu muốn nói, chính Thương sẽ nói với họ. Bởi vì tao tin rằng nhà họ đều đã biết có đứa bé trên đời nầy rồi. Có thể họ sẽ đòi nó về đó mầy.

- Xời. Đòi con khỉ. Nếu họ có lòng như vậy Thương đã không bồng con đi giao lúc nửa đêm nửa hôm. Chưa chắc họ chấp nhận đứa bé nầy. Mà nếu như họ muốn bắt về tao sẵn sàng.

- Mầy ngộ nhen. Bây giờ quyền quyết định tương lai đứa nhỏ không còn do mầy nữa rồi. Nhớ như vậy đó. Phải hết sức bình tĩnh, sống giả cũng được. Nếu không muốn phiền phức và lánh mọi trách nhiệm, phương án tốt nhất là giao cho nội nó nuôi. Bản thân mầy đừng làm gì hết mới luôn giữ được tình cảm của chồng và gia đình chồng nhớ chưa?

- Trời ơi, tao rầu thấy ghê mầy ơi. Tự nhiên mọc đâu ra đứa con. Tự nhiên trở thành mẹ ghẻ bất đắc dĩ như vậy. Cái số tao đen đủi gì đâu á. Tưởng cố gắng ngoan hiền sẽ đạt được điều mong ước ai dè càng cố gắng thì người ta lại tưởng mình cao thượng, đổ trút cho mình trách nhiệm không mong đợi. Hỏi mầy chán không?

- Sao ta thán dữ vậy? Gieo nhân nào gặt quả nấy. Mầy đang gieo nhân tốt mà Phượng?

- Đã nói với mầy tao không phải là người tốt. Tao không quen hy sinh cho ai hết á. Nhất là thằng bé đó không có quan hệ chi với tao, mẹ nó lại là người mà trước đây chồng tao thương, sau đó cứ bám lấy ảnh không buông. Tao thương được con của họ sao mậy?

- Thôi bây giờ mầy vô ngủ tiếp đi. Nằm gần nó, nhìn nó và cảm nhận tình cảm của mầy đối với nó một cách khách quan nhất, đừng vì định kiến nào hết. Đặt nó vào vị trí của một đứa bé bị mẹ bỏ rơi, cần một vòng tay và tấm lòng của người mẹ. Mầy cứ xem nó là một đứa trẻ không biết do ai sinh, hiện đang cơ nhỡ cần một mái ấm rồi mở lòng ra đón nhận nó. Nuôi nó như nuôi một đứa con nít xa lạ và nhận nó làm con. Vậy là được rồi. Còn nếu như mầy không có thời gian để chăm sóc nó thì cứ mạnh dạn gửi cho mẹ chồng nuôi, là mầy gửi cho bà nuôi chứ không để bà giành nuôi nghen Phượng.

- Khác nhau sao?

- Khác xa. Như vậy mầy mới có quyền làm mẹ, có quyền tham gia vào cuộc đời của nó biết chưa?

Phượng thở dài, buột miệng than:

- Mệt quá. Từ hồi có chồng tới giờ cứ sống giả, sống hình thức không.

Trâm nhìn bạn, an ủi:

- Cũng hay mà Phượng. Nếu sống giả mà mầy cảm thấy vui vì có ích, dần dần mầy sẽ quen với nếp sống đó, sẽ thích hợp rồi sẽ biến nó thành cuộc sống thật, sẽ trở thành bản chất thật của mầy được mọi người yêu mến nể trọng. Lợi bất cập hại mà.

- Lợi bất cập hại con khỉ gió. Mầy đừng có đem tấm lòng lương y như từ mẫu của mầy mà áp đặt lên tao. Tao không cao cả vĩ đại như vậy đâu.

Trâm phá lên cười:

- Ừ hén. Tao quên trời sinh mầy ra là để làm kinh doanh mà. Người làm kinh doanh luôn để lợi ích lên hàng đầu. Thôi ráng làm giàu đi con, sau nầy thuê tao làm bác sĩ riêng. Nhớ trả lương hậu hĩnh cho tao đó.

- Trả lương con khỉ gió. Chừng nữa tao hê một tiếng mầy phải tới liền chứ không on đơ gì hết. Giờ mầy ngủ tiếp đi. Để tao tính coi có phương án nào tối ưu hơn không.

- Ừa. Nhớ nhắn cho tao địa chỉ nhà với lại quán cà phê của Thương đã phục vụ nhen.

- Quán cà phê chi vậy?

- Thủ sẵn nếu như có dịp sẽ đến đó thử coi nó có tiếp tục bán ở đó nữa không.

- Được. Tao cũng vừa có ý định mới đây.

- Ý định gì có thể cho tao biết được không?

- Bây giờ thì chưa được. Đợi chừng tao suy nghĩ đâu ra đó rồi sẽ bàn qua với mầy. Giờ tao phải tính xem nói với mẹ chồng tao sao đây.

- Theo tao, mầy nên thuận theo tự nhiên. Cứ để mẹ anh Long quyết định. Dù gì thì nó cũng là con cháu người ta.

- Bà nuôi nó giùm tao mừng còn không kịp nữa là. Lần nầy quyết không tranh giành gì hết. Bỏ qua vụ mẹ ghẻ con chồng phức tạp kia đi, nhớ lại phải chăm sóc đứa con nít hai tuổi tao ngán tới xương.

Trâm nghiêm mặt, chốt câu chuyện lại:

- Nói thì nói vậy thôi. Mầy phải thông qua ý kiến của hai bà mẹ. Dù sao thì tao với mầy cũng chỉ là con nít, không đủ sức để giải quyết vấn đề lớn như vậy đâu. Trước mắt, mầy phải làm theo sắp đặt của người lớn. Rồi tùy tình hình mà tính tiếp nghen Phượng.

- Ừ. Tao biết rồi.

Tờ mờ sáng, bé Thông thức giấc, khóc vang dội khuấy động giấc ngủ của hai vợ chồng. Long nhừa nhựa cằn nhằn nhưng như chợt nhớ ra, anh ngồi bật dậy nhìn thấy Phượng đang giở mền thay tã cho con, Long ngó dáo dác tìm hộp sữa và chai, anh muốn phụ với vợ khi thấy Phượng lúi húi lo lắng cho con mình;

- Chắc nó đói bụng rồi đó em.

Phượng gật đầu. Thằng bé khóc mãi không ngừng. Nó nhìn Phượng rồi nhìn Long, những khuôn mặt quá xa lạ với nó, không phải người mỗi ngày ẵm bồng cho nó ăn, dỗ nó ngủ. Nó khóc càng lúc càng lớn. Thay đồ cho nó xong, Phượng ẵm nó ôm vào lòng nhưng vẫn không át được tiếng khóc. Phượng muốn bực mình rồi nhưng nghĩ lại, nó mới có hai tuổi biết gì đâu. Ngủ một giấc dậy không nhìn thấy mẹ mà bên cạnh là những người lạ hoắc lạ huơ, không khóc được sao?

Long pha xong bình sữa, anh lắc lia lịa cho mau nguội rồi đút vào miệng Thông. Ban đầu, nó xô ra, vẫn khóc. Phượng kiên trì dỗ dành, âu yếm cho nó ngậm vào núm vú bình. Phát hiện ra món ăn quen thuộc, thằng bé khóc hức hức như tủi thân rồi cũng say sưa bú bình. Miệng ngậm núm vú bình, ánh mắt thơ ngây lom lom nhìn Phượng, chắc nó muốn tìm trong đó một cảm giác bình yên. Phượng thoáng nao lòng.

- Điện thoại báo cho mẹ hay đi anh.

- Phải, phải. Anh điện liền.

Bà Tương nghe xong, mừng rỡ nhưng cũng thấp thỏm lo âu. Im lặng một chút rồi bà nói với Phượng:

- Sáng chút nữa mẹ sẽ qua liền. Bây giờ con bồng đứa nhỏ ra trước cửa, tri hô lên là ai bỏ con trên băng đá nhờ hai bên làm chứng. Xong chờ mẹ qua, mình đưa nó tới ủy ban trình báo và xin được đem về nuôi chờ có người tới nhận. Nếu trong vòng một tháng không ai đến thì làm thủ tục nuôi nhận nó. Chừng đó, nghiễm nhiên nó sẽ là người của gia đình mình. Lúc ấy, con hãy khai sinh lại cho nó. Làm liền đi con. Chỉ có cách đó sau nầy con kia mới không yêu sách nầy nọ được.

Phượng sáng mắt sáng lòng. Vậy mà nó và Trâm đều không nghĩ tới. Tự nhiên mọc đâu ra một đứa bé hai tuổi cho nó nhận làm con vậy chứ? Bây giờ mẹ chồng nó bày cách nầy dễ ăn nói với ba nó và xóm giềng. Long cũng không mang tiếng lăng nhăng có con rơi con rớt ngoài đường. Nó cũng khỏi mang danh mẹ ghẻ. Thật tốt quá. Vậy là Long và Phượng vội vã bồng đứa bé xuống nhà, tri hô lên, vài ba người thức sớm bu lại, xăm xoi thằng bé. Ai cũng chặt lưỡi khi nhìn nó đẹp đẽ, ăn mặc bảnh bao chứng tỏ không phải ba mẹ nó do nghèo khổ mà bỏ rơi con. Thông thấy đông người nên giương cặp mắt tròn xoe nhìn, tiếng khóc đã ngưng tự lúc nào.

CHƯƠNG 13

Bà Tương đến rất sớm, mọi người đã tản hàng về nhà, Phượng ẵm bé Thông ngồi trên salon đợi mẹ. Vừa bước vào nhà cùng với Nhã, bà đã đưa tay đỡ lấy thằng bé nhưng nó xoay lưng lại từ chối. Bà vẫn vui vẻ chăm chú quan sát khuôn mặt nó. Ánh mắt bà trìu mến đến lạ khiến trong lòng Phượng bỗng nổi lên sự ganh tị dù nó cố gắng trấn áp xuống vẫn không thể che giấu nội tâm mình. Bà Tương quay sang Long:

- Nó gần hai tuổi rồi, có nói chuyện được chưa?

- Chưa nghe nó nói gì hết.

- Nó không khóc gọi mẹ sao? Cũng phải đi giỏi rồi chứ?

- Nó khóc rùm trời nhưng chưa nghe gọi mẹ. Sáng giờ ẵm trên tay cũng không biết là đi giỏi chưa nữa.

Thằng bé thấy người lạ, nhìn lom lom nhưng không khóc ngất như trước. Bà Tương chồm tới định ôm lấy nó nhưng nó cũng lại né ra. Bà vỗ về:

- Ngoan nghen con. Từ nay về sống với ba mẹ và bà nội nhen.

Nhã đưa hai tay về phía Thông, cười thân ái:

- Nào. Bé lại gần cho cô hôn cái coi.

Thông ngó dáo dác một lúc rồi từ từ, lẫm đẫm bước lại gần Phượng. Phượng dang đôi tay ôm lấy nó. Một thứ tình cảm gì đó lạ lẫm xuất hiện trong trái tim đứa con gái mười chín tuổi và nhưng nó vội vàng xác định đó không phải là tình mẫu tử như người ta nói.

Mẹ chồng Phượng cười tươi rói:

- Thằng mới bây lớn mà khôn. Nó biết nên chọn người nào. Nè con, cho bà hỏi: Con tên gì?

Thông mở mắt thao láo nhìn bà, không trả lời. Nó ngồi im trong lòng Phượng nhìn người nầy tới người khác. Khi ánh mắt nó dừng lại ở Long, nó nở nụ cười. Nụ cười hiếm hoi từ lúc gặp đến giờ làm trái tim Long mở rộng ra, giam lại đôi mắt nó sáng rực trong ngăn sâu kín của người làm cha đối với đứa con mình. Bất chợt, anh đưa tay về phía nó:

- Qua ba ẵm nào.

Thông chồm tới, trườn người khỏi vòng tay của Phượng để đến với Long. Anh cảm động đỡ lấy đứa bé, nhấc bổng nó lên, cao hứng nói với mọi người:

- Nó cảm nhận được ba nó hay sao ấy. Mới bây lớn mà đã biết chuyện rồi.

- Lại cô Ba ôm cái coi con. Lì cô không thương à.

Nói xong câu nói đó, Nhã đứng dậy đến bên Thông, thằng bé vẫn khép nép áp sát người vào ba nó. Cũng phải, sống với mẹ từ bao lâu nay, nó chỉ chơi với một người, có được ai tỏ ra quan tâm nhiều như hôm nay vậy. Cho nên, mọi việc đối với nó còn quá lạ lẫm. Nó không khóc là may lắm rồi.

Phượng đến ngồi cạnh mẹ chồng, nó thủ thỉ:

- Giờ tính sao nữa mẹ ơi. Bất ngờ quá làm con rối nùi chưa nghĩ được gì.

- Thì nuôi nó thôi chứ sao giờ con. Trong thời gian chờ đợi một tháng, trước mắt hãy để mẹ nuôi giùm cho. Con bận rộn như vậy không có thời gian chăm sóc nó đâu.

- Tự nhiên nuôi một đứa nhỏ không biết gốc gác ba đồng ý sao mẹ?

- Chuyện nầy phải nhờ con rồi. Mẹ sẽ nói với ba con là con thích đứa nhỏ quá đi nên muốn nhận nuôi nó. Ổng phản đối kệ ổng. Là máu mủ của ổng, mẹ không thể để nó lang bạt ngoài đời được. Sau nầy ổng hiểu sẽ ổn thôi.

Phượng chua chát trong lòng. "Là máu mủ của ổng…" Thôi kệ đi, bà muốn làm gì thì làm, không liên quan tới nó. Cứ đem nó về nuôi dưỡng rồi tưng tiu chiều chuộng miễn đừng quấy rầy cuộc sống của nó là được rồi. Phượng lẳng lặng nhìn mọi người lăng xăng với đứa nhỏ. Bà Tương như phát hiện ra thái độ của Phượng, không để nó có thời gian nghĩ quẩn, bà nói:

- Nó có đồ đạc gì không con?

- Có đây mẹ. Trong túi xách nầy có mấy bộ quần áo, tã lót và sữa của nó.

- Đưa sữa đây cho mẹ. Quần áo của nó thì con giữ lại đi. Lát nữa mẹ sẽ ghé chợ mua cho nó cái khác. Thôi bây giờ mẹ về đây, về cho kịp gặp ba con. Nhã cũng phải đi cùng ông ấy.

Phượng giả bộ hình thức:

- Hay là mẹ để con nuôi nó cho. Mẹ lớn tuổi rồi chăm sóc đứa nhỏ cực lắm.

- Con chưa có kinh nghiệm nuôi em bé, lại công việc bận rộn không có thời gian. Mẹ thì rảnh rỗi suốt ngày, có nó hủ hỉ cũng đỡ buồn. Coi như mẹ san sẻ gánh nặng với vợ chồng con vậy mà. Khi nào quởn, hai vợ chồng về thăm nó.

Long đặt bé Thông xuống, bà Tương nhìn Nhã:

- Cô Ba lại ẵm cháu về đi.

Nhã mặt mày tươi tắn, bước lại gần bé Thông, đưa tay về phía nó, cười cởi mở:

- Lại cô Ba ẵm về nội nhen.

Thằng bé hoảng hốt nhìn dáo dác rồi bỗng chạy đến kéo tay Phượng, trốn vào lòng nó, cất tiếng nói đầu tiên từ lúc đến đây:

- Mẹ, mẹ…

Phượng sững người. Tất cả những ai có mặt đều bàng hoàng trước tiếng kêu của thằng bé. Tự nhiên nước mắt Phượng muốn ứa ra. "Nó gọi mình bằng mẹ? Sao lại gọi mẹ chứ? Hay là mình trạc mẹ nó nên nó nhìn nhầm? Không phải, vậy Nhã cũng trạc tuổi mẹ nó vậy? Chẳng lẽ thằng bé nghe và hiểu hết mọi chuyện hay sao?". Phượng cảm động khom xuống nhấc thằng bé lên, run giọng:

- Mẹ đây con.

Thông nhìn Phượng bằng cái nhìn lạ lắm, ngơ ngác mà đầy thân ái. Nó đưa tay sờ vào đôi má của Phượng, e dè nói khẽ:

- Mẹ. Ở với mẹ.

Nước mắt Phượng tràn ra. Nó khóc mà chẳng hiểu vì sao mình khóc. Nó ôm cứng lấy bé Thông:

- Ừ. Ở với mẹ nhen.

Phản ứng của bé Thông khiến mọi người không ai có thể ngờ được. Nó vòng tay ôm lấy cổ Phượng, quay mặt ra phía sau không nhìn đến ai nữa. Nó như tìm được cho mình chỗ trú ẩn an toàn, yên tâm giao phó sinh mạng nhỏ bé của mình vào tay người đàn bà xa lạ mà nó đinh ninh đó là mẹ nó. Vì sao đứa bé đã hai tuổi rồi lại dễ dàng nhận người là làm mẹ như Thông chứ? Chẳng lẽ Thương không hề gần gũi với con mình hay sao?

Đứng trước cảnh tượng nầy, bà Tương cũng bàng hoàng. Bà ngạc nhiên nhìn hai "mẹ con" Phượng:

- Lạ nhen. Sao mới đó mà đã quên mẹ mình rồi? Thằng nhỏ nầy coi bộ dễ thích nghi. Kệ nó đi con, đưa cho mẹ đem về, rồi nó cũng sẽ ổn thôi.

Chẳng hiểu sao, Phượng vẫn ôm cứng lấy nó, một tình cảm nhẹ nhàng len lỏi vào trái tim, Phượng nhỏ nhẹ nói với mẹ chồng:

- Hay để nó ở lại một ngày coi sao đã mẹ.

- Cực thân con thôi. Để mẹ đem về.

Xong bà bước tới, đưa tay đón lấy Thông. Thằng bé khóc thét lên, bá cổ Phượng kêu gào "mẹ, mẹ… ở với mẹ…". Giọng nói đỏ đẻ trẻ thơ xuyên vào tim Phượng làm nó không đành lòng nào buông Thông ra. Ba tiếng "ở với mẹ" có một uy lực kỳ lạ như điều khiển Phượng, như buộc nó phải dang tay che chở cho một sinh linh xa lạ không chút quan hệ nào với mình. Phượng dỗ dành:

- Nín đi, đừng khóc nữa con. Ở với mẹ. Ở với mẹ hén?

Thông giương đôi mắt tròn xoe nhìn Phượng, gật gật đầu. Long vui mừng khôn xiết:

- Vậy được rồi mẹ. Cứ để nó ở đây vài bữa coi sao. Nếu Phượng làm không xuể chừng đó sẽ nhờ mẹ ra tay giúp.

Bà Tương áy náy gật đầu:

- Đành phải làm phiền Phượng thôi. Thằng bé nầy có

duyên với vợ con đó. Sau nầy lớn lên, mẹ sẽ nhắc lại chuyện nầy với nó. Nghĩ cũng ngộ thiệt.

Khi bà Tương và Nhã về rồi, vợ chồng Phượng lại bồng bé Thông đến bên salon, đặt nó ngồi trên ghế, Long âu yếm hỏi:

- Con tên là gì?

Nó lại mở đôi mắt thao láo nhìn Long rồi nhìn qua Phượng, không trả lời. Phượng nắm tay nó vỗ vỗ:

- Con tên gì nói mẹ nghe.

- Tên… tên Thông.

- Giỏi quá. Con bao nhiêu tuổi?

- Hai tuổi.

- Con đói bụng chưa?

Thông lắc đầu. Phượng lại hỏi:

- Con thích ăn gì?

- Ăn cơm tấm.

- Lát mẹ mua cơm tấm cho con hén?

Thông gật gật đầu, cười. "Thằng nhỏ ngây thơ thánh thiện gì đâu á". Phượng nghĩ trong lòng như vậy. Mà cái số của mình sao lạ vầy nè? Đã quyết tâm không vướng bận về thằng bé rồi tự nhiên gọi nó bằng mẹ, tự nhiên sà vào lòng mình, tự nhiên đẩy mình vào một hoàn cảnh bắt buộc không thể từ chối. Vậy rồi làm sao đây? Đành chấp nhận vai trò mẹ ghẻ hay sao? "Mình nhẹ dạ quá, không xử lý tốt mọi tình huống. Bây giờ có hối cũng muộn màng quá rồi. Nhưng thằng bé dễ thương thiệt và nó cũng không có lỗi chi trong chuyện tranh chấp tình yêu của người lớn. Mẹ nó chắc đang gặp chuyện gì nan giải, cách tốt nhất là đem con về cho bên nội nuôi để nó sống những ngày tháng đầy đủ về tinh thần và vật chất. Chuyện ngày sau để ngày sau tính đi. Lo quá làm gì. Với lại, mình có lo cũng không lo nổi.

Phượng nhìn thằng bé cười âu yếm gọi:

- Thông ơi.

Thông trả lời làm hai vợ chồng giật mình:

- Dạ.

- Ngoan quá. Bình thường con ở nhà với ai?

- Con đi học nhà trẻ.

Long ngạc nhiên:

- Đi học sao? Anh không nghe Thương nói tới. Nó ở nhà làm gì mà cho con tới nhà trẻ chứ?

Phượng khoát tay:

- Để em hỏi con coi sao anh. Nó không biết nói nhiều tiếng quá đâu. Nè Thông, chứ ai đưa con đi học, ai rước con về?

- Cậu.

- Cậu hả? Con ở với cậu sao?

- Dạ.

- Tối con ngủ với ai?

- Ngủ với cậu.

- Con có mẹ không?

Thông ngước lên nhìn, đưa tay sờ mặt Phượng:

- Có. Mẹ nè.

Phượng nheo nheo mắt, nắm tay Thông:

- Con còn mẹ nào nữa không?

- Hết rồi. Còn cô hà. Cô Thương đó.

Long la toáng lên:

- Cô Thương hả?

Thông gật gật đầu. Phượng lờ mờ hiểu ra vấn đề. Nó nhỏ nhẹ nói với chồng:

- Thôi được rồi anh. Trước mặt con đừng tỏ thái độ gì. Chuyện nầy điều tra sau đi.

Mặc dù nói với Long như vậy, nhưng Phượng vẫn cảm thấy có điều gì đó khuất lấp. Tại sao Thương không dạy con gọi mình bằng mẹ? Hay là cô ta có ý định lập gia đình, không muốn chồng biết quá khứ của mình? Tại sao cô ta không cho Long biết Thông được gửi ở nhà trẻ? Hay cô ta sợ Long đến bắt Thông đi? Cô ta làm gì không có thời gian chăm sóc và đưa đón con phải nhờ cậu? Cậu của bé Thông à? Có thể lắm vì Thương có đến ba đứa em trai. Hèn chi khi lên nhà, Phượng phát hiện ra Thương còn một phòng mới xây nữa, chắc là để em mình ở. Vậy Thương đi đâu? Làm gì? Mỗi khi Long đến đều điện thoại trước nên cô ta có mặt ở nhà, còn nếu không thì cô ta đi đâu?

Rối rắm quá. Bây giờ phải hỏi ai đây? Trâm, Trâm đang ở thành phố, Trâm kêu nó nhắn địa chỉ nhà và quán cà phê của Thương. Nhờ Trâm tìm nguyên nhân là thượng sách. Bởi không thể chuyện gì cũng đem ra nói với mẹ chồng, không khéo bà lại cho là nó thoái thác trách nhiệm nữa thì chỉ có hại chứ không lợi.

Vậy là Thông bình an ở lại với Phượng. Phượng cố tình xem Thông như một đứa con nít cần sự che chở của người lớn, tuyệt không xem nó là con riêng của Long. Chỉ như vậy, nó mới nhẹ nhõm mà nhìn đứa bé xoắn xít lấy mình, một tiếng mẹ hai tiếng mẹ. Thông đeo dính lấy Phượng không cho ai chạm vào kể cả Long. Nó ngoan ngoãn ngồi ăn, dùng muỗng để múc cơm và thức ăn không cần Phượng phải đút. Khi Phượng tắm rửa, thay đồ cho nó, nó luôn lấy tay nựng má Phượng. Khi Phượng ẵm nó, nó kề mũi vào hôn Phượng, đỏ để thì thầm:

- Thương con hôn?

Mỗi lần như vậy, Phượng đều muốn rơi nước mắt. Nó cảm nhận được Thông thiếu thốn tình mẫu tử. Vì sao như vậy? Vì sao luôn ở cạnh mẹ ruột mà không có mẹ, mà không nhận diện được mẹ ruột của mình? Thương nuôi con kiểu gì vậy? Vì sao đứa bé mới hai tuổi xa mẹ mà không khóc đòi mẹ một lần nào lại hối hả nhận người khác là mẹ? Phượng nghĩ: Chả lẽ mới bây lớn mà đã biết nịnh rồi sao? Nhưng thật sự tận trong thâm tâm, cứ nghĩ nó là con ghẻ Phượng thấy bực mình. Nhưng nhìn thấy nó mặt mày hí hửng bên cạnh mình nó mới nhận ra, mình rất yêu thích thằng bé.

Mẹ chồng sắm cho nó rất nhiều quần áo để mặc xài trong nhà. Thật nhiều sữa hộp dành cho nó uống. Tới hai, ba lần nhưng mà bà vẫn chưa ẵm được nó, mặc dù nó không còn sợ hãi như trước. Dạy nó kêu bà bằng bà nội, nó ngập ngừng đến khi Phượng biểu nó mới chịu kêu.

Buổi tối, Thông ngủ chung phòng với vợ chồng Phượng nhưng nó có cái nôi riêng. Phượng để nó lên giường dỗ ngủ, khi nó ngủ say mới bồng để vào nôi. Thằng bé biết thân biết phận, ngủ một giấc tới sáng không mè nheo lúc đêm hôm cũng không đái dầm trên nôi. Điều nầy khiến Phượng rất hài lòng.

Ba hôm sau thì có tin của Trâm gọi về:

- Tao kể mầy nghe chuyện nầy. Phán đoán vấn đề thử coi nghen Phượng.

- Là chuyện gì?

- Tao đến nhà của Thương rồi. Nó chưa trả nhà nhưng hiện giờ là hai đứa em trai của nó ở đi học. Tao gặp người em lớn của Thương, anh ta là sinh viên năm thứ ba rồi. Lịch sự đàng hoàng lắm. Anh nói với tao Thương gửi bé Thông ở nhà trẻ tư nhân và đi làm lúc bé mới vừa thôi nôi. Anh tên là Ngạn. Ngạn không biết ba Thông là ai, ở đâu, tên gì. Ban đầu anh cũng dè dặt với tao lắm nhưng tao nói trước là bạn học chung với Thương ở cao đẳng, sau đó Thương nghỉ học nhưng tụi tao vẫn còn liên lạc. Tao biết chỗ Thương làm thêm, nuôi em ăn học và cha bị bệnh nên ảnh cũng cởi mở với tao. Tao nói muốn gặp Thương, anh cho hay Thương vừa đi chơi với tốp bạn ở chỗ làm mười ngày nên đem Thông theo. Muốn gặp thì mười ngày sau hãy tới. Qua nói chuyện với Ngạn, tao biết chỗ làm mới của Thương. Vậy là tao với anh Thiện tìm tới. Anh Thiện hay lắm, ảnh điều tra được Thương đã nghỉ làm chỗ nầy và đang sống chung với một đại gia lớn hơn nó mười mấy tuổi. Ông ta tên Bĩnh. Ngày trước nghe nói Thương bị vợ lớn của Bĩnh đánh ghen tưng bừng ở quán vì nghĩ Thương có con với chồng bà ta nên chủ quán đuổi không cho nó làm nữa. Tưởng nó dứt khoát với ổng ai dè ổng và nó thuê nhà ở riêng luôn. Tao và anh Thiện cũng có tới chỗ bé Thông học, biết được người đưa rước nó là anh Ngạn chứ Thương chỉ đến một vài lần, lần đầu là hợp đồng gửi con, vài lần sau là đóng tiền học cho nó. Đóng một lần mấy tháng luôn. Tao chưa tìm được tổ ấm của Thương nhưng tao nghĩ chắc có chuyện gì đó nên nó mới vội vàng đem con giao cho mầy mà không để lại cậu nó nuôi.

Phượng chắt lưỡi:

- Nhỏ nầy sống cũng thác loạn dữ nhen. Mầy biết hôn, nó dạy con gọi nó bằng cô chứ không gọi mẹ. Ngộ ghê mầy, nó không có khóc đòi mẹ gì hết, tự nhiên kêu tao bằng mẹ rồi đeo dính lấy tao hà.

- Mầy có duyên với nó rồi. Mầy thấy mình có tình cảm với nó không?

- Tao cũng không biết. Nhưng khi nghe nó kêu mẹ mẹ trong lòng tao ngộ lắm mầy ơi. Thích thích hay sao đó. Nó không chịu theo mẹ tao về, cứ nói "ở với mẹ" làm tao chạnh lòng. Cứ ôm hôn tao rồi hỏi "thương con hôn?" tao muốn khóc mầy ơi.

- Vậy là tốt quá. Vậy là mầy có tình cảm với nó rồi.

- Nhưng bây giờ nghe mầy nói vậy, đột nhiên tao nghĩ, chỉ có 80% nó là con anh Long, còn 20% khả năng là con lão Bĩnh. Vậy tuần nầy mầy tranh thủ về, tao lấy hai mẫu tóc của anh Long và nó cho mầy đem xét nghiệm giùm nhen.

- Để chi? Nếu như nó không phải là con anh Long thì mầy làm sao?

- Nó là con ai tao cũng nuôi. Là con anh Long thì tao nuôi vì bổn phận, nhưng nếu nó là con người khác thì tao sẽ nuôi như nuôi con mình, sẽ không nghĩ mình là mẹ ghẻ nữa.

- Quà quạ nuôi tu hú mầy ơi. Nuôi con người ta tới chừng người ta nhìn lại phải uổng công không?

- Chắc cũng có lý do gì đó Thương mới không cho cha nó nhìn chứ mậy. Về mặt pháp lý ông ta đâu có tư cách nhìn con?

- Chuyện nầy phức tạp quá. Để tao về rồi tính.

- Nhưng mầy nhớ bí mật nhen. Chỉ tao với mầy biết về thân phận thật sự của bé Thông thôi.

- Nghe giống truyện trinh thám quá hén? Hahahaha…

Phượng cũng cười theo Trâm. Nhưng nó quyết định rồi. Nếu như Thông không phải là con của Long, Phượng còn mừng hơn. Ít ra nó không lo lắng, không ganh tỵ khi gia đình chồng dành cho Thông những điều tốt đẹp vì Thông là con của nó, của nó và Long chứ không chỉ một mình Long, nó cũng không phải là mẹ ghẻ nuôi con chồng mà là nuôi đứa con của mình. Mọi chuyện tốt đẹp biết mấy nếu như trên tờ giấy xét nghiệm phủ nhận quan hệ cha con của Long và Thông. Nhưng điều nầy sẽ không phải thật, vì nếu như thật thì không bao giờ Thương dám đem con vào miệng cọp như vậy. Phượng thở dài. Đời sao có nhiều uẩn khúc đến độ bế tắc không có đường tháo gỡ.

CHƯƠNG 14

Có bé Thông rồi, Phượng thấy mình không còn thời gian chết. Khi nó ra cửa hàng cũng nắm tay Thông dắt theo. Thông rất ngoan, thằng bé mẹ đặt đâu thì ngồi đó. Phượng mua cho nó cây súng điện tử nó bắn ì chéo suốt. Từ ngày có con về, Long cũng ít đi đâu trừ khi giao nhận xe. Có Long ở nhà, Phượng thoải mái bên cạnh Thông. Nó thích nhất là cùng cha con Long ăn cơm. Thông bao giờ cũng ngoan ngoãn múc từng muỗng cơm cho vào miệng. Khi ăn với cá, Phượng rỉa xương cho nó, nó luôn ngước mắt nhìn Phượng cười âu yếm khiến trái tim Phượng dần dà xuất hiện một mối tình mẫu tử mà nó cũng chưa biết chưa hay. Khi Phượng tắm, thay đồ cho Thông, nó nựng nịu Phượng, đỏ đẻ "Mẹ đẹp". Phượng cảm động ôm chặt nó vào lòng, đặt vào má nó một nụ hôn. Thông cười ngặt nghẽo vì nhột. Đôi lúc nó hỏi:

- Cậu không rước con nữa hả mẹ?

Phượng chẳng biết trả lời sao với nó. Một lúc lâu, Phượng chống chế:

- Cậu mắc đi học mà. Cậu trả con về cho mẹ rồi nên cậu không đón con nữa. Con nhớ cậu hả?

Thông gật đầu. Phượng hỏi:

- Con thương cậu không?

- Thương chớ. Cậu tắm cho con, cho con ăn, đưa con đi học. Cậu thương con.

- Vậy còn cô Thương? Cô Thương có thương con không?

- Con không biết.

- Sao vậy? Con có thương cô Thương hôn?

- Không thương. Con ít gặp cô lắm.

- Vậy tối con ngủ với ai?

- Ngủ với cậu.

- Cô Thương ngủ đâu?

- Con không biết.

Phượng không hỏi nữa. Bao nhiêu thắc mắc về Thương trong lòng Phượng nhưng nó quyết không để lộ ra dù là với Long.

Chủ nhật tuần đó thì Trâm về. Phượng nhanh chóng đưa mẫu tóc của Long và Thông cho Trâm. Trâm nhìn thằng bé, nhận xét:

- Nó dễ thương hén Phượng? Nhưng nhìn không giống anh Long lắm. Nó có giống Thương không?

- Cũng không thấy giống lắm. Nhưng con nít mà mậy, thay đổi ngày một.

- Cũng phải. Tao thấy anh Ngạn cũng là người đàng hoàng, chứng tỏ gia đình nó cũng không phải là hạng bậy bạ. Dám sinh con, dám nuôi mà không dám cho nó kêu bằng mẹ nghĩ cũng lạ nhen. Thì ra nó ở với ông Bĩnh nên Thông đâu có gặp nó thường xuyên mà quyến luyến?

- Bây giờ nếu như nó có phải là con anh Long hay không đối với tao không còn quan trọng nữa. Con ai tao cũng sẽ nuôi.

Nhưng thật tình tao muốn nó không phải là con anh Long để tao khỏi ganh tức điều gì.

- Phức tạp quá. Tội nghiệp mầy ghê.

- Anh Thiện cũng biết chuyện nầy hả Trâm?

- Ừ. Nhưng mầy yên tâm đi, ảnh còn kêu tao giữ bí mật cho mầy nữa kìa.

- Tao không nghi ngờ điều gì từ ảnh và mầy. Hỏi để cho biết vậy thôi.

Trâm về thành phố. Mười ngày sau điện thoại cho Phượng:

- Có chuyện nầy nan giải nữa nè Phượng ơi.

- Chuyện gì vậy?

- Thằng Thông không phải là con anh Long mà cũng không phải là con của Thương luôn.

Phượng nhảy nhổm lên:

- Vậy là sao?

- Tao đi xét nghiệm AND, biết anh Long và Thông không có quan hệ cha con nên tao và anh Thiện tới nhà gặp anh Ngạn, mục đích là tìm chỗ ở của Thương với ông Bĩnh để điều tra cho rõ Thông là con ai. Anh Ngạn chẳng biết gì về ông Bĩnh hết. Thậm chí chưa từng nghe qua tên. Tao và anh Thiện tin đó là sự thật. Tao hỏi về bé Thông. Ảnh nói Thương nuôi bé Thông giùm bạn của mình và mỗi tháng cô bạn của Thương đều chu cấp tiền học, tiền sinh hoạt cho nó. Ngạn không hề biết Thương đã từng mang thai và sinh con. Ngồi một hồi tao vào toilet, rửa mặt mày, chải lại tóc thì phát hiện ra trên lược có vài cọng tóc dài của con gái. Tao nghĩ là bạn gái của Ngạn để lại nhưng cũng do hiếu kỳ, tao trêu ảnh:

- Anh Ngạn sống với bạn gái à?

- Bậy nha. Anh sống với thằng em, nó mới vừa vào đại học.

- Sao em thấy trên lược có tóc của con gái?

- Chắc là của chị Hai để lại thôi. Anh và Đảm cũng ít khi dùng lược trong toilet.

Tao mừng rơn trong bụng hết mậy. Vậy là khi anh Thiện và Ngạn nói chuyện, tao lén trở vô gói mấy cọng tóc lại, đem đi xét nghiệm với tóc của Thông thì kết quả vậy đó. Kinh khủng không? Thằng Thông là con ai chứ?

Phượng bàng hoàng. "Thông là con ai chứ?". Câu hỏi của Trâm ám ảnh nó. Nó im lặng ngẩn ngơ một hồi lâu, Trâm giục:

- Mầy còn nghe tao nói không?

- Còn. Chắc có gì nhầm lẫn đó mầy ơi. Chính anh Long đưa nó đi sinh và rước về. Hàng tháng ảnh đều tới chu cấp tiền bạc nuôi nó, cho là ba nó không phải anh Long nhưng mẹ nó lẽ nào không phải là Thương được?

- Anh Thiện cũng nói vậy và kêu tao biểu mầy khoan hả vạch trần chuyện nầy. Vì những sợi tóc tìm được ở nhà Ngạn chưa chắc là tóc của Thương. Mà có chuyện nầy cũng trùng hợp nhen Phượng. Ngạn học đại học kinh tế năm thứ ba chung với anh Thiện nhưng khác ngành nên khác lớp. Nhận biết nhau xong hai người có trao đổi số điện thoại để hẹn hò cà phê cà pháo khi tới trường. Tao mừng lắm, như vậy sẽ có điều kiện để biết tin của Thương.

- Biết tin để làm gì nữa Trâm? Một khi quyết định nuôi thằng bé rồi, tao không muốn Thương liên lạc gì với nó hết, không muốn Thương xuất hiện trước mặt nó và vợ chồng tao.

- Nhưng ít ra mầy cũng phải biết cội nguồn của thằng bé chứ?

- Không cần biết luôn. Vì như vậy sau nầy tao sẽ không quan tâm tới ai khi họ đến nhìn nhận con cả. Nó chỉ có duy nhất một cha một mẹ là anh Long và tao thôi.

Cả hai im lặng một hồi, Phượng nói tiếp:

- Nhờ mầy cám ơn anh Thiện giùm tao, tao sẽ không công bố chuyện nầy ra đâu. Mặc cho Thông có phải là con của Thương hay không thì vài hôm nữa tao cũng sẽ hoàn thành thủ tục nhận nuôi con. Chừng đó nếu gia đình anh Long biết được sự thật thì nó cũng đã là con của tao rồi. Mọi chuyện sẽ đơn giản hơn không phức tạp làm mình mệt mỏi nữa.

- Mầy suy tính cho cẩn thận kẻo hối không kịp. Nếu nhà anh Long biết nó không phải con ảnh, coi chừng thằng bé chỉ được một mình mầy thương. Lúc đó mầy lo bảo vệ cho nó cũng đủ rước lấy phiền phức.

- Tới đâu tính tới đó đi. Mầy biết không, hồi sáng nầy trong lúc nó cùng tao với anh Long ăn cơm, nó nhìn tao, ánh mắt ngây thơ thấy thương lắm mầy, nó nói: "Mẹ ơi, tối hãy ngủ nôi. Trưa con ngủ với mẹ nha, con muốn nằm gần mẹ". Mầy coi, trái tim tao làm bằng sắt cũng phải tan chảy ra khi nghe những lời ấm áp như vậy.

- Thằng nhỏ đã làm trái tim mầy lay động rồi. Tao thật không ngờ.

- Tao còn không ngờ đừng nói chi mầy. Nó không hề làm phiền tao. Khi có khách lu bu, nó ngồi chơi đồ chơi. Khách về, nó sà lại hỏi: "Mẹ uống nước nghen?" Mầy coi, con nít mới hai tuổi tao dám để nó rót nước sao? Nhưng chỉ cần một câu nói thôi làm tao vui cả buổi luôn Trâm. Thật sự Thông không làm phiền tao chi cả mà còn đem lại cho tao niềm vui kỳ lạ mầy ơi. Chưa được một tháng, chưa từng dắt nó ra khỏi nhà mà nó quấn quít lấy tao như mẹ con ruột thịt thân thiết tự thuở nào, lạ thiệt mậy. Câu nó hay hỏi nhất là "Mẹ ơi, thương con hôn?". Lần nào nó hỏi tao cũng muốn rớt nước mắt hết. Chắc nó chưa từng được cảm giác bên cạnh mẹ. Chắc là mỗi khi đi học, thấy các bạn có mẹ đưa rước, nó thèm có mẹ lắm nên vừa gặp tao đã dành hết tình cảm cho tao rồi.

Trâm nghe trong giọng nói của Phượng có một sự trìu mến đến nao lòng. Nó im lặng chia sẻ, lắng nghe Phượng thao thao bất tuyệt nói về đứa con bất đắc dĩ chưa đầy một tháng bên cạnh mà cảm nhận được Phượng đã thay đổi rất nhiều. Trâm ôn tồn:

- Hình như bé Thông đã làm thay đổi mầy rồi đó Phượng. Nó đã khơi dậy trong mầy một thứ tình cảm, biết quan tâm người khác. Tao nói ra mầy đừng giận, điều nầy chưa từng có ở mầy.

Phượng ngẩn ngơ:

- Phải ha. Mầy nói tao mới nhận ra. Trước giờ tao chưa từng quan tâm lo lắng cho ai. Thằng bé đã thức tỉnh lương tri tao hay sao vậy mậy? Trước đây em ruột tao còn không đếm xỉa tới, chưa bao giờ bồng ẫm hay cho nó ăn uống, tắm rửa. Bây giờ, người dưng nước lã mà tao tự nguyện chăm sóc không hề kêu ca là sao vậy ta? Nói là tình mẫu tử thì mẫu tử khỉ gió gì, ai mà tin được?

Sau cùng, Phượng quả quyết nói với Trâm:

- Chuyện nầy tới đây ngưng nhen Trâm. Bí mật về Thông tạm thời khép lại. Tao nhất định phải nuôi thằng bé nầy dù nó là con ai. Không có máu mủ gì với Long và Thương tao còn mừng nữa à. Chuyện gì tới sẽ tới. Cứ phó thác cho vận mệnh của Thông đi. Chứ bây giờ đem nó đi chắc là tao sẽ hụt hẫng lắm Trâm ơi.

- Hết thấy phiền khi nuôi một đứa con nít sao?

- Phiền chớ. Nhưng thương nhiều hơn.

- Đừng để mình hối hận vì những phút bốc đồng nghe Phượng. Sau nầy mầy còn con của mầy nữa.

- Sẽ không đâu. Con tao sẽ coi Thông như là anh ruột, tuyệt không có chút kỳ thị nào. Tao nói được làm được, mầy theo dõi và nhắc nhở tao nghen. Chỉ mong mầy và anh Thiện phối hợp giữ kín giùm tao là tao mang ơn cả đời rồi.

Đủ ngày tháng, Phượng theo mẹ chồng đi làm thủ tục nuôi nhận con. Thông có khai sinh mang họ tên cha Trần Đức Long, mẹ Nguyễn Thị Bạch Phượng và nó là Trần Đức Thông đường đường chính chính là con trai trưởng nam, dòng dõi họ Trần.

Thông sống trong tình yêu thương của bà nội, các cô chú, ba mẹ. Những ngày tháng đổi đời đối với một đứa bé hai tuổi sẽ hoàn toàn làm nó không nhớ gì về thời gian qua khi nó đã có mặt trên đời. Thông quấn quít lấy mẹ nó. Đi đâu Phượng cũng đưa nó đi cùng. Một lần ông Tác, ba Phượng kêu về nhà, Phượng gặp phản ứng của ông:

- Con nghĩ sao mà đi nhận nuôi thằng nhỏ không biết gốc gác ở đâu vậy chứ?

- Nhưng thằng bé tội nghiệp lắm ba. Không biết ai bỏ nó trước cửa nhà. Con động lòng nhận nuôi. Mà thằng bé ngoan lắm, nó đeo dính con nhưng cũng không làm phiền con gì cả.

- Ai đời con gái mới có chồng lại nuôi một đứa con nít làm con. Bộ bây không sinh đẻ được sao? Vậy mà bên nhà chồng bây cũng đồng ý chấp thuận, tao thật không hiểu nổi. Bộ họ nghĩ tao chết rồi hay sao? Muốn như vậy cũng phải hỏi qua tao một tiếng chứ?

- Không phải đâu ba. Là mẹ con nuôi đó chứ. Nhưng nó cứ theo gọi con bằng mẹ và quấn quít lấy con nên con động lòng. Kệ đi ba, nhà bên ấy giàu, nuôi thêm một đứa con nít cũng không sao đâu.

- Tao không có nói là nuôi không nổi. Ý tao là bây đã phí phạm tuổi thanh xuân, phí phạm thời gian chưa có con được sống hạnh phúc bên chồng để đi lo cho một người ngoài.

- Bây giờ không còn là người ngoài nữa rồi ba.

- Tùy bây thôi. Con gái có chồng như bát nước đổ đi.

- Ba nói vậy tội nghiệp con. Trên đời nầy, nếu không có ba thì con chẳng còn người thân nào nữa.

- Mẹ con, hai em con thì sao?

- Ba là duy nhất trong lòng con.

Qua được ải của ba Phượng, Phượng lại vấp phải một ải nữa. Ải nầy nằm mơ Phượng cũng không ngờ.

CHƯƠNG 15

Phượng giật mình chợt nhớ, mình chưa gửi tiền xét nghiệm AND cho Trâm. Phượng cũng không biết mỗi lần xét nghiệm như vậy là bao nhiêu tiền nhưng chắc là phải nhiều lắm. Trâm đang đi học tiền đâu mà nó làm xét nghiệm hai lần cho bé Thông chứ? Nghĩ tới đó, Phượng lật đật điện cho Trâm:

- Trâm ơi, mầy cho tao số tài khoản tao chuyển tiền xét nghiệm AND hôm bữa cho mầy nhen.

- Gấp gì. Tao sắp về rồi.

- Mầy là sinh viên tiền dư đâu mà làm xét nghiệm hai lần?

- Tao mượn của bạn. Chừng tao về sẽ ghé mầy lấy lên trả tụi nó.

- Tụi nó? Vậy là mầy mượn nhiều đứa lắm hả?

- Kệ tao đi. Mầy lo chi chuyện đó.

- Nhưng tổng cộng là bao nhiêu? Chuyện của tao để mầy mắc nợ tao cũng phải ngại chứ.

- Ngại khỉ khô. Chừng tao về rồi tính.

- Vậy chừng nào mầy về?

- Mốt. Bà ngoại tao bệnh rồi, mẹ tao đang nuôi bà ở bệnh viện. Tao về thăm ngoại.

- Ngoại ruột hay ngoại kế?

- Ngoại ruột. Mà ruột hay kế gì cũng như nhau thôi mầy ơi. Mẹ tao không phân biệt chẳng lẽ tao phân biệt?

- Ừ. Tao hỏi ngô nghê quá. Mầy thật hạnh phúc Trâm à.

- Mầy cũng vậy mà?

- Tao khác. Càng lớn tao càng hiểu thêm về mẹ kế của mình. Quyết không để Thông đi lại vết xe đổ của tao.

- Nói gì lạ vậy Phượng? Sao nghe chán chường vậy?

- Có dịp sẽ kể cho mầy nghe. À mà nè Trâm, hôm rồi sau khi xét nghiệm quan hệ của anh Long với Thông xong, mẫu đâu mà mầy xét nghiệm lần hai vậy?

- Mầy quên rồi sao? Mầy đưa tóc của nó cả đống tao sử dụng đâu có hết nên còn giữ lại một ít đó.

- Vậy à. Tội nghiệp thằng nhỏ ghê, hôm tao cắt tóc cho nó, nó thích lắm mầy. Tưởng đâu là làm đẹp cho nó ai dè tao lợi dụng nó. Nghĩ thương ghê.

- Mầy thương nó như vậy tao cũng mừng cho mầy. À, ba mẹ mầy có nói gì về việc nuôi nó không?

- Ba tao phản đối lắm nhưng phản đối cũng đâu có được.

- Còn ba chồng mầy?

- Chuyện đó để mẹ chồng tao lo. Tao quản cũng không xiết đâu. Nhưng ba chồng tao ổng khó thì khó nhưng cũng hời hợt lắm mầy ơi. Chuyện qua rồi ổng cho qua luôn hà. Không nghe mẹ tao nói gì chắc là im rồi.

- Mong mọi việc thuận lợi cho mầy nhẹ gánh lo.

Buổi trưa hôm đó, mẹ kế của Phượng tới cửa hàng tìm Phượng. Nó rất ngạc nhiên. Từ lúc gả nó đi tới giờ đây là lần đầu tiên bà chủ động tới chỗ ở của nó. Lật đật mời mẹ vào nhà riêng, Phượng thắc mắc:

- Mẹ đi đâu ghé con hay đến tìm con?

- Trời đất ơi. Có con gái gả đi rồi nó coi mình như người ngoài kìa.

- Mẹ ghẹo con hoài. Thường thì khi muốn gặp con mẹ hay điện thoại trước. Nay mẹ bất ngờ tới làm con hết hồn, không biết có chuyện gì.

Bà cười xòa, thái độ thân thiện mà Phượng cũng đề phòng. Nó sợ bộ mặt giả dối mười mấy năm của bà lắm rồi. Bà nói:

- Mẹ có chuyện lên tỉnh nên ghé thăm con một chút coi con sống ra sao. Nghe nói nhận nuôi đứa nhỏ nên cũng có ý tới nhìn mặt nó. Đâu? Cho mẹ xem cháu ngoại coi nà.

Phượng cảnh giác nhưng cũng ngoắc Thông đang đứng xớ rớ cạnh đó. Thằng bé tiến lại gần, Phượng ôm nó, giới thiệu:

- Gọi bà ngoại đi con.

Thằng bé khoanh tay, cúi đầu:

- Bà ngoại.

- Ngoan quá. Lại bà ôm cái coi con.

Mẹ nó đưa tay ra, Thông thụt lùi lại nép vào lòng Phượng. Bà Tiên (tên mẹ kế của Phượng) hụt hẫng nhưng cũng phá lên cười. Phượng cảm thấy sự ích kỷ trong lòng mình được thỏa mãn qua thái độ của Thông. Nó cười:

- Thằng bé nhát lắm mẹ. Nó sợ người lạ.

- Bà ngoại mà người lạ sao?

- Nó chưa gặp mẹ lần nào mà?

- Nhà chồng con cũng đồng ý cho con nhận nuôi đứa nhỏ sao?

- Dạ. Lẽ ra là mẹ chồng con nuôi. Nhưng chẳng hiểu sao khi vừa gặp con nó đã gọi con là mẹ rồi quấn quít lấy con nên con để nó ở lại với mình luôn.

- Thằng mới bây lớn mà quỷ quái.

Phượng bất bình:

- Sao mẹ nói vậy? Con nít mới hơn hai tuổi mà? Nó chỉ làm theo cảm tính thôi.

Phượng nhận ra bà có vẻ không tin. Không tin điều gì Phượng cũng không hiểu nổi nhưng trong tia nhìn và nụ cười nhếch mép của bà có điều gì đó nó cảm thấy không ổn. Bà xua tay, lắc đầu:

- Thôi kệ đi. Bỏ chuyện nó qua một bên. Con về nhà nầy sống có vui không? Có thoải mái không?

- Vui mẹ à. Thoải mái lắm. Hồi còn ở chung, nhà có người làm nên mẹ chồng không cho con động tay động chân vô công việc nhà. Mấy đứa em chồng cũng tốt với con lắm. Mẹ chồng thương con như con gái. Chồng thì hồi nào cũng lẩn quẩn bên con hết.

- Bây giờ nó đâu rồi?

- Ba con mới kêu ảnh về nhà có chuyện gì đó. Mà ảnh đi đâu cũng một chút hà mẹ ơi. Ít khi nào bỏ con ở nhà một mình trừ khi đi thành phố nhận hàng.

- Thấy con được như vậy mẹ mừng. Cửa hàng nầy là của gia đình hay của riêng vợ chồng con?

- Ba mẹ con cho riêng tụi con cửa hàng nầy. Nhà có nhiều cửa hàng lắm. Con trông coi cửa hàng nầy còn anh Long cũng chạy tới chạy lui mấy cửa hàng kia phụ nên thu nhập ở những nơi đó ba mẹ cũng chia phần cho tụi con.

Phượng cố ý khoe khoang. Nó muốn chứng tỏ cho bà thấy nó rất hạnh phúc chứ không như mong muốn của bà là sẽ bị ghẻ lạnh trong nhà quyền quí. Mặc dù bà luôn tỏ ra hài lòng khi nghe nói nói nhưng Phượng nhìn thấy rõ tận trong sâu thẳm của ánh mắt ấy là một nỗi ganh ghét mà chỉ có người trong cuộc mới thấu hiểu.

Phượng làm nước mời bà uống. Mỗi bước chân của nó Thông đều đi theo. Phượng cũng không bảo nó ngồi lại chơi với bà ngoại. Bà Tiên coi bộ chướng mắt, rầy Phượng:

- Con cũng đừng nuông chiều nó quá sau nầy khó dạy đó.

- Hồi trước mẹ luôn chiều chuộng con. Con cảm thấy mình may mắn lắm. Bây giờ nuôi Thông, con sẽ rút kinh nghiệm từ việc mẹ nuôi dạy con. Mẹ yên tâm đi.

- Con là con gái thì khác. Con gái dễ dạy hơn.

- Dạy con có mục đích thì điều gì cũng có thể làm được mẹ à.

- Có mục đích là sao? Chẳng lẽ con nuôi nó có mục đích sao?

- Con nói vậy chắc mẹ hiểu hơn ai hết mà. Mẹ uống nước đi.

Đặt ly nước trước mặt bà, Phượng lại bàn làm việc thường ngày, mở khóa học tủ lấy ra một xấp tiền, trân trọng đặt trước mặt mẹ kế:

- Mẹ à. Mẹ cầm tiền nầy về đi chợ, lo cho ba và hai em.

- Không được. Mẹ không phải gả con gái cho nhà giàu để nhờ cậy đâu.

- Con biết. Nhưng con cũng phải có bổn phận chăm sóc ba mẹ và các em chứ. Con không nấu được bữa cơm cho gia đình thì ít nhất cũng phải lo chút đỉnh gì đó để phụ ba mẹ.

- Con thay đổi đó Phượng. Biết suy nghĩ cho người khác rồi.

- Bước ra khỏi gia đình mình đến sống với gia đình khác thì phải thức thời mẹ ơi. Lâu nay con vẫn thường hay biếu tiền cho hai bà ngoại ăn bánh. Con ít khi về nhà nên chưa có dịp báo hiếu với ba mẹ, với lại lúc đó con chưa thật sự có tiền. Mẹ cầm đi cho con yên lòng.

Bà Tiên lẳng lặng cầm xấp tiền bỏ vào bóp, Phượng bắt gặp bà đưa mắt nhìn chăm chú vào bé Thông, ánh mắt lạ với nụ cười nở trên môi đầy bí ẩn. Phượng ngạc nhiên pha lẫn nỗi sợ hãi không xác định rõ là bởi vì sao. Phượng biết, bà ta không có quyền hạn gì nữa trong cuộc đời của nó, thậm chí việc nó nuôi dưỡng đứa con riêng nầy để trở thành mẹ ghẻ như bà ta thì dù có thích hay không thích bà cũng không thể nào tham gia góp ý. Cho nên, dù có ganh ghét hay đố kị thì bà cũng phải tỏ ra vui mừng thỏa mãn cho đứa con riêng của chồng mà trước mặt người đời bà đã từng thương yêu, nuông chiều. Bà Tiên ngồi lại một hồi rồi về. Trước khi về, bà đứng lên tiến đến gần Thông, đưa tay xoa xoa lên đầu nó. Thằng bé khép nép núp sau lưng mẹ, nó chưa chấp nhận được bà ngoại ngang hông nầy. Phượng tiễn bà ra cửa, vẫn không thấy, không cảm nhận được sự vui mừng thật sự của một người mẹ khi biết con gái mình được trân quí và hạnh phúc ở nhà chồng.

Cuộc sống bình an trôi qua, bé Thông đã về với Phượng gần một năm. Bây giờ nó đã được ba tuổi trên giấy tờ. Nó luôn bên cạnh Phượng trừ khi Phượng bận bán hàng hay tính sổ sách. Nó cũng quấn quít Long và Long thì cưng chiều mẹ con Phượng vô cùng. Một lần dẫn Thông ra chợ tỉnh, vào gian hàng đồ chơi trẻ em, Phượng hỏi nó:

- Con muốn mua đồ chơi gì chỉ mẹ mua cho.

- Mẹ mua gì con cũng chơi.

Miệng thì nói vậy nhưng mắt Thông dán vào căn nhà bằng mũ, có thể tháo ra ráp lại. Hiểu ý, Phượng lấy xuống đưa nó:

- Mẹ mua cho con cái nầy nhen?

Mặt Thông rạng rỡ, nó cười tươi rói:

- Cám ơn mẹ. Trong lớp học mấy bạn con có đứa cũng có cái nầy mà nó không cho ai chơi chung hết đó.

- Nếu con có, con cho các bạn chơi chung không?

Thông đưa mắt nhìn Phượng như dò xét:

- Mẹ muốn con cho tụi nó chơi chung hôn?

- Của con mà, tùy con chứ.

- Chơi chung mới vui.

- Ừ, vậy thì chơi chung.

Phượng nhận thấy đứa nhỏ nầy có lòng.

- Con muốn mua gì nữa không?

- Không.

- Mua cho con vài chiếc xe điện nhen?

- Chạy ở đâu?

- Chạy trên lầu đó.

- Mẹ ở dưới đất con ở trên lầu buồn lắm.

- Rồi con cũng phải đi học, không lẽ không xa mẹ sao?

- Chừng nào con mới đi học?

- Nhập học vô là đi. Con cũng ba tuổi rồi, đi mẫu giáo vào lớp mầm.

- Cũng học chỗ đó hả?

- Sao học chỗ đó được? Chỗ đó là Thành Phố, mình ở Tỉnh mà con.

- Thành phố ở đâu? Tỉnh ở đâu?

- Lớn lên con sẽ biết hén? Mà đi học là không được khóc, không được đòi mẹ nghe hôn?

- Mẹ có đưa rước con hôn?

- Đưa rước cục vàng của mẹ chứ.

- Vậy con không khóc đâu.

- Hồi đó con học chỉ có vài bạn, chỉ có một cô giáo dạy thôi. Còn bây giờ con sẽ có rất nhiều bạn và hai cô giáo lận. Một cô dạy con học chữ, ca hát, một cô cho con ăn ngủ. Con sẽ vui hơn. Hai cô nầy cũng sẽ không đánh chửi con và các bạn như cô giáo kia của con đâu.

- Cô giáo kia dữ lắm đó mẹ. Mấy bạn sợ cổ lắm. Nạt lớn tiếng và đánh đau lắm á.

- Con có bị đánh không?

- Có chứ mẹ. Con không làm gì, ngồi im cũng bị cô nói… cái gì... mà… câm hả? Rồi đánh hà.

Phượng cúi xuống, bồng bé Thông lên, hôn vào đôi má phúng phính của nó. An ủi:

- Đừng buồn nhen con. Mai mốt đi học phải ngoan, có chuyện gì uất ức về kể mẹ nghe. Nhưng nếu như con ngoan không ai dám làm gì con hết đó biết chưa?

- Dạ biết. Con ngoan mà.

Phượng mua cho nó một mớ đồ chơi nữa rồi đưa nó về nhà. Thằng bé xoắn xít bên cạnh những món đồ chơi đó, nó vui mừng vì từ lúc biết nhận dạng sự vật tới giờ đây là những món đồ thuộc sở hữu của nó mà không ai tranh giành.

Rồi cũng đến lúc nó đi học. Phượng sắm cho nó đủ thứ, đóng tiền học bán trú, bồi dưỡng cho hai cô bảo mẫu đặc biệt chăm sóc nó. Phượng biết mình làm như vậy sẽ tập cho thằng bé thói ỷ lại nhưng Phượng thật sự thương và lo lắng sợ khi đến trường Thông sẽ ăn không đủ no, mặc không đủ ấm. Bấy giờ nó mới hiểu vì sao các đại gia lại quan tâm con như vậy. Rồi nó tự hứa, ngoài việc nầy, nó sẽ không để Thông mang ý nghĩ ỷ lại mình là con nhà giàu mà mọi thứ vẫn phải đúng như các bạn bè trang lứa. Lúc trước, mẹ ghẻ nó vì ghét mà nuông chiều, bây giờ, nó vì thương cũng nuông chiều. Mục đích khác nhau thì thực hiện phải khác nhau mới đúng.

Mấy ngày đầu đưa Thông đi học, Phượng biết thằng bé buồn lắm. Nó không dám khóc vì đã hứa với Phượng nhưng buổi chiều khi Phượng đến đón, Thông từ cửa lớp nhìn thấy mẹ, chỉ kịp khoanh tay gật đầu chào cô giáo rồi cắm đầu chạy một mạch ra ôm lấy Phượng, nghẹn ngào:

- Con nhớ mẹ. Con sợ mẹ bỏ không rước con.

Phượng cảm động ôm cứng lấy Thông:

- Sao bỏ được con. Con là cục vàng của mẹ mà.

Được một tuần lễ thì Thông vui vẻ đến lớp. Khi bước vào cổng, nó đưa tay bái bai mẹ, miệng nở nụ cười hết sức ngây thơ. Đi học về nói chuyện huyên thiên, ca hát cho Phượng nghe bất cứ lúc nào. Dần dà, Phượng quen với sự có mặt của Thông trong đời.

Thông ở với Phượng được nửa năm, cuộc sống vui vẻ ổn định không có điều chi để phàn nàn thì một hôm nọ Trâm điện thoại cho Phượng:

- Phượng ơi. Mầy cảnh giác nhen. Tao vừa gặp Thương nè. Có nói chuyện với nó nữa.

Phượng tái mặt:

- Mầy gặp nó ở đâu? Làm sao mà gặp được? Mầy có nói với nó chuyện Thông không phải là con nó với anh Long không? Nó về luôn hay chỉ là thoáng về thăm em?

- Trời ơi mầy hỏi gì tới tấp vậy? Hôm qua khi anh Thiện và Ngạn cùng uống cà phê thì Thương điện thoại cho Ngạn. Anh Thiện nói Ngạn bất ngờ và mừng rỡ, hẹn Thương sáu giờ sáng gặp mặt ở quán cà phê trước cổng trường. Vậy là tao và anh Thiện ngồi canh ở ngoài, họ nói chuyện cả tiếng đồng hồ. Tới giờ học nên Ngạn đi. Anh Ngạn tính tiền nước xong rồi đi trước. Anh Thiện không có học buổi sáng nên cùng tao vào quán nhưng ảnh ngồi bàn kế bên còn tao trực diện gặp Thương. Con nhỏ đó đẹp à mầy, ăn mặc sang trọng, son phấn ngập mặt nhưng coi bộ hốc hác chứ không phải dạng phè phỡn. Nó định đứng dậy thì tao liền bước tới nắm tay kéo nó ngồi xuống. Nó ngơ ngác nhìn tao rồi hỏi:

"Cô là ai?"

"Tôi là bạn thân của Phượng, vợ anh Long".

Nghe nhắc tên vợ chồng mầy mặt nó lộ rõ vẻ thảng thốt, vậy mà thoáng cái nó trấn tỉnh lại liền mậy. Nó thản nhiên:

"Phượng nào? Long nào? Tôi không quen với hai người đó."

"Tốt. Tôi biết chị nói như vậy để chứng tỏ chị không còn quan tâm gì đến đứa con mà chị đã giao cho Phượng nuôi. Chị muốn khẳng định rằng một khi giao con lại cho cha nó thì chị sẽ thực hiện đúng lời hứa là sẽ không can dự gì đến cuộc đời của nó hết. Nhưng đó là khi chị làm đúng. Nghĩa là chị giao con cho cha mà phải đúng là cha. Đàng nầy, chị đem một đứa bé không dính líu chút máu mủ gì với anh Long trấn cho vợ chồng họ nuôi. Nói theo kiểu cao cả là chị muốn con của chị sống trong giàu có, hoàn cảnh tốt hơn sống với chị nhưng đó phải là con của chị thì Phượng mới có cớ tha thứ cho chị. Đàng nầy, chị đưa một đứa bé không phải là con của chị luôn. Nguồn gốc nó ra sao chỉ một mình chị biết. Chị làm cái chuyện vô bổ đó chi vậy? Đứa con chị sinh ra chính mắt anh Long nhìn thấy đâu rồi?"

Nó chau mày, tỏ vẻ ngạc nhiên cùng cực luôn mậy. Chồm tới nắm tay tao, nó hỏi, giọng run lên:

"Em nói gì lạ vậy? Sao Thông không phải là con ruột của anh Long và chị chứ?"

"Cái đó phải hỏi lại chị".

Phượng ơi, nó mở cái ví ra, lấy tờ giấy kết quả xét nghiệm AND của anh Long và bé Thông đưa tao xem. Sau đó xin quán cà phê một bọc nilon rồi nhổ mấy cọng tóc dài thượt bỏ vào đưa tao, nói:

"Tóc của chị đây. Em đem về đưa Phượng đi xét nghiệm. Còn Thông và anh Long thì chị đã xét nghiệm rồi. Nếu như hai người đó không tin thì có thể làm lại bất cứ lúc nào mà. Một khi chị đã giao con cho cha nó nuôi, chị trân trọng Phượng, tin tưởng Phượng sẽ không bạc đãi nó. Chị hứa không làm phiền là không làm phiền, nhờ em về nói lại với Phượng giùm chị..."

Thấy nó thành khẩn như vậy tao tin liền mậy. Tao nghĩ là tóc hôm tao lấy không phải tóc của Thương. Vậy là tao ngồi im, nó đặt tờ giấy và túi đựng tóc trên bàn, lấy bình hoa dằn lên. Tao hỏi bây giờ nó sống ở đâu? Nó không trả lời mà chào tao ra về. Chưa uống ly nước nào luôn mậy. Ly của nó và anh Ngạn thì tiếp viên đã dẹp xuống rồi. Hahaha, tao mắc cười không nhịn nổi. Mà mầy biết không, tao vô ý vô tứ thế nào mà khi nhắc bình hoa xuống để lấy đồ thì chỉ có tờ xét nghiệm còn túi đựng tóc đâu mất tiêu. Tao hốt hoảng cúi xuống đất xem có bị rơi rớt gì không nhưng hoàn toàn không. Tao hoảng, chạy ra tìm nó nhưng nó đã mất hút không biết đi ngả nào mà lẹ thiệt. Anh Thiện biết chuyện chửi tao như con không đẻ luôn. Mà phải chi nó uống một ngụm nước tao cũng ráng lấy cái ly đi xét nghiệm. Đúng là con nhỏ nầy quỷ quái thiệt.

Giờ sao Phượng? Có thể nó không phải là mẹ của bé Thông rồi. Vậy đứa con nó sinh ra đâu ta? Vài bữa tao về đưa mầy tờ xét nghiệm của nó nhen. Trong tay mầy là hai tờ xét nghiệm với hai kết quả khác nhau đó.

Phượng càng rối hơn Trâm. Nó không quan trọng Thông là con của ai nhưng bây giờ Thương về lại chỗ cũ mà như Trâm nhận xét Thương trông hốc hác, Phượng lo cuộc sống của cô ta không như ý sẽ trở về làm tiền mình không?

Phượng cảm thấy bất an. Nó bèn nhờ Long chụp những bức ảnh gia đình nhỏ của nó gồm vợ chồng nó và thằng bé. Chụp rồi rửa ra ba tấm lớn, một tấm cả vợ chồng và con, một tấm nó với Thông và một tấm chỉ mình Thông thôi. Phượng sợ lỡ như Thông không còn ở với Phượng nữa thì cũng còn cái để mà nhớ lại thời gian Thông làm mẹ con với nó.

Nhưng cũng trôi qua hơn nửa tháng, chẳng có điều gì xẩy ra. Phượng dần quên vì nó nghĩ, Thương đã dứt khoát rồi. Việc cô ta trở về thăm cha và em là việc nên làm của cá nhân cô ta, đâu quan hệ gì với mẹ con cô. Hơi đâu mà bận lòng.

Bỗng một buổi sáng kia, Thông đã đi học, Long mới ra chợ mua gì đó thì có một gã đàn ông trung niên khoảng 50 tuổi, dáng dấp bình thường nhưng có vẻ là người giàu có đến cửa hàng. Ban đầu, Phượng tưởng là khách mua xe nên vui vẻ mời xem những chiếc xe mới nhập về. Ông ta không nhìn những chiếc xe mà nhìn tổng quát chung quanh như tìm kiếm rồi cất giọng ồm ồm hỏi:

- Cô là vợ của Long?

- Đúng vậy.

- Long đâu?

- Anh ấy đi vắng rồi. Ông cần gặp anh Long à?

- Phải. Nghe nói hai vợ chồng cô có nhận nuôi một đứa bé, bây giờ chắc cũng đã ba tuổi rồi?

- Có vấn đề gì sao?

- Tôi muốn gặp thằng nhỏ.

- Ô lạ không? Ông lấy quyền gì?

- Quyền làm cha, được không?

- Làm cha? Xin lỗi, ông có nhầm lẫn gì không?

- Nhầm sao được mà nhầm. Nó là con của tôi với cô Thương. Xin giới thiệu với cô, tôi tên là Bĩnh. Võ Văn Bĩnh. Tôi đã sống chung với Thương bốn năm nay. Thương có thai thằng nhỏ nhưng tôi còn vợ nên không dám ra mặt nhìn nhận phải để chồng cô làm người thay thế. Bây giờ tôi không còn sợ gì nữa, tôi muốn đem con tôi về nuôi.

- Ông tưởng chúng tôi dễ ăn hiếp vậy sao? Giao con cho tôi nuôi là Thương. Có muốn bắt lại hay không cũng là do Thương đến gặp chúng tôi chứ ông có khả năng đó sao?

- Các người không sợ tôi đâm đơn thưa các người lưu trẻ em đi không cho cha nó nhìn à?

- Thì ông cứ đâm đơn thưa. Tôi nhặt đứa bé trước cửa nhà hàng xóm láng giềng đều chứng kiến, chính quyền cũng xác nhận. Tôi làm giấy nuôi con cũng hợp pháp. Ông lấy tư cách gì mà đi thưa? Có ngon thì lôi Thương ra mà thưa. Thậm chí bây giờ nếu Thương có tới chúng tôi cũng trở mặt không nhìn.

- Thương đưa con tôi cho hai người nuôi mà tôi không hề hay biết, đó là lỗi của cô ấy. Cô ấy cũng phải có trách nhiệm.

Phượng cảm thấy mình nên chấm dứt buổi nói chuyện nầy. Nó đi ra cửa:

- Mời ông về cho. Đây là chỗ tôi làm ăn, không tiếp những vị khách nhảm như ông.

- Cô tưởng tôi dễ dàng bị đuổi đi như vậy à? Nè cô gái, cô chỉ bằng tuổi con gái út của tôi thôi. Đấu không lại tôi đâu. Đường đời cô cũng không bằng. Học thức cũng chưa chắc hơn, sự giàu có cũng không thể so với tôi được. Cô lấy gì để đọ sức với tôi?

- Tôi không có thời gian đọ sức với ông cũng không muốn làm chuyện vớ vẩn đó. Nếu thằng bé thật sự là con của ông, lẽ ra khi tới đây ông phải xuống nước quỳ lụy chúng tôi, mang ơn chúng tôi đã cưu mang con ông thời gian qua. Đàng nầy ông lại tỏ ra mình có quyền yêu sách nầy kia, có quyền muốn đưa đứa nhỏ đi lúc nào thì đưa. Ông nằm mơ giữa ban ngày rồi ông Bĩnh. Mời ông về nếu như ông không muốn tôi gọi công an.

- Thì cô cứ gọi.

Phượng tuy nói cứng như vậy nhưng trong lòng vô cùng lo lắng. Nó không biết tiếp theo phải đối phó với ông ta ra sao thì ngay lúc đó Long về.

CHƯƠNG 16

Long vừa bước vào, Phượng mừng như nhìn thấy cứu tinh. Cô (Từ đoạn nầy trở đi, sẽ gọi Phượng và Trâm là cô) nhanh chóng nắm lấy tay anh:

- Anh à. Đây là ông Bĩnh, ông ta nói đã sống chung với Thương bốn năm nay, nói bé Thông là con của ông ta với Thương, bây giờ ông ta muốn đưa thằng bé đi kìa anh.

Long quay mặt lại, hậm hực nhìn ông Bĩnh, đôi môi của anh mím chặt, cằm bạnh ra, giận dữ:

- Biến. Là con của ai bây giờ không còn ý nghĩa gì nữa. Muốn gì kêu con kia lại đây.

Ông Bĩnh vẫn bình tĩnh ngồi trụ trên ghế, đưa ánh mắt giễu cợt nhìn Long:

- Tội nghiệp cho cậu, làm quạ nuôi tu hú mà không biết. Hai vợ chồng mới cưới nhau, còn quá trẻ, không cớ gì đi nuôi một đứa trẻ không có quan hệ chi với mình. Tôi khuyên hai vợ chồng cậu biết điều mà giao thằng nhỏ lại cho tôi. Bao nhiêu hao tốn về nó trong thời gian qua tôi sẽ chi trả sòng phẳng với hai người.

Long xua tay, ngạo mạn:

- Ông già rồi đừng ngồi đó mà nói nhảm. Thằng bé là con

của chúng tôi có khai sinh hẳn hòi, bất cứ ai cũng không có quyền dây dưa lộn xộn. Ông biến đi cho nhanh, ngon thì kêu con Thương lại đây. Mà cho dù con Thương có muốn bắt lại cũng không dễ dàng đâu nghe. Ông cứ oang oang nó không phải là con tôi, tôi mặc kệ nó là con ai, đã nhận chúng tôi là cha mẹ thì nó là con chúng tôi. Hết việc.

- Hay là để cho rạch ròi, hai người hãy cho phép tôi xét nghiệm ADN với thằng bé. Nếu nó thật sự không phải là con tôi, chừng đó hai người nuôi con không cần phải e dè ai cả. Còn nếu như nó chính là giọt máu của tôi, ít nhất tôi cũng được nhìn nhận con, cũng phải có trách nhiệm với con của mình. Thử suy nghĩ đi, hai người có thể nuôi một thằng bé khi cha mẹ nó vẫn sống sờ sờ và luôn muốn lá rụng về cội sao? Lớn lên thế nào nó cũng nhìn nhận cha mẹ không phải công của hai người là công cốc rồi sao?

- Công cốc cũng không sao. Nhưng tôi không cho phép ông đụng tới thằng bé.

Phượng thật lòng không muốn đem thằng bé ra xét nghiệm tới xét nghiệm lui. Là con của ai những tưởng đối với cô không còn quan trọng nhưng bây giờ cha nó đã gõ tới nhà rồi. Ông ta nói đúng, nếu như nó thật sự là con của ông ta, ông có sẵn sàng bỏ qua cho cô yên tâm mà nuôi không? Phượng chỉ muốn một mình cô là mẹ nó, không ai có thể chia sẻ tiếng gọi thiêng liêng nầy. Chi bằng, bây giờ cô cứ để cho ông ta xét nghiệm, nếu thật sự Thông là con của ông ta, cô chấp nhận một lần đau, trả nó về với cha nó, mặc dù cô biết, nếu Thông không sống chung với mẹ ruột mà ở với bà Bĩnh, mẹ già con mọn, chưa chắc bà ta sẽ chịu khó thương yêu chăm sóc nó, chưa nói đến việc ông Bĩnh mất khi nó chưa kịp lớn, nó sẽ sống ra sao với đàn con của ông ta?

Phượng rối tung đầu óc. Long nhất quyết xua đuổi ông

Bĩnh về. Phượng đứng dậy, nghiêm túc:

- Ông chờ tôi một lát.

Cô bước qua nhà riêng, lên phòng một chút rồi trở lại. Đứng trước mặt ông Bĩnh, Phượng lấy tờ giấy kết quả xét nghiệm AND của Long và Thông trưng ra:

- Người công cốc là ông. Ông nghĩ chúng tôi khờ tới mức tin Thương giao cho chồng tôi nuôi một đứa bé không biết rõ nguồn gốc sao? Hôm trước Thương giao con, hôm sau chúng tôi đã làm xét nghiệm và đây là kết quả. Ông giương to cặp mắt ra mà nhìn, từ bỏ ý định xàm xí đó đi. Hay là ông muốn làm tiền?

Long trố mắt nhìn tờ giấy, anh hoàn toàn không hay biết chuyện nầy. Phượng dò xét thái độ của Bĩnh, cô lấy làm lạ vì sao ông ta không hề tỏ ra một chút bất ngờ mà lại còn khiêu khích:

- Nếu đã tự tin như vậy việc gì hai người phải sợ không cho tôi xét nghiệm chứ? Cũng nên biết cuối cùng Thương đã che giấu, lừa gạt ai. Nếu là con của chú, có nghĩa là nó đã phản bội tôi. Nếu là con của chú, tôi sẵn sàng xin lỗi và từ bấy giờ thề không một lần bước tới làm phiền.

Lúc nầy, Phượng lại tin chắc rằng ông ta chính là cha đẻ của Thông. Cô quyết định rồi, đồng ý cho ông ta xét nghiệm nhưng với hai điều kiện, cô hoặc Long sẽ đi cùng ông ta, text máu nhanh trong vòng bốn giờ để lấy kết quả. Nếu kết quả đúng như ông ta nói, cô sẽ đưa ra điều kiện thứ hai, là sẽ trả lại con cho Thương rồi Thương muốn giao cho ai thì giao. Nếu Thương chấp nhận để con mình sống với mẹ ghẻ, người đã từng đánh ghen cô ta, người đã buộc cô ta và ông Bĩnh đi trốn chui trốn nhủi tìm tổ ấm là chuyện của Thương. Phượng không phải trực tiếp đưa thằng bé vào chỗ vạn kiếp bất phục.

Có thể, lão Bĩnh và Thương quyết định ăn đời ở kiếp với nhau nên muốn đưa con về nuôi chăng? Vì lời hứa với vợ chồng cô nên Thương không dám chường mặt?

Phượng kéo tay Long ngồi xuống bên cạnh, nhìn anh:

- Cứ cho ông ta xét nghiệm anh à. Nó là con của anh, không việc gì phải lo. Nhưng nếu nó là con của ông ta, vậy thì Thương quá tinh vi và ghê gớm rồi. Thông là con ai mình cũng sẽ nuôi nhưng là con của Thương và ông ấy thì không thể được. Không thể nuôi con giùm cho một người đã lừa gạt anh bao nhiêu năm trời.

Long bần thần. Anh im lặng suy nghĩ một lúc, sau đó gật đầu. Phượng quay sang Bĩnh:

- Chúng tôi đồng ý để ông xét nghiệm nhưng với hai điều kiện.

- Cô cứ nói.

Phượng trình bày hai điều kiện của mình cho Bĩnh nghe. Ông đăm chiêu:

- Điều thứ nhất thì dễ rồi. Nhưng điều thứ hai thì không thể được vì cô ta sau khi cho tôi biết địa chỉ nhà cô là đã bỏ đi mất rồi. Đến nay gần cả tháng tôi không hề có chút tin tức gì của cô ấy. Nếu không, tôi sẽ buộc Thương cùng tôi đến đây nói cho rõ rồi.

- Vậy nếu như đứa bé là con ông thì ai sẽ nuôi nấng nó? Vợ ông sẽ đồng ý sao?

- Quyền là của tôi. Bà ấy dám?

- Buồn cười. Nếu quyền là của ông sao ông không công khai lập nhị phòng lại cùng Thương bỏ trốn chứ? Tình trạng của ông bây giờ tôi không muốn ông nhận nuôi đứa bé nữa, miễn bàn.

- Thôi vầy đi. Tôi van xin hai người, cho phép tôi được xác minh xem thằng bé phải là con của tôi không. Nếu không thì tốt quá. Nếu phải tôi cũng sẽ không bắt nó về, còn viết cho hai người tờ giấy phủ nhận đứa con nầy. Chỉ cần tôi biết được nó sống tốt bên cạnh người thương yêu nó là tôi đã vui rồi. Nếu đem nó về sống với tôi, chắc chắn nó sẽ bị phân biệt đối xử, sẽ bị biệt đãi. Tôi hiểu tánh bà nhà của tôi. Lúc nãy làm căng với cô chú chỉ vì muốn xác nhận xem Thương nói có đúng không. Như lời cô nói, lẽ ra tôi phải cám ơn cô chú vì đã nhận nuôi dưỡng nó. Dù sao tôi cũng sẽ không gây khó khăn gì cho hai người. Đây là lời hứa danh dự. Tôi xin dùng sinh mạng mình và các con của tôi để thề với cô chú, nếu tôi nuốt lời, cha con tôi sẽ không có kết thúc tốt đẹp.

Long không nói gì. Phượng nhìn khuôn mặt có hình chữ điền vuông vức của Bĩnh bạnh ra, vẻ chân thực hiện rõ trong đôi mắt van nài chân thật chợt cảm thấy động lòng, cô siết tay Long:

- Anh à, anh quyết định đi.

Long rút bàn tay mình ra từ trong tay vợ, anh xoay ngược lại nắm lấy tay cô, dịu dàng:

- Anh thấy chuyện nầy thiệt thòi cho em. Bây giờ tính thế nào anh cho phép em tự ý.

Phượng vui mừng. Cô chỉ sợ Long đi cùng với Bĩnh, biết đâu do muốn chắc chắn lần nữa, anh sẽ xét nghiệm lại thì mọi chuyện sẽ hỏng hết. Phượng đi, rồi điện thoại cho Trâm qua cùng với cô. Trâm rành rẽ việc nầy hơn cô. Với lại, có Trâm, Phượng cũng yên tâm hơn một mình đối phó với lão già nầy. Đâu thật đâu giả cô cũng khó nhìn ra. Phượng nhìn ông Bĩnh, mắt hướng ngoài cửa:

- Ông tới đây bằng gì?

- Tôi thuê xe bốn chỗ.

- Xin phép cho tôi hỏi thăm chút chuyện riêng. Sau khi Thương bỏ đi, ông đã về nhà với vợ ông chưa? Bà có tha thứ cho ông không?

- Nhà là của tôi, một tay tôi làm ra, có với bà ba đứa con đủ cả trai gái. Bà ta lấy tư cách gì không cho tôi về? Còn có tha thứ cho tôi hay không đó là quyền của bả. Bả cũng phải xét lại mình vì sao lại bị tôi phụ bạc vậy chứ.

Phượng bỗng thấy ghét giọng điệu của Bĩnh:

- Mặc dù tôi còn nhỏ, chỉ đáng tuổi con ông. Nhưng nghe ông nói vậy tôi cũng bất nhẫn thay cho bà. Ông đã ngoại tình trắng trợn còn ngụy biện.

- Trong chăn mới biết chăn có rận. Cô không hiểu nổi đâu.

- Ông thừa biết Thương lúc đó đang có người yêu là anh Long, thậm chí cũng không xác định được cô ta sinh con cho ai mà vẫn lao vào, ông sai hay vợ ông sai?

- Cô đừng quan tâm quá về vấn đề nầy. Lòng người phức tạp lắm. Coi như tôi lấy lễ mà trả lời với cô vì tôi biết cô là người tốt, đã sẵn sàng dang tay thu nhận đứa con riêng của chồng mà không tính toán so đo. Hãy tận hưởng hạnh phúc mà mình đang có đi cô gái. Hạnh phúc không phải chỉ là sống trong nhung lụa mà còn là được sống trong vòng tay yêu thương của người thân và bè bạn chung quanh. Cô có tất cả nhưng Thương không có. Ít ra bây giờ cô ấy cũng đang bị người đời phỉ nhổ, bản thân cũng khó có thể tha thứ cho mình vì luôn phạm những sai lầm nối tiếp trong cuộc đời trong lúc tuổi còn quá trẻ. Tôi buông Thương ra, không tìm kiếm, không gây khó khăn cho cổ chỉ vì muốn cô ấy thêm một cơ hội làm lại cuộc đời mặc dù nếu muốn, tôi có thể lôi cô ấy ra. Nhưng đời mà cô, trái tim của đối phương không còn ở chỗ mình nữa thì cố níu kéo cũng không ý nghĩa gì. Sống đến tuổi như tôi, cô sẽ cảm nhận được tất cả những điều đó thôi.

Phượng lặng thinh. Cô nghĩ thầm, ông ta tâm sự trùng trùng. Người như vậy thật khó hiểu. Bĩnh là một doanh nhân có tầm cỡ, ông không đơn giản trong cách sống, cách suy nghĩ của mình đâu. Vì sao giữa ông và Thương có mối tình vụng trộm nầy chắc trong đó cũng có nhiều ẩn số. Nhưng thôi, chuyện của người ta, liên quan gì tới cô chứ? Chỉ mong sao những phức tạp nầy đừng dính líu gì tới bé Thông của cô là được.

- Bây giờ, cô đưa tôi đi gặp thằng bé một lần có được không? Sẵn đó cô lấy mẫu tóc của nó giùm luôn.

- Không cần phải lấy mẫu tóc đâu. Hôm qua tôi cắt móng tay móng chân cho nó vẫn còn gói lại đây chưa bỏ đi. Ông cũng khoan gặp nó đã. Nếu như ông và nó có quan hệ cha con chừng đó tôi hứa, sẽ để ông cùng nó ăn bữa cơm, tất nhiên là phải có mặt vợ chồng tôi. Còn nếu không phải thì gặp nó làm gì?

Bĩnh trầm ngâm, môi mím lại, suy nghĩ một lát rồi gật đầu:

- Cũng được.

Phượng mở hộc tủ bàn làm việc, lấy ra một cây bấm móng tay tiến đến đưa Bĩnh:

- Ông nói lòng người phức tạp. Vì vậy nên không được tin ai. Bây giờ tôi đưa mẫu nầy cho ông nhưng ông cũng phải để tôi giữ mẫu của ông. Khi lên tới chỗ xét nghiệm thì cùng trưng ra. Ông yên tâm, đây chính là mẫu của bé Thông, nhà tôi ngoài nó ra không có ai móng tay lại nhỏ xíu như vậy.

- Được, cô nói sao tôi cũng đồng ý.

Bĩnh nhanh chọn cắt móng của mình, Phượng cất giữ và đưa ông ta mẫu của Thông. Long nãy giờ im lặng ngồi quan sát vợ mình và người đàn ông xa lạ có nguy cơ phá hỏng cuộc sống ấm êm của gia đình anh. Nhưng thấy Phượng ứng xử khôn ngoan anh yên tâm rồi. Trong lòng Long, lúc nào cũng đinh ninh bé Thông là máu thịt của mình, nghi ngờ thì anh có nghi nhưng đã xác định thân phận nó từ lâu, nếu không, việc gì Thương phải mạo hiểm như vậy chứ? Chứng kiến cảnh Phượng âu yếm, thương yêu con riêng của mình, Long vô vàn cảm kích và mang ơn vợ. Phượng còn quá nhỏ để gánh vác trách nhiệm gia đình, chỉ chuyện chuyên tâm vào cửa hàng xe của anh cũng đã đủ mệt mà bây giờ lại còn vướng bận đứa con nít do chồng mình và người đàn bà khác sinh ra. Tấm lòng của Phượng phải bao la lắm mới có thể mở rộng như vậy. Phượng không màu mè, hình thức làm cho người ngoài xem, rõ ràng cô ấy yêu thương thằng bé bằng tình cảm chân thành, đã cho nó một gia đình với trọn vẹn tình mẫu tử. Người vợ như vậy có đốt đuốc đi tìm khắp thế gian cũng hiếm hoi mới gặp được. Cho nên, anh yên tâm để cô giải quyết vụ rắc rối nầy.

- Em đi một mình được không? Hay là anh đưa em đi?

- Anh phải ở nhà trông coi tiệm và rước con đi học về chứ. Để tài xế đi với em được rồi. Lên tới trên đó em sẽ gọi Trâm ra đi cùng. Anh yên tâm đi, em biết phải làm gì mà.

- Lỡ không về kịp thì sao?

- Kịp. Trâm nói xét nghiệm nhanh trong vòng bốn tiếng sẽ có kết quả, mắc chút nhưng không mất thời gian chờ đợi.

Phượng quay sang ông Bĩnh:

- Ông về trước đi. Cho tôi xin số điện thoại. Khi gần tới tôi sẽ gọi ông ra. Tôi có làm dấu trong vật mẫu của bé Thông rồi, và đây là mẫu của ông, tôi muốn ông cũng nên làm dấu bí mật đi. Kẻo lên đó một trong hai người chúng ta đổi mẫu thì sự thật mãi mãi không được phơi bày.

- Chuyện đó cô không cần phải lo. Tôi chỉ muốn biết sự thật thôi. Dù như thế nào tôi cũng vui lòng chấp nhận.

*

Phượng và tài xế đi Thành phố. Gặp Trâm, cô nói cho Trâm nghe tất cả mọi chuyện. Trâm chỉ biết lắc đầu:

- Phức tạp quá. Tội nghiệp mầy, tự nhiên lại vướng vào cái vòng lẩn quẩn nầy. Con mẹ Thương ghê thiệt đó. Cầu trời cho không phải con ông Bĩnh mầy mới yên lòng mà nuôi thằng bé.

Phượng đăm chiêu:

- Nhưng nếu nó không phải con ổng thì sẽ là con ai nữa mậy?

- Mà cũng không phải con Thương mới chết nè. Nếu con nó, mắc gì khi đưa tóc cho tao rồi lén lấy lại?

- Không phải con nó thì thằng bé nó sinh trước mặt anh Long nó đưa đi đâu rồi?

- Vấn đề là ở chỗ đó.

*

Lấy kết quả xét nghiệm ra, Phượng muốn nhảy dựng lên vì vui mừng. Ông Bĩnh và Thông không có quan hệ máu mủ cha con gì hết. Trâm quan sát, thấy ông ta cũng không có vẻ chi buồn, trái lại khuôn mặt càng rạng rỡ hơn. Dù vậy, cô nhận ra ông đang thất vọng, Trâm lờ mờ đoán được có lẽ ông thất vọng vì bị Thương lừa dối bao năm nay. Ông xoa hai bàn tay vào nhau, xin lỗi Phượng:

- Tôi thật hồ đồ. Cô đã nói nó là con của Long rồi mà tôi vẫn cố chấp không tin. Thì ra bao lâu nay tôi bị cô ta lừa một cú ngoạn mục. Thằng bé con mà cô ta đã sử dụng nó như một công cụ hái ra tiền, để tôi như con rối dành cho cô ta quay mòng mòng. Nghĩ cũng buồn cười, từng tuổi như tôi mà có một đứa con bây lớn vậy được sao?

- Được chứ.

- Tôi bao nhiêu tuổi cô biết không? Sáu mươi rồi đó.

Trâm và Phượng đồng loạt kêu lên:

- Sáu mươi?

- Phải.

- Cho nên khi nghe có con, ông vội vã cung cấp cho Thương cuộc sống đầy đủ hơn chứ gì?

- Đúng vậy.

Trâm nhìn Bĩnh, lắc đầu:

- Không đúng. Hôm tôi gặp cô ấy mới đây, trông cổ tiều tụy lắm chứ không có vẻ an nhàn hưởng thụ đâu.

- Là do cổ chuốc lấy. Đang yên đang lành bỗng đi biệt tăm là sao?

- Chắc cổ tìm cho mình hướng đi mới để thay đổi cục diện. Chứ chẳng lẽ phải sống núp lén với ông hoài? Tương lai ông già, cũng phải về nhà cho con cái phụng dưỡng thì cổ sẽ sống ra sao? Ông có chỗ về còn Thương thì không.

- Bây giờ tôi không còn màng gì cả. Sai cũng đã sai rồi. Thời gian còn lại dùng để khắc phục và bù đắp thôi. Cám ơn Phượng. Cô thật tốt. Cô chỉ bằng tuổi con út của tôi thôi mà đã khôn ngoan và độ lượng như vậy, thằng bé thật có phước khi ở cùng cô.

- Cám ơn ông. Bây giờ trắng đen đã rõ rồi. Ông về nhà

toàn tâm toàn ý vun đắp gia đình. Đừng nghĩ đến Thương nữa. Nói theo kiểu nào thì cô ấy cũng vẫn là kẻ thứ ba phá hoại gia cảng người khác. Đáng trách hơn đáng thương.

*

Phượng và Trâm nhìn ông Bĩnh vừa bước lên xe vừa vẫy tay chào. Hai người bạn nhìn nhau. Phượng mím môi, nở một nụ cười buồn:

- Qua ải nầy rồi, không còn biết ải nào nữa không?

Trâm vỗ vai bạn, động viên:

- Vượt qua ải nầy, tao tin không có gì làm khó mầy được nữa. Bé Thông sau nầy lớn lên biết chuyện, sẽ càng trân trọng và hiếu thảo với mầy hơn.

Nhắc tới Thông. Mắt Phượng sáng lên, hạnh phúc:

- Tao sẽ cho nó một tuổi thơ thật đẹp, tao sẽ không phân biệt đối xử nó khi tao có con của tao. Nó sẽ lớn lên trong vòng tay tao không có một chút gợn nào.

- Tao tin. Vì chúng ta đều có mẹ kế, chúng ta hiểu rõ tình cảm của mẹ dành cho mình dù mình không phải là ruột thịt của mẹ. Hai đứa mình đều có phước phần.

Phượng ngước nhìn Trâm, lắc đầu, mỉm cười chua chát:

- Mầy khác xa tao Trâm à. Mẹ mầy chơn chất thật thà, nghĩ sao nói vậy nhưng mẹ tao thì khác. Miệng nam mô bụng một bồ dao găm đó.

Trâm trố mắt:

- Nói gì ghê vậy mậy?

- Hôm nào mầy về đi, tao sẽ kể cho mầy nghe đàng sau việc thương yêu chiều chuộng tao là gì.

- Nôn quá, nói liền đi mầy ơi.

- Dài dòng lắm. Bây giờ tao phải về kẻo thằng bé đi học về không thấy tao tội nghiệp.

*

Quả đúng như dự đoán của Phượng. Xe vừa đỗ trước cửa, cô chưa kịp bước xuống, bé Thông từ trong nhà mếu máo chầm chậm đi ra, nó không sà vào Phượng mà đứng lại nhìn cô, nghẹn ngào:

- Con không tìm thấy mẹ.

Phượng nghe sống mũi mình cay sè. Những giọt nước mắt từ đâu rơi xuống không kiềm lại được. Cô ôm chầm lấy Thông, trời ơi, đứa bé như vầy làm sao mà không thương?

- Mẹ đi công chuyện mà con. Mẹ có nhờ ba rước con.

- Con sợ mẹ bỏ con.

- Sao bỏ con được? Con là cục vàng của mẹ mà.

Thông ôm lấy cổ Phượng, nó hôn cô. Nước mắt của nó ướt đẫm khuôn mặt Phượng. Cô bế xốc Thông lên, ẵm nó vào nhà.

Long chứng kiến toàn bộ cảnh đó. Trong lòng anh dậy lên một tình yêu vô bờ bến với người vợ bé bỏng của mình.

CHƯƠNG 17

Bốn năm trôi qua.

Trâm bây giờ đã là một bác sĩ trẻ có tiếng tăm trong một bệnh viện lớn ở Thành Phố Hồ Chí Minh. Ngày ra trường với bằng cấp loại giỏi, cô được trường đại học Y khoa nhận lại làm giảng viên nhưng Trâm từ chối. Là một bác sĩ, cô chỉ muốn trực tiếp khám, trị bệnh cho bệnh nhân chứ không muốn chỉ là lý thuyết. Trâm định về quê phục vụ nhưng ba mẹ cô nói nếu như xin được công tác ở thành phố cô sẽ có nhiều cơ hội học hỏi khi còn quá trẻ và ông bà bằng lòng để cô xa nhà. Vậy là Trâm, với bằng bác sĩ chuyên khoa giải phẫu lồng ngực xin vào bệnh viện X và được chấp thuận ngay. Trâm thuê nhà, rước Thúy, em gái cô cũng vừa được tuyển vào đại học Dược lên ở cùng. Mọi chi phí cho việc học tập và sinh hoạt của Thúy đều do Trâm hoàn toàn chi xuất, đỡ được gánh lo cho ba mẹ. Lúc đó, Trực cũng đã học lớp mười hai, lại sắp đại học nữa rồi.

Trâm và Thiện vẫn giữ mối quan hệ tốt đẹp, tình cảm thân thiết nhưng không phải là tình yêu. Trong suốt thời gian năm năm đại học, Trâm chưa có người bạn trai nào cũng không để ý đến ai. Cô gắn bó với Thiện mọi lúc mọi nơi, khi bạn bè Thiện, bạn bè cô tổ chức sự kiện gì đó thì cả hai lúc nào cũng đi chung, bạn bè hai bên mặc định họ là tình nhân của nhau và hai người chỉ cười mà không giải thích. Chỉ khi mẹ của hai bên hỏi thì họ cùng trả lời thẳng thắn là không. Bà Định hỏi Thiện:

- Con với Trâm định chừng nào cưới nhau đây?

- Cưới gì mà cưới mẹ ơi. Tụi con có phải là bồ bịch gì của nhau đâu.

- Không bồ bịch mà đeo dính như sam. Đi đâu cũng đi chung. Con làm việc ở thành phố nó cũng không chịu về quê. Mỗi lần về là đều cùng về hai đứa. Cả xóm, cả làng đều nói vậy. Con mà không cưới nó tội nghiệp cho con gái người ta.

Thiện phá lên cười:

- Mẹ ơi, thời buổi nào rồi? Trâm công tác ở bệnh viện lớn tay nghề nó mới cứng, sau nầy về quê giúp đỡ dân mình. Công việc con phải ở thành phố mới có chỗ đứng. Tụi con còn trẻ, phấn đấu một thời gian tạo cho mình tiền đồ rồi có gia đình cũng đâu muộn.

- Nhưng phải cưới con Trâm.

- Trời ơi, nó có chịu con đâu mà cưới? Người ta là bác sĩ đó mẹ.

- Bộ con thua kém gì sao? Nó đại học con cũng đại học vậy?

- Cơ bản là tụi con không có yêu nhau. Mẹ nghĩ đi, trước mặt con nó không có giữ kẽ gì hết, buồn ngủ thì ngáp vắn ngáp dài vậy đó. Còn con trước mặt nó mắc địt cũng địt tủng tủng như thường.

Mẹ Thiện cười ngất ngơ:

- Như vậy càng tự nhiên hơn. Chừng làm vợ chồng không ngại lòi ra những khuyết điểm đó. Mà mẹ hỏi thiệt, không yêu nhưng con có thích nó không?

- Vụ nầy thì có à. Không thích sao đi chung hoài được mẹ?

- Không gặp nó có nhớ hôn?

Thiện đứng dậy bỏ đi:

- Mẹ hỏi kỳ ghê nhen. Khi nào con yêu ai. Con sẽ nói với mẹ.

- Nhưng mẹ ưng con Trâm quá đi hà.

- Vậy để từ từ coi con có yêu nó được không đã chứ.

Bên nhà Trâm, mẹ Trâm nói:

- Thôi, công việc ổn định rồi, lo cho mình đi con. Định chừng nào cùng với thằng Thiện tổ chức đám cưới đây?

Trâm giẫy nẩy:

- Đám cưới gì mẹ ơi. Con với ảnh có bồ bịch gì đâu mà cưới hỏi.

- Ủa chứ hổng phải hai đứa đang yêu nhau à?

- Yêu đâu mà yêu. Ảnh coi con như con nít vậy đó mẹ. Đi đâu cũng dẫn theo, mua bánh cho ăn. Hễ có ai dòm ngó con cái ảnh nói "Nó còn khờ ịch biết gì chuyện trai gái mà chọc ghẹo nó chi".

Bà Đào cười hì hì:

- Khờ quá. Nó giành lại cho nó đó.

- Giành gì mà giành mẹ ơi. Tại mẹ không biết đó thôi, ảnh chơi với con nhiều cái y chang con nít chơi với nhau. Đang ngồi chờ cà phê mang ra, ảnh mắc địt, nghiêng người địt cái tủng thiệt bự rồi đưa tay bụm lấy hơi đó quăng ra cho con hửi nữa đó.

Mẹ Trâm rũ ra vì cười. Cười chảy nước mắt. Dứt cơn cười, bà nói:

- Cái thằng khùng thiệt. Nhưng mẹ thấy nó đàng hoàng,

có nghề nghiệp ổn định. Con và nó lấy nhau cũng xứng đào xứng kép. Lại thân thiết hiểu rõ nhau từng đường tơ kẽ tóc sau nầy không sợ bị nhầm chồng. Con có gia đình ba mẹ cũng yên tâm.

- Gấp gì mẹ ơi. Chờ Thúy và Trực ra trường cho ba mẹ hết gánh lo rồi con tính sau mà.

- Chỉ một mình thằng Trực thì ba mẹ lo được. Con gái lớn rồi cũng phải tìm bến đỗ cho mình chứ.

Trâm nhìn mẹ, ánh mắt thương yêu cảm kích. Cô nũng nịu:

- Không có chồng thì con ở vậy với ba mẹ, chăm sóc ba mẹ tuổi già cho hai đứa em con yên tâm có gia đình.

Bà Đào chớp chớp mắt:

- Tui hổng mượn. Lo thân mình đi. Tui còn khỏe mạnh lắm chưa cần chăm sóc đâu.

- Mẹ hổng cần con nữa hả? Con mới đi làm chưa bao lâu, chưa báo hiếu gì cho ba mẹ hết mà mẹ muốn đuổi con đi rồi.

- Ừ, đuổi đó. Làm ơn có chồng đi cho tui rảnh mắt. Nhưng cũng phải lựa người nào đàng hoàng chứ không được quơ ngang bắt hụt nghe chưa?

- Hông nghe á.

- Hông nghe thì đánh vô đít đó.

- Không sợ.

- Bác sĩ gì mà lì lợm.

Trâm sít sát lại gần mẹ hơn, ngả đầu vào vai bà, cô thủ thỉ:

- Con biết mẹ thương và lo cho con. Nhưng mẹ ơi, con lớn rồi. Biết dự tính cho tương lai của mình. Khi nào lo xong cho hai đứa em con mới bắt đầu yêu đương hẹn hò. Còn bây giờ là lúc phải phấn đấu cho sự nghiệp, con không có thời gian đâu mẹ. Yêu đương rồi phải nhớ nhung, hò hẹn, đánh quần đánh áo. Trong ngành y con thật sự chưa vững vàng, còn phải học tập nhiều. Mẹ đừng băn khoăn nữa nhen? Nếu như vài năm nữa không ai lấy con mà anh Thiện vẫn chưa có vợ thì con sẽ "dụ" ảnh hén mẹ?

Bà Đào xoay người lại, cú vào trán Trâm:

- Gì? Dụ hả? Con gái con đứa mà nói chuyện vô duyên.

Hai đứa em của Phượng: Loan, Trí thì không may mắn bằng Thúy, Trực. Loan không đủ điểm vào đại học, chỉ vào được cao đẳng công nghiệp thực phẩm. Trí cùng lớp với Trực nhưng học lực cũng không bằng dù nó rất phấn đấu. Phượng cũng như Trâm, chi phí cho học tập và sinh hoạt cho Loan trong thời gian đi học, kể cả tiền thuê phòng trọ. Mấy lúc sau nầy, quan hệ của chị em Phượng được cải thiện, trở nên thân thiết và gần gũi hơn trước rất nhiều. Phượng mở lòng ra hết với các em, duy chỉ có bà Tiên là cô lúc nào cũng e dè đề phòng. Ông Tác, ba cô bây giờ mặc nhiên công nhận Thông như cháu ruột của mình. Mỗi khi cô dắt Thông về chơi, mọi người cũng xúm xít lấy nó. Thông càng lớn càng hiểu chuyện, nó luôn ngoan ngoãn nghe lời Phượng và đặc biệt là rất gắn bó với gia đình bên nội. Cô Ba Nhã và hai chú của Thông cũng thật lòng yêu thương nó, nhất là bà nội Tương, xem nó như báu vật. Ông nội thì không nói gì, không ghẻ lạnh cũng không nuông chiều. Chắc ông không hề nghĩ rằng đây là giọt máu của dòng họ nhà ông.

Đã lâu như vậy mà Phượng vẫn chưa có con. Long áy náy vì chuyện nầy. Anh biết cô kế hoạch chứ không phải tự nhiên. Mỗi lần nhắc tới, Phượng đều nói chờ Thông lớn thêm một chút, chờ nó vào lớp một đã. Nhưng bây giờ Thông sắp vào lớp hai rồi mà Phượng vẫn chưa có động tĩnh gì. Bà Tương nhắc nhở:

- Thôi được rồi con. Thông cũng lớn rồi, con sinh thêm con cho mình đi. Nhà mình cũng heo hút người mà công việc thì nhiều. Hai đứa em trai của con lại không thích kinh doanh. Sau nầy ba mẹ mất đi vợ chồng con và con Nhã không quay xiết. Sinh thêm cho mẹ vài đứa cháu nội nữa cho ấm cửa ấm nhà.

Phượng cũng cảm thấy tới lúc mình phải có con của mình rồi. Một hôm, nằm cạnh Phượng, Thông hỏi:

- Sao mẹ không sinh em cho con chơi chung với nó?

Phượng ôm lấy Thông, ướm lời:

- Có em rồi con thương em không?

- Thương chứ. Bạn con đứa nào không có em thì cũng có anh hay chị. Chỉ mình con không có thôi.

- Không sợ có em rồi mẹ bận lo cho em không lo cho con sao?

- Không sợ. Bởi vì con cũng đã lớn rồi. Con sẽ phụ mẹ lo cho em. Mẹ khỏi đưa rước con đi học nữa để ở nhà chăm sóc em. Ba đưa con đi là được rồi.

- Con thích em trai hay em gái?

- Trai hay gái đều thích vì nó là em của con mà.

Phượng hôn Thông. Trời ơi thằng bé như vậy bảo sao không thương yêu nó cho được? Bản tính nhân hậu hiền lương hình thành từ lúc mới vừa bập bẹ những tiếng nói đầu tiên. Cô cảm thấy may mắn khi nhận nuôi nó. Nó thông minh, ngoan ngoãn lại học giỏi xuất sắc trong lớp. Bao giờ đi họp phụ huynh Phượng cũng thấy hãnh diện về Thông. Thông sẽ là tấm gương sáng cho các con của cô sau nầy.

Có một điều Phượng không lý giải được, là càng lớn lên, Thông càng giống Phượng. Giống từ đôi mắt to tròn đến cái miệng cười. Nhìn vào không ai có thể nghĩ đây không phải là mẹ con ruột. Và lạ nữa là tướng đi dáng đứng của nó thì lại y hệt như Long. Chính vì lẽ đó mà gia đình chồng cô không ai nghi ngờ quan hệ cha con của Long và Thông cả. Bí mật nầy chỉ có Phượng, Trâm và Thiện biết thôi. Riêng đối với Phượng, cô luôn xem nó là một phần cuộc sống của mình. Hết lòng yêu thương dạy dỗ.

Phượng có thai. Cả nhà chồng và nhà cô ai cũng vui mừng. Nhất là Long. Anh xem như mình trả ơn cho Phượng đã nuôi nấng con riêng của mình. Tình cảm của Phượng đối với Thông khiến Long tin rằng dù có con, cô cũng không bao giờ bạc đãi con chồng. Phượng rất muốn đứa bé trong bụng cô là con gái. Con gái thì sau nầy sẽ không vì tranh chấp tài sản mà anh em trở mặt với nhau. Giống như Long và Nhã bây giờ vậy. Anh em họ hòa thuận, ai làm việc nấy, không dòm ngó hoặc lấn cấn về việc tài sản. Hai đứa em trai Long cũng vậy. Rất vui vẻ và biết điều. Có thể do họ quá giàu, họ biết nếu không tranh chấp thì những gì thuộc về họ vẫn không ai giành lấy. Gia đình Long nề nếp là do một tay mẹ Long thu xếp. Đó là một người đàn bà bản lĩnh và nhân hậu, rất giàu có nhưng không khoa trương. Phượng nghĩ, ba mẹ chồng là bạn của mẹ cô, bề ngoài mẹ cô cũng là người tốt nhưng cô thì rất rõ bà ta tốt với mọi người chỉ ở cái miệng thôi, trong lòng ai nấy đều không hơn bà ta về bất cứ phương diện gì. Người như vậy sao là bạn thân với mẹ chồng cô được chứ?

Rồi Phượng nghĩ, có phải mình đã quá thành kiến với mẹ không? Chỉ vì một lần nghe lén mà đã khắc sâu mối hận như vậy? Dẫu sao cũng nhờ có bà mà cô mới được như hôm nay, Dù bà với mục đích gì thì cũng cám ơn bà đã kết nối cô với

Long để giờ đây cô có một gia đình êm ấm và một cơ ngơi vững chắc đảm bảo cho tương lai về sau của mình.

Khi cùng chồng dắt Thông về nhà chơi, Thông theo cậu ra sau vườn hái bưởi, Long ngồi nói chuyện với ba vợ thì bà nhìn Phượng, dò xét:

- Có con của mình rồi, liệu con còn thương thằng bé như vậy giờ không?

Phượng thật lòng không muốn gây hấn hay tâm sự với bà, nhưng chẳng hiểu sao miệng cô lại thốt ra những lời gây hấn. Cô trả đũa:

- Vậy mẹ phải hỏi lại mẹ xem khi có em Thoa rồi mẹ có còn thương con không?

- Khác chứ con. Con là con của ba con, ít nhiều cũng có quan hệ chị em với tụi nó. Còn thằng nhóc nầy với con của con có miếng máu mủ ruột rà gì đâu? Lo cho đồ bá vơ chi bằng lo cho con của mình. Lớn lên nó là con trưởng, quyền sinh sát trong tay nó cũng khó lòng lắm nhen.

- Mẹ lúc nầy ngộ nhen. Hồi đó mẹ đâu có dạy con ích kỷ như vậy? Con nít như tờ giấy trắng mẹ ơi, vẽ gì sẽ lên nấy thôi. Cá nhân con, con sẽ vẽ lên đó một bức tranh thật đẹp để các con của con lấy đó làm mực thước mà đối đãi với nhau.

Phượng cố ý quan sát bà. Cô công nhận bà bản lãnh, miệng mỉm cười không lộ chút bối rối. Khi Thông khệ nệ hai tay ôm hai quả bưởi lớn bước vào, bà nhìn nó trân trân, lần nữa Phượng bắt gặp ánh mắt của bà thật ngộ. Cô chau mày, thật sự không hiểu nổi biểu cảm đó là do nguyên nhân nào. Nhưng Phượng cũng thấy lo, cô luôn cảnh giác bà, luôn theo sát bé Thông. Năm nay nó cũng gần tám tuổi rồi, đang học lớp hai. Ngoài ba mẹ, bà nội và các cô chú, Thông chỉ thích thêm ông ngoại và cậu út thôi. Nó ít khi xáp vô chỗ người lớn nói chuyện. Ngoan ngoãn nhưng không huyên thiên.

Tối hôm đó, Thông nói với Phượng:

- Mẹ à, bà ngoại nhổ tóc con chi vậy mẹ?

Phượng hoảng kinh:

- Ngoại có nhổ tóc con sao?

- Có, bứt một lần mấy cọng tới chân tóc đau điếng luôn.

Thông nghiêng đầu chỉ cho Phượng xem. Cô xoa xoa lên đó:

- Sao con để cho bà nhổ vậy chứ? Bà có hỏi con không?

- Không có mẹ. Con đang ngồi bà đi lại đưa tay nhổ cái bựt luôn vậy đó.

- Mai mốt đừng ngồi gần bà ngoại nhen con. Không cho bà nhổ tóc hay cắt móng tay móng chân gì hết. Bà đưa đồ cho con uống con cầm rồi để xuống không được uống luôn nghe hôn?

- Kỳ vậy mẹ?

- Mẹ nói thì nghe lời đi.

- Dạ.

Phượng biết thằng bé thắc mắc lắm nhưng không dám hỏi. Chính bản thân cô cũng thắc mắc, bà ta làm vậy là tại sao? Dùng để xét nghiệm AND xem có phải con Long không hay sao? Nếu phải thì bà sẽ làm gì? Lẽ nào cho tới bây giờ bà vẫn muốn xen vào cuộc sống của cô nữa hay sao?

CHƯƠNG 18

Trong lòng Phượng nơm nớp lo sợ, không biết mẹ kế của mình sắp giở chiêu gì ra. Cô nghĩ, tại sao bà ta lắm chuyện vậy? Con gái đã gả đi, đã được hạnh phúc không còn là nỗi bận tâm của bà, lại là người phụ bà lo lắng cho hai đứa con, lại chu cấp tiền bạc để ba mẹ sống thoải mái, bà còn muốn gì hơn nữa? Phượng có thua kém ai về mặt hiếu thảo không? Xét nghiệm làm gì? Để biết Thông là con của Long, để cười nhạo cô nuôi con riêng của chồng mà xem như báu vật à?

Không nhịn được, Phượng lại tâm sự với Trâm. Cô nói tất cả những điều mình đã trải qua, những việc tai nghe mắt thấy. Trâm cũng ngạc nhiên như Phượng. Nhưng cuối cùng Trâm nói:

- Ăn nhằm gì Phượng ơi. Cho dù bà biết hết tất cả cũng chưa chắc sẽ làm hại mầy. Mà hại mầy thì bà cũng đâu có được gì bởi vì mọi chuyện đều do bên chồng mầy mà. Mầy chỉ là nạn nhân nhưng mầy đã khôn ngoan để biến mình thành người quan trọng. Yên tâm đi Phượng, sẽ không có chuyện gì lớn đâu. Để tinh thần mà dưỡng thai cho đứa bé sinh ra được khỏe mạnh nghe hôn.

Phượng siêu âm ra một đứa bé gái. Cô rất mừng. Gia đình bên chồng có hơi thất vọng nhưng cũng không ai nói gì mà chia sẻ sự vui mừng với cô. Sợ Phượng thiệt thòi, Long luôn vỗ về Phượng là sẽ có con trai tiếp theo. Phượng cười tươi tắn:

- Không quan trọng đâu anh. Con nào cũng con, có trai có gái, có nếp có tẻ mới đúng một gia đình. Mình còn trẻ mà lo gì. Mai mốt con đàn cháu đống nuôi không nổi luôn đó à.

Khi con gái của Phượng ra đời, Long đặt tên cho nó là Tuệ. Trần Đức Tuệ. Cái tên nửa nam nửa nữ làm cả nhà mỗi lần gọi đều tức cười.

Thông đặc biệt quấn quít bên cạnh mẹ và em. Ngoài giờ học, cu cậu ngồi suốt bên giường để nhìn em bé ngo ngoe. Nó cười chúm chím, lấy khăn lau mồ hôi trán cho mẹ, nói không ngớt miệng:

- Mẹ. Cặp môi của bé đỏ chét như thoa son vậy đó.

- Mẹ. Bàn tay bàn chân em con có chút ét hà. Đưa ngón tay con vô nó nắm cứng ngắt luôn.

- Mẹ. Chừng nào nó biết nói, biết đi được để con dẫn nó đi chơi.

- Mẹ, con thích em trai hơn, để cùng nó qua nhà ngoại chơi đá banh, bắn bi. Nhưng bây giờ có em gái cũng tốt, con sẽ dắt nó ra sau vườn nhà ngoại hái bưởi, gọt cho nó ăn đó mẹ. Con sẽ dạy cho nó học, sẽ thương nó và nó cũng sẽ thương con.

Phượng nghe thằng bé nói ríu rít mà rất vui trong lòng. Cô tin anh em chúng nó sẽ thương yêu đoàn kết, sẽ có tuổi thơ êm đềm hạnh phúc trong vòng tay của ba mẹ.

Khi Phượng có đứa con đầu lòng là lúc cô hai mươi bảy tuổi, Trâm hai mươi sáu. Trâm ra trường được ba năm. Chỉ trong vòng ba năm, cô đã khẳng định được mình và có vị trí trong bệnh viện. Thúy vừa vào năm tư của đại học Dược, Trực vào đại học Y khoa năm đầu. Ba chị em Trâm là niềm hãnh diện của cha mẹ. Lúc nầy Trâm thuê hẳn một căn nhà mặt tiền một tầng lầu. Ba chị em sinh hoạt ngủ nghỉ trên đó. Phía dưới,

Trâm mở phòng khám tư nhân và nhà thuốc ngoài giờ. Khi cô khám bệnh có Trực theo phụ để cô chỉ dạy thêm. Thúy thì phụ trách lấy thuốc cho bệnh nhân theo toa bác sĩ Trâm đưa ra và trông coi tiệm thuốc. Một mình Trâm nuôi hai đứa em ăn học mà mỗi khi ba chị em về quê, cô đều cầm tiền đưa cho mẹ. Bà Đào luôn từ chối:

- Thôi con. Nếu có dư dả thì thủ lại để dành đi. Giờ chỉ còn có ba mẹ thôi, không thiếu thốn gì đâu. Con nuôi hai đứa em ăn học cũng mệt mỏi lắm rồi. Giữ gìn sức khỏe là quan trọng, đừng có tham quá đó.

- Mẹ ơi con là bác sĩ mà mẹ lo gì. Con chỉ muốn ba mẹ an vui, sống thọ với chị em con, đừng lo lắng gì cả. Tiền con kiếm ra được cũng chỉ để cho gia đình tiêu xài. Thủ thì con cũng có thủ chứ. Từ từ rồi con cũng sẽ mua được một căn nhà trên nầy để chị em con hành nghề y. Ba mẹ phải tự lo cho mình. Ăn uống thoải mái, nghỉ ngơi đầy đủ, luôn luôn khỏe mạnh cho tụi con yên tâm. Tiền con đưa thì mẹ phải nhận cho tụi con vui.

Bà Đào hài lòng về Trâm, về đám con mình quá đỗi.

Thiện vẫn hay tới rủ Trâm đi cùng anh tham dự những sự kiện của bạn bè hai bên tổ chức. Trâm và Thiện chưa ai chính thức có người yêu. Lúc nầy, Trâm cũng muốn thử lòng Thiện, thử xem tình cảm của anh đối với cô là tình cảm gì. Cho nên một hôm Thiện rủ Trâm ra ngoài dùng cơm chúc mừng anh vừa thắng được một dự án lớn, bữa cơm chỉ có hai người thôi. Trâm, trong bụng đã muốn đi rồi nhưng còn ỡm ờ:

- Anh à, có một bác sĩ làm chung với em, vừa rồi ngỏ ý muốn đeo đuổi em và em thấy anh ấy cũng có tư cách. Dù chưa trả lời nhưng em cũng sẽ cho anh ấy một cơ hội. Nếu cứ đơn đao phó hội với anh hoài thì chắc em thành gái già quá anh.

Thiện biến sắc mặt:

- Nói gì? Sắp có bồ rồi hả? Có bồ rồi bỏ thằng anh nầy hả?

- Rồi anh cũng sẽ có bồ, có vợ thôi. Hổng lẽ hai đứa mình cứ vầy hoài rồi ai dám xáp vô nữa?

- Anh chưa bao giờ nghĩ sẽ có bồ bỏ lại em một mình.

Trâm cười ha hả, cô đánh vào tay Thiện:

- Cha nội. Con với cha đâu có quan hệ gì ngoài tình hàng xóm. Cha cứ xà nẹo với con hoài như vậy để con ế hả?

- Con ế cha hổng ế chắc?

- Vậy cha tìm một nửa cho mình đi, để con tự do chút.

- Ý muốn vậy phải không?

- Phải đó.

- Vậy thì tự nhiên đi. Đừng bận tâm tới thằng anh nầy nữa.

- Há há há… Nhìn giống ghen quá ta.

- Mắc gì mà ghen?

- Không ghen sao nói chuyện thấy ghét vậy?

- Bởi vì bây giờ người ta là bác sĩ. Bác sĩ thì phải có chồng bác sĩ mới môn đăng hộ đối. Hạng như anh sao xứng đáng được chứ.

Trâm nhìn sâu vào đôi mắt Thiện. Lần đầu tiên sau bao nhiêu năm tiếp xúc với anh, cô cảm thấy từ trong những lời anh vừa nói chất chứa một nỗi niềm. Lần đầu tiên cô cảm thấy lòng mình nao nao.

Phượng chủ động đặt tay mình lên đôi tay Thiện đang xoán lại để trên bàn:

- Anh à. Tụi mình giờ cũng đã lớn, đã ổn định nghề nghiệp rồi. Anh hai mươi chín em hai mươi sáu. Cha mẹ cứ hối thúc lập gia đình hoài. Thật lòng em cũng chưa yêu thương ai nhưng em cũng nên cho người ta một cơ hội. Anh cũng vậy, em biết nhiều cô thích anh, nếu anh mở lời, sẽ có hàng tá đứa sẵn sàng nâng khăn sửa trấp cho anh.

Đột nhiên, Thiện xoay ngược tay lại, nắm chặt lấy tay Phượng:

- Nếu như anh nói em hãy vì anh mà từ chối không cho bất cứ ai theo đuổi. Nếu như anh nói muốn em chờ đợi anh thêm một năm nữa khi anh đủ ba mươi tuổi rồi mình cưới nhau, em sẽ trả lời anh như thế nào?

Trâm mở lớn mắt nhìn Thiện. Cô hơi bất ngờ:

- Anh có thích em sao?

- Có. Thích từ rất lâu. Nhưng anh không cảm nhận được tình cảm của em nên không dám ngỏ lời.

- Không cảm nhận được tình cảm của em sao?

- Vậy em có sao?

- Em có.

Trâm mắc cỡ, cúi mặt xuống tránh tia nhìn của Thiện, tay vẫn để yên trong tay anh. Đây không phải lần đầu họ nắm tay nhau nhưng lần nầy Trâm thấy lạ quá, run rẩy, xao xuyến kỳ cục. Thiện nhân cơ hội, tiếp luôn:

- Vậy sao em không nói?

- Sao anh không nói?

- Ít ra em cũng phải có biểu hiện gì chứ?

- Sao anh không có biểu hiện gì để em nghĩ anh có tình cảm với em?

- Anh mà không có sao? Đi đâu anh cũng muốn đi cùng em.

Về quê cũng phải chờ em về. Anh không có bạn gái là vì em.

- Em cũng vậy chứ bộ.

- Vậy em hứa với anh rồi nhé?

- Hứa gì?

- Hứa sẽ đồng ý anh.

- Đồng ý gì chứ. Không biết à….

- Hahaha, lần đầu tiên thấy em mắc cỡ. Con gái phải mắc cỡ mới dễ thương. Hay là mình về nói thật với cha mẹ hai bên đi em, làm đám hỏi xong chờ sang năm rồi cưới hén?

- Ai biết. Tùy anh hà.

- Xuất giá tòng phu hả?

Hai người về trình bày với cha mẹ hai bên. Tất nhiên không có trở ngại gì. Vậy là Trâm và Thiện chuẩn bị làm đám hỏi, sẽ cưới nhau khi Thúy ra trường.

Trâm đơn giản, cuộc sống đơn giản và chuyện yêu đương của Trâm lại cũng vô cùng đơn giản. Chỉ có đám cưới là rình rang hoành tráng do hai gia đình rất tự hào và hãnh diện vì con của mình.

Phượng cũng như Trâm, nuôi hai đứa em. Loan đã tốt nghiệp cao đẳng nghề ngành chuyên môn là chế biến thực phẩm. Loan cũng đã xin được việc làm ở thành phố. Loan tuổi với Thúy nhưng không chịu có chồng vì cô nghe lời mẹ, phải tìm cho mình một người con trai giàu có để làm dâu hào môn như Phượng. Loan đẹp lắm, thừa hưởng nhan sắc của mẹ thời thanh xuân và được mẹ tận tình chăm sóc, dạy bảo nên lúc nào Loan xuất hiện cũng tươi tắn, rạng rỡ phần lớn là nhờ son phấn. Nhiều người đeo đuổi nhưng Loan đều nhìn họ dưới mắt mình.

Trí không đủ điểm vào đại học mà nó mơ ước nhưng vẫn vào được đại học bán công, Trí theo ngành công nghệ thông tin, tiền học phí và sinh hoạt của Trí đều do Phượng tài trợ. Phượng không nói với Long điều nầy vì bây giờ cửa hàng của cô rất ăn nên làm ra. Ông Tương, cha chồng của Phượng mở rộng chuỗi cửa hàng ô tô, Nhã đã lập gia đình và ông giao cho vợ chồng cô ấy một cửa hàng xe gắn máy y hệt của Long. Hai cậu em trai em chồng Phượng đều vào đại học. Nhất học đại học Kiến Trúc, Bang theo đại học Luật. Hai người không mảy may dòm ngó tới gia sản của nhà mình. Không biết bà Tương đã dạy con như thế nào mà tất cả bốn đứa con của bà đều hòa thuận, kính trên nhường dưới. Phượng từng nghĩ, trong gia đình hào môn luôn luôn xuất hiện những mâu thuẫn, những sự tranh chấp tài sản, âm mưu giành của, đấu đá lẫn nhau nhưng bây giờ, trong gia đình nầy, cô chưa từng thấy điều gì biểu hiện cho một sự tranh giành dù rất nhỏ.

Vì cơ ngơi đồ sộ như vậy nên Long thường xuyên ra các salon xe hơi để trông chừng phụ sự cho cha. Ông giao luôn cho anh quản lý cửa hàng xe tải. Ông không nói cho riêng Long nhưng mọi vận hành của cửa hàng nầy đều do Long quyết định.

Phượng có con nhỏ, lại bận rộn giao dịch cho công việc buôn bán. Cô thuê người cơm nước, quét dọn nhà cửa. Thuê thêm người phụ cô trông coi cửa hàng. Phượng rất bận rộn. Thông càng lớn càng tỏ ra hiểu chuyện. Nó coi sóc chăm nom em gái. Khi bé Tuệ đã biết ngồi, biết ăn thì Thông luôn bên cạnh nó ngoài giờ học. Đút cơm cho em ăn, thay đồ cho em, chơi với em, đỡ đần cho Phượng đủ thứ. Chuyện gì nó làm được là làm, Thông chưa bao giờ gây cho Phượng một chút phiền phức. Dù có con riêng của mình, Phượng cũng không hề phân biệt đối xử với Thông. Trái lại, cô càng cảm thấy hạnh phúc khi có Thông là con trai đầu lòng. Lắm khi nhìn anh em chúng chơi với nhau, bé Tuệ cười híp mắt, cười nắc nẻ trong tay Thông, Phượng thấy lòng mình tràn ngập niềm vui và một tình yêu thương kỳ lạ luôn có mặt trong trái tim cô.

Sau khi biết bà Tiên, mẹ kế của mình âm thầm lấy mẫu tóc của Thông, Phượng đã rất lo lắng. Cô chờ đợi bà ta giở chiêu gì. Nhưng thời gian cũng đã qua lâu rồi không nghe bà đá động gì đến nên cô cũng yên tâm. Bởi vì bên ngoài ai cũng nghĩ Thông không phải là con ruột của Long thì việc hai người họ không có quan hệ huyết thống đâu phải là bí mật gì để bà ta công khai đánh gục cô?

Rồi Phượng nghĩ, bà không có lý do gì để làm hại mình. Bây giờ, cô chính là đứa con gái rất quan trọng trong gia đình. Cô chăm lo cái ăn cái mặc của ba mẹ mặc dù gia cảnh nhà ba cô không thiếu thốn điều gì. Cô toàn tâm toàn ý lo cho hai đứa em ăn học. Hai bà ngoại cô cũng gửi tiền ăn bánh ăn quà. Ông bà nội thì có phần hơn. Phượng đã làm tròn trách nhiệm của một đứa con gái lớn, vậy bà ta còn điều gì chê trách cô nữa chứ?

Nghe tin Thiện và Trâm sắp cưới nhau, Phượng mừng cho bạn. Tình cảm ngày trước đối với Thiện giờ nghĩ lại cô thấy buồn cười. Đúng là tuổi mới lớn có nhiều xốc nổi. Phượng yên tâm về Trâm, chỉ có Trâm và Thiện biết bí mật của Thông thôi, cô tin hai người sẽ không vì bất cứ lý do chi mà phản bội lại cô.

Một lần Trâm ghé chơi. Thông xoắn xít bên Trâm, bồng bé Tuệ đến gần, líu lo:

- Dì Trâm coi em con nè. Nó giống mẹ con quá chừng luôn. Lớn lên nó đẹp gái hơn con luôn nè.

Trâm cười nghiêng người:

- Con đẹp gái hả?

- Hông phải. Ý con nói nó đẹp gái hơn con đẹp trai á.

Trâm đưa tay đỡ lấy bé Tuệ, nhìn thật lâu rồi ngạc nhiên nói với Phượng:

- Ê Phượng. mầy nhìn kỹ xem, bé Tuệ giống anh Hai nó y chang mậy. Nhìn sóng mũi và cái miệng của nó kìa. Giống anh Long ghê. Còn đôi mắt là của mầy. Tao bảo đảm lớn lên ai nhìn Thông, Tuệ cũng biết là anh em ruột.

Phượng vui mừng khi Trâm cũng nhận ra điều nầy, điều mà cô đã phát hiện từ lúc bé Tuệ bắt đầu nở nụ cười có ý thức. Ban đầu Phượng cũng lấy làm lạ, sao chúng có thể giống nhau chứ? Nhưng sau đó cô lại nghĩ, có lẽ là do Thông được cô thương yêu bằng cả trái tim mà trái tim cô cũng có bé Tuệ trong đó nên chúng giống nhau là lẽ thường. Người lớn nói, khi mang thai, thai phụ quá thương hay quá ghét ai thì đứa bé sinh ra sẽ có khuôn mặt giống người đó.

Phượng hai mươi bảy tuổi, có hai đứa con. Cô đã cảm thấy đủ. May mắn là hai đứa con của Phượng lúc bé xíu đều không nghịch phá mà ngoan ngoãn, khỏe mạnh để cô yên tâm buôn bán. Long theo phụ cha anh, tiền kiếm được bao nhiêu đều mang về đủ cho cô. Nói chung, Phượng có một cuộc sống hạnh phúc mỹ mãn, cô không đòi hỏi gì hơn.

Phượng cũng có nhiều bạn tới chơi nếu có dịp đi ngang qua. Nhưng với ai Thông cũng dè dặt, chỉ đặc biệt một mình Trâm, khi Trâm đến, Thông quấn quít không rời. Một bận, Trâm hỏi nó:

- Bé Thông học sau nầy sẽ làm gì nói dì Trâm nghe coi nè.

Thông không suy nghĩ, trả lời nhanh:

- Con sẽ làm bác sĩ giống như dì vậy.

Không những Trâm, cả Phượng cũng bất ngờ:

- Woa… chứ con không theo nghề kinh doanh của ba mẹ sao?

- Không. Mẹ con sẽ sinh thêm em, mấy đứa em con sẽ nối nghiệp ba mẹ. Con học tập theo gương chú Tư Nhất và chú Út Bang, làm việc mình thích, không tranh giành gia sản với anh em ruột thịt.

Trâm nhìn Phượng, cô cảm thấy sóng mũi cay cứng. Tò mò, cô hỏi thêm;

- Là hai chú kêu con vậy à?

- Không phải. Là vì con muốn làm bác sĩ để chăm sóc ông bà, ba mẹ khi lớn tuổi. Con không thích buôn bán, thấy ba mẹ cực quá, bữa cơm có khi ăn không trọn vẹn, có khách là phải bỏ ngang. Các em con, con sẽ hướng tụi nó theo ngành nghề của ba mẹ.

- Nhưng nếu mẹ con không sinh nữa thì sao?

- Mẹ con nhất định phải sinh nữa. Bà nội nói nhà con ít người. Được hào của mất hào con gì đó, cho nên khi bé Tuệ được hai tuổi, mẹ con nên sinh thêm em trai. Bé Tuệ để con chăm sóc cho.

Trâm cảm thấy thú vị, cô phá lên cười:

- Con là con trai chăm sóc em bé được sao?

- Được chứ dì. Nó đói con cho nó ăn, nó khóc con dỗ nó, dắt nó đi chơi. Nó muốn gì nếu đúng, con sẽ chiều nó. Lớn lên con sẽ dạy nó học.

- Nhưng muốn trở thành bác sĩ, con phải cố gắng học giỏi ngay từ bây giờ.

- Con học giỏi lắm á dì. Cô giáo thường nói với các bạn nên học hỏi con kìa.

- Woa… Thông giỏi vậy sao?

- Bởi vì mẹ con nói, dì Trâm học giỏi từ lúc mới đi học lận nên con cố gắng bắt chước.

- Woa… dì Trâm là tấm gương cho con soi hả?

- Đúng vậy đó dì.

- Hân hạnh quá. Vậy là nguyện vọng của con muốn chăm sóc ba mẹ ở tuổi xế chiều, giống y chang dì rồi. Cố gắng nghe Thông. Dì tin con sẽ làm được.

- Mười năm nữa con sẽ vào đại học, năm năm sau sẽ ra trường. Lúc đó dì có thể là giám đốc bệnh viện, nhớ nhận con vào công tác nhen.

- Hahaha... thằng nhỏ thú vị thiệt. Mới bây lớn mà nói chuyện nghe quá chừng khôn ngoan. Mẹ con ướm lời cho con hả?

- Không phải. Là con hỏi, mẹ giải thích thôi.

Khi ra về, Trâm nắm tay Phượng:

- Chúc mừng mầy. Mầy nuôi dạy thành công bé Thông rồi đó Phượng.

CHƯƠNG 19

Năm năm sau.

Thiện và Trâm đã có hai đứa con. Bé trai bốn tuổi và bé gái vừa thôi nôi. Ba là Dương Hữu Thiện nên con là Dương Hữu Nguyện và Dương Thị Hữu Tâm. Thúy cũng về làm dược sĩ ở bệnh viện Trâm công tác. Thúy vừa mới kết hôn, chồng Thúy là bác sĩ, gia đình anh còn ngoài Bắc nhưng anh đã có nhà riêng ở thành phố. Thúy về với chồng. Hết giờ làm việc, chồng Thúy khám bệnh tư và Thúy có tiệm thuốc ngoài giờ phía trước nhà. Trực cũng đã ra trường và vẫn còn ở chung với vợ chồng Trâm. Hai người đã có nhà riêng gần chỗ thuê cũ. Trâm vẫn duy trì phòng khám đó vì bệnh nhân đã quen. Bây giờ lại có thêm bác sĩ Trực. Do quen biết và nể mặt nhau, Trâm đã xin được cho em mình vào công tác ở một bệnh viện khác ngang tầm ngang vóc với bệnh viện cô đang làm.

Giờ chỉ còn có ba mẹ Trâm ở nhà nhưng ông bà rất vui. Cứ ngày nghỉ lễ là ba đứa con tranh thủ chạy về. Chị em họ tất cả đều theo ngành Y, là niềm hãnh diện tuyệt vời của ông bà với bà con lối xóm.

Thiện và Trâm rất hạnh phúc. Thiện là trưởng phòng kinh doanh của công ty may xuất khẩu. Hai vợ chồng hiếu đạo với cha mẹ đôi bên. Gia đình trên thuận dưới hòa. Thiện xem em Trâm như em mình và Trâm cũng vậy. Vợ chồng họ tương kính như tân mặc dù trong sinh hoạt hàng ngày lúc nào cũng ồn ào cởi mở.

Trâm và Phượng vẫn duy trì tình bạn tốt đẹp thuở nào.

Phượng cũng có thêm hai đứa con trai. Đứa lớn ba tuổi, đứa nhỏ chưa thôi nôi. Vậy là Trâm và Phượng đều có con nhỏ. Phượng ba mươi hai tuổi, Long ba mươi sáu đã có bốn mặt con. Trần Đức Thông, Trần Đức Tuệ, Trần Đức Lạc, Trần Đức Quốc. Dù là vậy, nhan sắc Phượng như đang độ tuổi chín muồi, nhất là sống trong hạnh phúc nên trông càng phúc hậu duyên dáng gấp bội lần thời con gái. Phượng luôn giữ được tình yêu của chồng và nhất là giữ được lửa trong gia đình. Bốn đứa con của Phượng được bà nội và cô chú thương yêu. Ông nội ít có ở nhà nhưng mỗi lần đi ngang, ông đều ghé mua quà bánh cho các cháu.

Thông đang học lớp bảy. Tuệ vào mẫu giáo ở gần nhà. Sáng, Long đưa Thông và Tuệ đến trường rồi đi làm, chiều Phượng rước. Thông xứng đáng là anh cả. Dù học rất giỏi và Phượng luôn tạo điều kiện cho nó học, không phải bận tâm lo lắng gì nhưng lúc nào Thông cũng biết sắp xếp thời gian học để phụ mẹ chăm sóc các em. Bù lại, kể cả bé Quốc còn nhỏ xíu cũng thích được Thông bồng ẵm. Bé Tuệ ngoài thời gian ở lớp thì đeo dính lấy anh trai không rời.

Quây qua quây lại, mới đó mà Thông đã mười lăm tuổi, tốt nghiệp cấp hai và vào lớp mười. Lại là lớp chuyên Toán. Thông ra mã một thanh niên, đẹp trai và lịch lãm. Dáng dấp giống y như Long, mặt sáng, tia nhìn thân thiện, gần gũi như Phượng. Các em đã lớn không phải ẵm bồng, Thông có nhiều thời gian học hơn. Thông có phòng riêng nhưng Lạc và Quốc vẫn muốn ngủ chung với anh Hai nên hàng đêm Thông phải vào phòng hai đứa nằm chơi một chút cho chúng ngủ mới về phòng mình được. Tuệ vào lớp ba, Lạc lớp một và Quốc học mẫu giáo. Thông dạy cho các em học và Tuệ, Lạc cũng là học sinh giỏi nhất lớp. Phượng không cần phải quan tâm đến việc học của các con.

Phượng chìm đắm trong hạnh phúc gia đình. Đặc biệt, hai đứa con của Trâm mỗi khi nghỉ hè về quê nội, ngoại chơi thì Phượng cũng cho Thông dắt ba đứa em về ngoại để bọn chúng họp thành một nhóm. Nguyện lớn hơn Lạc một tuổi, học lớp hai, Tâm và Quốc bằng tuổi nhau. Do tình thân của hai bà mẹ nên các đứa trẻ cũng rất gắn bó. Sợ mẹ kế không thương con của mình nên Phượng dặn dò Thông chăm sóc các em, ăn uống thường thì ở nhà mẹ của Trâm vì bà rất tưng tiu những đứa cháu ngoại, trong đó có con của Thúy.

Những tưởng cứ như vậy cho đến ngày các con khôn lớn. Nhưng khi Thông vừa chuẩn bị thi tốt nghiệp cấp ba thì bỗng một hôm, đi học về, Thông gọi mẹ vào phòng riêng khi các em đã đi học, nó nhìn Phượng, nét buồn rầu hiện rõ ở đôi mắt trong veo:

- Mẹ ơi, con không phải là con ruột của mẹ, con biết. Nhưng con là con của ba. Từ lúc còn rất nhỏ, con đã biết mẹ chỉ là mẹ kế thôi nhưng con thương mẹ, cũng tin rằng mẹ rất thương con. Chưa bao giờ con nghĩ hay phân biệt quan hệ mẹ ghẻ con chồng. Con luôn tâm niệm trên đời nầy chỉ có một mình mẹ là mẹ của con, cho dù sau nầy mẹ ruột có trở về tìm lại con cũng không nhìn nhận. Nhưng mẹ biết không? Hôm nay ở trường, có người đàn ông chắc lớn hơn ba vài tuổi, chờ con ở cổng trường, mời con vào quán nước nhưng con không dám vào vì sợ người lạ, sợ họ biết nhà mình có tiền rồi dụ dỗ, gạt gẫm gì đó, nhưng ông ta cứ bám lấy con, nói ông là cha ruột của con đó mẹ.

Phượng rụng rời tay chân, mặt tái mét, giọng nói run run:

- Tầm bậy. Ba con và con đã xét nghiệm AND rồi. Con rõ ràng là con của ba con. Kết quả xét nghiệm mẹ còn giữ đây nè.

Thông nhìn sắc mặt của mẹ, nó đưa tay nắm chặt lấy tay Phượng:

- Đừng giận mẹ. Con cũng không tin đâu. Con biết đây là chiêu lừa gạt của một nhóm người. Họ có thể tạo ra kết quả xét nghiệm giả. Họ muốn tống tiền nhà mình. Cho nên con rất cẩn thận, không để ông ta tiếp cận mà lấy mẫu máu, tóc, nước bọt gì của con hết. Thậm chí cứ ông ta tiến lên một bước là con thụt lùi một bước, giữ khoảng cách an toàn với ông ta.

Phượng bỗng dưng muốn khóc, cô ôm đầu Thông vào lòng mình:

- Thông ơi! Mẹ quen có con trong cuộc đời rồi. Con là con trai lớn của mẹ, con xứng đáng với tình yêu của mẹ và cũng rất xứng đáng là anh Hai của các em. Không ai có thể rứt con ra khỏi vòng tay của mẹ được cho dù đó là mẹ đẻ của con. Mười mấy năm nay chị ấy chưa từng bước tới nhà mình một lần, chưa từng ghé thăm con thì bây giờ ở đâu xuất hiện ra một người cha như vậy? Họ muốn tống tiền nhà mình sao? Vậy sao họ không trực diện gặp ba mẹ mà lại đi tìm con chứ? Tại sao họ lại ngay lúc nầy, lúc con chuẩn bị thi hết cấp để chọn trường vào đại học mà tìm đến quấy nhiễu chứ? Là họ cố tình cho con phân tâm để không thi tốt hay sao? Nếu đúng là cha ruột, ông ta phải đợi đến khi con thi xong đâu đó mới tìm đến, đàng nầy, ông ta có nghĩ cho con không?

- Con hiểu mà mẹ.

Phương buông Thông ra, cô nắm hai vai Thông, nhìn sâu vào mắt nó, quyết định tiết lộ một sự thật mà vợ chồng cô đã giấu nó bao nhiêu năm nay:

- Con biết không, Lúc con gọi tiếng mẹ đầu tiên, là mẹ đã xác định con là con của ba và mẹ, không có ai khác. Vậy mà hơn nửa năm sau, có một người đàn ông đã từng chung sống với mẹ đẻ của con tìm đến nhận con. Ba mẹ đồng ý cho ông ta đi xét nghiệm AND. Khi đi, có mẹ và dì Trâm đi cùng, lúc đó mẹ cũng xét nghiệm AND của ba và con luôn. Kết quả thì con đã biết rồi đó. Giờ mọc ra một người cha nữa thì buồn cười thật chứ.

Thông lắc lắc đầu:

- Điều đó chứng tỏ người sinh ra con có lối sống không lành mạnh. Làm con chợt nhớ đến truyện ngắn OẢN TÀ OẢN của Nguyễn Công Hoan, viết về một người đàn bà trước khi sinh con, đã tống tiền không biết bao nhiêu gã đàn ông vì với ai, cô ta cũng nói đứa bé là con của họ. Cho đến khi thằng nhỏ ra đời thì hỡi ơi, nó có nước da đen thùi lùi và mái tóc quăn sít.

- Cũng không nên nghĩ về mẹ mình như vậy con à. Biết đâu chị ấy cũng có nỗi khổ gì đó. Chị giao con cho ba mẹ xong thì chưa một lầm làm phiền là vì muốn con được sống yên ổn. Chuyện ông kia thì do hiểu lầm. Còn chuyện nầy chắc có ai đó muốn tống tiền chúng ta. Từ nay phải cẩn thận, các con đi học mẹ sẽ cho tài xế đưa đi rước về mỗi ngày.

- Cũng không cần như vậy đâu mẹ, con đi xe đạp điện được mà. Tuệ cũng lớn rồi, con đưa em đi học cũng được. Mẹ lo cho Lạc và Quốc đi.

Rồi bỗng nhiên, Thông ôm lấy bàn tay Phượng ấp vào ngực trái của mình, mắt nhìn cô tràn đầy một tình cảm thương yêu:

- Cho dù con là con của ai, thì ba mẹ mãi mãi là ba mẹ trong trái tim con. Cám ơn mẹ đã cho con một tuổi thơ hạnh phúc, một gia đình hoàn hảo mà ai cũng ước mơ.

Phượng bậm môi, nước mắt tràn ra, cô ôm choàng lấy Thông, cảm thấy mình đã không sai một chút xíu nào trong việc nuôi dạy đứa bé ngoan hiền, hiểu chuyện nầy.

Trấn an Thông, nhưng trong lòng Phượng lo lắng không yên. Bẵng đi một thời gian quá lâu như vậy nay lại xuất hiện đâu ra một người cha nữa? Hợp lý lắm chứ. Thông chắc chắn phải có một người cha khác. Nhưng tại sao đến giờ nầy anh ta mới tới tìm nó? Tại sao Thương lại cho phép anh ta làm như vậy? Thương? Đúng, chính Thương chứ không phải ai khác tiết lộ cho anh ta địa chỉ của đứa con nầy, chắc là anh ta đã theo dõi thằng bé rất lâu mới biết được trường học và giờ giấc đi về của nó. Phượng cảm thấy lạnh người. Sự thật nầy cô đã bưng bít bao lâu nay, nếu như bị phanh phui ra, gia đình Long sẽ như thế nào khi biết lâu nay mình nuôi con giùm thiên hạ?

Phượng rầu rĩ, tranh thủ không có các con ở nhà, cô gọi điện cho Trâm:

- Trâm ơi, tao rầu quá.

- Chuyện gì? Sao nghe giọng nói của mầy não nề vậy?

- Qua bao nhiêu năm rồi, hôm nay có một thằng cha đến trường tìm Thông, tự nhận mình là cha ruột của nó.

- Trời.

- Bây giờ làm sao Trâm ơi. Lỡ như đó là cha ruột của nó thì sao?

- Đúng là con nhỏ Thương nầy khốn nạn thiệt. Con không phải con của nó nhưng người biết gốc gác thằng bé chỉ có mình nó biết thôi. Nay hắn tới tìm thì chỉ có thể là nó cho địa chỉ hắn mới lần ra tung tích thằng nhỏ. Nó muốn gì đây? Muốn Thông nhận tổ qui tông à? Nằm mơ. Muốn tống tiền vợ chồng mầy chứ gì? Nếu nó có gan như vậy chắc chắn nó đã tìm hiểu và biết mầy thương yêu thằng bé, sẽ sẵn sàng bỏ ra một số tiền lớn để mua sự yên lặng, nhưng như vậy sẽ không ổn nhen Phượng, được một lần là mầy sập bẫy chúng luôn đó. Thỉnh thoảng chúng cứ tới làm tiền hoài rồi sự thật cũng phanh phui thôi.

- Chứ giờ sao Trâm? Hay là nếu hắn tìm tới nhà, tao cho hắn xét nghiệm và mầy có thể thay đổi kết quả không?

- Không được. Với tư cách bác sĩ tao không làm chuyện đó được. Mà mầy cũng đừng nghĩ gì hết, cứ thuận theo tự nhiên đi. Xem coi ý Thông ra sao. Nó cũng sắp thành niên rồi, mầy để nó quyết định đi.

- Nó nói rồi, dù ba mẹ nó là ai, anh Long và tao luôn mãi là ba mẹ trong trái tim nó.

- Thằng biết suy nghĩ. Vậy cũng yên tâm rồi Phượng. Tao tin mầy sẽ thắng trong cuộc chiến tình cảm nầy. Là do mầy đã đầu tư rất nhiều tình thương trong đó nên việc nhận lại có kèm theo lãi suất cũng là thường tình thôi.

- Tao chỉ sợ gia đình anh Long biết chuyện sẽ tức giận vì bao lâu nay mình nuôi con cho người ta.

- Lỗi nầy đâu phải do mầy? Kết quả minh chứng quan hệ ruột thịt của anh Long và Thông cũng đâu phải mầy làm ra? Tính cho rõ ràng, mầy chỉ là nạn nhân trong vụ nầy. Mầy buộc phải làm mẹ ghẻ khi mới mười chín tuổi đầu. Sự hy sinh của mầy được đền đáp bởi thằng con ngoan hiền, hiểu chuyện là do một tay mầy đào tạo nên. Mầy hãnh diện về tất cả điều đó mới đúng chứ? Tin tao đi, rồi mọi chuyện sẽ bình yên thôi. Họ muốn xét nghiệm? Ok, cứ để họ xét nghiệm. Mọi việc nên minh bạch với bên chồng của mầy, đừng lén lút giấu họ nữa. Cho dù hắn ta xét nghiệm ra Thông là con của hắn thì cũng chẳng có ích lợi gì cho hắn đâu. Thông là đứa có tình nghĩa, nó không bỏ vợ chồng mầy vì bất cứ lý do gì, hoàn cảnh nào. Huống chi điều kiện sống của gia đình nó đang sống lại tuyệt vời như vậy. Yên tâm đi Phượng.

Nói chuyện với Trâm xong, Phượng vẫn còn thấy lòng mình nặng trĩu. Cô lo lắng bất an, Phượng sợ biến cố xảy ra, cô sẽ mất đi những ngày bình yên bên cạnh các con yêu, mất đi một thằng bé mà trong tim cô từ lâu đã mặc định nó là máu thịt của mình.

Việc gì tới rồi cũng sẽ tới. Chẳng bao lâu sau, gã đàn ông kia tìm đến tận nhà.

Đó là một buổi sáng thứ hai đầu tuần, các con đã đến lớp, Long cũng vừa ra khỏi nhà để qua cửa hàng ô tô. Mấy công nhân của Phượng đang mở cửa tiệm, Phượng vẫn còn trong nhà riêng kề bên thì hắn ta xuất hiện.

Hắn: Tạng người cao to, khuôn mặt vuông hình chữ điền, dù nhẫn nhụi nhưng Phượng nhìn ra hắn có râu quai nón. Cặp mắt xếch, tia nhìn lạnh và ác. Phượng cảm nhận được hắn ta đến đây không có thiện ý.

- Anh tìm ai?

- Tôi tìm Long và Phượng.

- Tôi là Phượng. Anh Long vừa mới ra ngoài. Xin lỗi, chúng tôi không quen biết anh.

- Đúng vậy. Cô không quen tôi nhưng tôi biết vợ chồng cô. Tôi biết cô đang nuôi con trai của tôi và Thương: Thằng Thông.

Phượng hét lên:

- Ông nói điên cái gì vậy?

- Tôi không nói điên. Tôi nói là sự thật.

- Ông là ai?

- Phải hén? Tôi quên chưa giới thiệu với cô tôi là ai. Tôi tên Ngàn, Hoàng Bạt Ngàn. Tôi và Thương quen nhau đã lâu, lúc Thương có thai thằng bé là lúc tôi có chuyện phải xa quê một thời gian. Thương cần cha cho con nên nhận chồng cô làm cha thằng bé. Điều nầy cũng bất công với vợ chồng cô.

Phượng nổi nóng thật sự, cô bĩu môi khinh bỉ:

- Nghe ông nói tôi tưởng tượng ra Thương như một cô gái điếm. Cách đây chẳng bao lâu, ông Bĩnh cũng tới nhìn con, còn xét nghiệm AND với thằng bé, kết quả chẳng có quan hệ gì và anh Long vẫn là cha ruột của nó. Cô ta quan hệ cùng một lúc với nhiều người nên bản thân cũng không biết nó là con của ai. Ông lại định giở trò xét nghiệm nữa sao? Hay là ông có ý tống tiền chúng tôi?

- Tôi hoàn toàn không có ý đồ xấu. Thú thật với cô, tôi và Thương cũng đã chia tay mấy năm nay rồi, khi biết Thương gửi con cho vợ chồng cô nuôi, tôi luôn theo dõi thằng bé. Biết nó được cô thương yêu như con ruột tôi rất mừng, tuyệt không bao giờ nghĩ có ngày sẽ làm náo động gia đình cô. Nhưng thật đáng tiếc hôm nay tôi tới đây, chẳng qua là vợ chồng tôi không có con trai nối dõi, lẽ ra tôi sẽ không làm phiền cô, phiền đến cuộc sống yên ổn của Thông nếu như cô cũng không có con trai. Nhưng bây giờ cô có đến hai đứa, có Thông hay không có Thông thì cô cũng chẳng phải lo gì. Nếu Thông chính là con tôi, tôi xin thề có đất trời chứng giám, tôi sẽ không bao giờ chia cắt tình mẹ con của cô và nó nhưng nó phải về sống chung với tôi để nhận tổ qui tông.

- Ông nói nghe tức cười quá. Ông đem nó về mà nói là không chia cắt tình mẹ con à?

- Nghĩa là cô hoặc nó muốn tới với nhau lúc nào cũng được mà.

- Dẹp cái suy nghĩ đó đi. Thông là con của vợ chồng tôi, có giấy khai sinh rõ ràng. Đừng có điên khùng mà nay người nầy mai người khác tới nhận bừa nhận ẩu nhen. Ông quan hệ với ả ta lâu như vậy chẳng lẽ không biết Thương đã từng bó nhà sống chung với ông Bĩnh sao?

Ngàn trơ mặt, nói ra một bí mật mà có nằm mơ, Phượng cũng không ngờ.

CHƯƠNG 20

Từ lúc Ngàn bước vào nhà đến giờ, Phượng vẫn chưa mời anh ta ngồi. Nghe Phượng hỏi câu hỏi đó, Ngàn có vẻ xấu hổ. Anh ta chầm chậm chủ động ngồi xuống salon để kéo dài thời gian. Phượng thấy chướng mắt, cô chỉ sợ hắn dây dưa cho đến lúc Thông đi học về, Phượng nhìn đồng hồ treo tường, Mười giờ bốn mươi lăm phút. Chỉ còn hơn nửa tiếng nữa thôi Thông sẽ về tới nhà. Chạm trán với Ngàn trong lúc nầy, thằng bé sẽ xử lý ra sao?

Sau cánh cửa sắt nhà Phượng là hai cánh cửa bằng gỗ màu nâu sậm. Cô khép bớt lại một cánh để người bên ngoài không nhìn thấy Ngàn. Phượng vẫn đứng, cô không muốn đối diện hắn. Cô lắng lặng quan sát Ngàn, bỗng cảm thấy vui mừng khi nhận ra trên khuôn mặt Thông không có một nét nào phảng phất giống hắn. Thông cũng không giống Thương vì Thương có phải là mẹ đẻ của Thông đâu? Nếu Thương không phải là mẹ Thông thì Ngàn làm sao mà là ba của nó được? Nhưng cứ hết người nầy đến kẻ kia cứ lần lượt tới nhìn con như vậy thật phiền phức làm sao. Chắc chắn một điều Thông sẽ còn cha mẹ ruột của nó, và có thể một ngày nào đó, họ sẽ đến tìm Thông nữa thì sao? Làm cách nào để chặn đứng hết tất cả những phiền toái đó? Khốn nạn thay ả đàn bà trắc nết, tự dưng Long lại vướng vào để bây giờ cô lỡ khóc lỡ cười.

Sau khi ngồi xuống, Ngàn tựa lưng vào ghế salon, buông tiếng thở dài. Anh ta nhìn Phượng, tia nhìn ẩn giấu một nỗi xấu hổ và ái ngại vô biên, giọng nói thấp xuống:

- Chẳng giấu gì cô, tôi là tài xế xe của ông Bĩnh. Tôi lái chiếc bốn chỗ cho ông ta từ lúc ông mới có chiếc xe Toyota Wigo đầu tiên cho đến khi ông đổi Huyndai Grand i10. Khi ông cặp bồ với Thương, tôi là người biết đầu tiên. Kể ra cũng đê tiện. Thấy Thương còn quá trẻ, chỉ đáng tuổi con ông ta mà phải chấp nhận già nhân ngãi, non vợ chồng với ổng. Sau khi tìm hiểu, biết Thương một mình bươn chải để kiếm tiền trị bệnh cho cha và nuôi các em ăn học nên mới cặp xách với ông Bĩnh, chấp nhận làm gái bao. Tôi không những không khinh thường mà còn cảm phục và yêu thầm Thương nhưng bản thân tôi không có tiền muôn bạc vạn như ổng trong khi Thương chắc là cần lắm. Nhưng cũng không thể cứ nhìn người mình yêu trong tay người khác mãi được, tôi bí mật tìm cách cho bà Bĩnh hay, vậy là bà ta tới quán cà phê chỗ Thương làm quậy banh chành. Tôi hy vọng sau lần đó hai người họ sẽ chia tay. Mà họ cũng chia tay một thời gian thiệt. Tôi mạnh bạo tỏ tình với Thương. Nghĩ ra tôi cũng đê tiện vì mình đã có vợ nhà. Thật lòng mà nói, vợ là do cha má tôi cưới, chung sống với nhau đã ba mặt con, toàn là con gái, cô ấy cũng chẳng có sai sót gì trong bổn phận làm vợ nhưng cho đến bây giờ, ngoài nghĩa vợ chồng ra tôi chưa một lần nào cảm thấy rung động với cổ. Thương, trong lúc thất chí đã chấp nhận tôi. Chúng tôi lén lút quan hệ vì tôi cũng còn lái xe cho ông Bĩnh nên phải kiêng dè. Rồi Thương có thai. Cô ấy nói đó là giọt máu của tôi vì ông Bĩnh và cô lâu rồi không có quan hệ. Tôi vừa mừng vừa lo. Nói thật, tôi hoàn toàn không biết sự tồn tại của Long. Đến khi ông Bĩnh và Thương bỏ trốn làm tôi tá hỏa. Và tôi cũng là người đưa họ đi. Hỏi đứa bé đâu? Thương nói đã nhờ người bạn nuôi giùm một thời gian. Tôi thật hèn kém phải không cô? Trước đó, Thương nói với tôi, cô ấy phải đi với ông Bĩnh nhưng vẫn giữ mối quan hệ cùng tôi. Vậy là khi đưa ông ta tới công ty xong, tôi về với Thương ở một điểm hẹn khác. Cả ba chúng tôi lẩn quẩn trong thành phố vì ông Bĩnh vẫn phải quản lý công ty của ông ta. Bà Bĩnh chắc chắn biết ông ở đâu nhưng cũng không thèm quan tâm tìm kiếm. Rồi chuyện gì tới sẽ tới. Ông Bĩnh phát hiện ra chuyện của chúng tôi, ông làm ầm lên, đuổi việc tôi, cảnh cáo sỉ vả Thương. Chúng tôi dắt dìu nhau bỏ đi xa. Trước khi đi, Thương về thăm cha và hai em. Mới đây, cô ấy bệnh nặng, sợ không qua khỏi mới thú thật với tôi chỗ ở của thằng bé. Do không có con trai, vợ tôi cũng sẵn lòng nhận Thông là con. Lúc đó tôi đã định đi tìm con rồi nhưng phải chăm sóc cho Thương. Đến khi được xuất viện, dù chưa khỏe hẳn nhưng cô ấy đã bỏ đi không một lời từ biệt. Tôi có đi tìm nhưng biển người mênh mông biết tìm ở đâu? Vậy cho nên hôm nay tôi mới đến tìm vợ chồng cô để van xin cho nhận lại đứa con nầy. Chắc cô đã nghe Thông kể chuyện tôi đã gặp nó rồi phải không?

Phượng rùng mình, cô cảm thấy ghê sợ:

- Chuyện ông kể giống như trong phim. Đời thường lại có chuyện như vậy sao?

- Tôi nói thật đó.

- Cô Thương nầy cũng quá ghê gớm. Quan hệ cùng lúc ba người đàn ông, mà không chừng có hơn nữa chứ. Rồi cố tình nói là con của họ. Mục đích là gì khi chính đứa bé cũng không phải là con của cô ta?

Ngàn trố mắt, đứng bật dậy:

- Cô vừa nói gì?

- Tôi nói, Thông không phải là con của Thương. Tôi có bằng chứng đây.

Phượng mở tủ, lấy kết quả xét nghiệm đưa cho Ngàn. Anh ta đọc xong, mắt đứng tròng:

- Vậy là sao? Điều gì đã xảy ra trên mình thằng bé nầy? Thương đi sinh và bồng con về ai cũng biết sao lại không phải là con của cổ? Lẽ nào thằng nhỏ chết trong bệnh viện rồi cô ta tìm đứa khác đem về?

- Làm sao tôi biết được? Nhưng có một điều rất rõ ràng, đứa bé ngày đó tôi nhận nuôi chỉ là đứa bé mồ côi, tung tích cha mẹ ruột mãi mãi không được xác định nên nó chỉ có cha mẹ duy nhất là vợ chồng chúng tôi thôi.

Ngàn thở ra một hơi dài, nghiêm mặt nhìn Phượng:

- Tôi không tin. Cô có tiền, xét nghiệm nầy có thể làm giả để đối phó khi Thương dẫn người khác tới nhìn con. Muốn tôi hoàn toàn bỏ cuộc thì cô nên cho tôi cơ hội xét nghiệm.

- Ông sẽ không có cơ hội đó, không ai có quyền làm như vậy với con của con tôi cả.

Bỗng đâu, bà Tiên, mẹ kế của Phượng chầm chậm bước vào nhà, chầm chậm buông tiếng nói như một quyền lực chính thức của một người mẹ:

- Thì con cứ để cho anh ta xét nghiệm. Nếu như không phải là con anh ta, buộc phải xin lỗi công khai vợ chồng con và Thông.

Phượng và Ngàn bất ngờ, Phương kêu lên:

- Mẹ. Mẹ tới lúc nào?

- Vừa đủ nghe, vừa đủ hiểu anh ta muốn gì.

- Chuyện xét nghiệm để làm tổn thương con của con, con không bao giờ cho phép ai làm dù người đó là ai. Mẹ đừng nói vào con sẽ không nghe đâu.

- Nếu không dập tắt được hy vọng của anh ta, anh ta sẽ còn tới làm phiền con hoài. Chừng đó, con bưng bít được không? Nuôi một đứa con mà nay người nầy tới nhìn, mai người kia tới nhận con có yên tâm cho tương lai của nó không? Mai nầy khi nó thoát ly đi học, không có con bên cạnh thì những kẻ kia có trăm ngàn cách để chia rẻ mẹ con con. Chi bằng bây giờ, khi con còn quản lý được nó, hãy làm đâu đó rạch ròi có tốt hơn không? Hãy tự tin. Thông không phải là con của con kia thì nó sẽ không có bất cứ mối quan hệ nào với những người đàn ông đã từng chung chạ với con kia cả.Thông sẽ mãi mãi là con của con.

- Điều nầy con cũng đã nghĩ đến. Nhưng con không muốn Thông cứ bị ám ảnh bởi mình là con của ai, cũng không muốn kinh động đến chồng và nhà chồng. Bây giờ, nếu như cha mẹ ruột thật sự của Thông đến nhìn nhận con cũng không cho phép.

- Chuyện đó để tính sau. Bây giờ, mẹ nghĩ con nên để anh ta xét nghiệm. Mẹ tin, anh ta chỉ tốn tiền vô ích thôi.

Phượng lắc lắc đầu, cô ngạc nhiên về bà. Sao lại xen quá sâu vào chuyện nhà của cô vậy? Hay bà vẫn cho rằng mình có quyền xen vào cuộc sống riêng của cô như một người mẹ, người mẹ luôn lo lắng và quan tâm đến đứa con ruột thịt của mình?

- Chuyện nầy con phải hỏi qua ý anh Long mẹ à. Con không tự quyết định được. Và ông ta cũng đã tìm tới Thông rồi, Thông đã lớn, nó có quyền quyết định.

- Đúng. Cứ để nó quyết định. Nhưng mẹ nghĩ, xét nghiệm thì cũng đâu có gì lớn lao đâu? Sự thật thì mãi mãi vẫn là sự thật và trước sau cũng phải được phơi bày.

- Con căm hận Thương. Ả đàn bà nầy thật quá quắt.

Không thể nào tưởng tượng được là một người con gái lại có những hành vi đê tiện như vậy. Sao cô ta không dám vác mặt tới đây mà cứ xúi người nầy người nọ tới nhìn con trong khi biết chắc nó không phải là con của ai cả? Nó là con của con với anh Long. Không có cha mẹ nào khác.

- Phải. Cho dù người tạo ra con là ai thì bây giờ trong lòng con chỉ có ba mẹ là ba mẹ ruột thôi. Bất cứ ai dù có đem núi vàng núi bạc tới để khiến con tin họ là cha mẹ cũng vô ích thôi. Không có xét nghiệm gì hết. Đừng nói là ba mẹ, con cũng không cho phép.

Thông đi học về, không biết đã lắng nghe được những gì, nó bước vào nhà, dõng dạc nói và ánh mắt nghiêm khắc nhìn Ngàn:

- Con đã nói với chú rồi, chú đừng tới đây làm phiền ba mẹ con mới phải chứ. Nếu như con thật sự là con của chú với ai đó mà trước đây hai người đã quăng bỏ đi, mười mấy năm nay con sống ra sao hai người có quan tâm không? Bây giờ con lớn chừng nầy rồi, ai nuôi giùm cho hai người mà nghiễm nhiên tới nhìn nhận như vậy? Nếu nhìn ra con là con của chú, chú nghĩ con sẽ dễ dàng đi theo chú với lý do là chú không có con trai sao? Buồn cười. Con nói cho chú biết, gia đình nầy giàu có, con được ba mẹ nuông chiều quen nết rồi. Con xài tiền như cái cối. Còn đi học mà mỗi tháng mẹ con phải cấp cho con trên năm triệu đồng. Con thích chơi game, có khi thua bạc triệu. Con lại mê đua xe phân khối lớn dù chưa đủ tuổi làm bằng lái. Lần đó thua cả trăm triệu mẹ con cũng lén ba mà chi trả cho con. Chú làm được không? Có mặt bà ngoại đây con cũng không ngại nói, con dám ăn cắp tiền của mẹ nữa đó. Chưa nói tới chuyện sau nầy con vô đại học, đại học Y khoa nhen chú? Nếu năm nay không đậu, con thi hoài cho đến khi đậu mới thôi. Mẹ con đủ tiền nuôi con, chú đủ không? Rồi năm

năm đại học ở thành phố, chú lo nổi học phí và tiền cho con xài hàng tháng không? Mà con nói cho chú biết, ra trường xong con cũng chưa đi làm, học thêm để lấy bằng tiến sĩ, chú giúp con được thì hãy nghĩ đến chuyện xét nghiệm AND xem con có phải là con chú không. Tuyên bố với chú, con là đứa thực dụng, ai có tiền cung phụng con thì con theo, đừng nói chuyện máu mủ ruột thịt gì hết.

Ngàn trố mắt nhìn thằng bé. Không những Ngàn, bà Tiên cũng đứng tròng khi nghe nó kể ra một lô khuyết điểm như vậy. Chỉ có Phượng là mắc cười nôn trong bụng nhưng ngoài mặt cũng không biểu hiện gì. Cô thích thú khi thấy Thông ứng phó như vậy. Chắc mấy hôm nay nó đã suy nghĩ nhiều về chuyện nầy mới tìm ra phương pháp hạ sách như vậy. Phượng im lặng chờ xem phản ứng của Ngàn, nhưng không ngờ bà Tiên lên tiếng trước:

- Sự thật đúng như nó nói hả Phượng?

Phượng gật. Bà ta bỗng nổi xung lên làm Phượng ngạc nhiên:

- Con dạy hư nó rồi.

Phượng ngước mắt nhìn bà. Cơn giận bỗng từ đâu ập tới, cô nói những lời không cần suy nghĩ mà xuất phát từ trong lòng mình:

- Mẹ dạy con như thế nào thì con dạy nó như thế đó. Nó may mắn hơn con là dám nói ra những gì nó suy nghĩ chứ không lặng lẽ ôm vào tim để cảm thấy lúc nào cũng đau nhức nhối như có những mũi kim chích vào.

- Mẹ dạy con như thế nào? Và con dạy nó như thế nào?

- Mẹ dạy như thế nào thì mẹ là người hiểu rõ nhất. Con dạy như thế nào cũng không liên quan tới mẹ.

- Mẹ là bà ngoại của nó mà?

- Đừng nói những chuyện đó ra ở đây nữa mẹ à. Bây giờ là lo giải quyết chuyện nầy kẻo anh Long về thì phiền phức thêm.

Nói xong, Phượng quay sang Ngàn:

- Sao? Ông bỏ cuộc chưa?

Ngàn ngần ngừ, anh ta lắc lắc đầu nhìn Thông:

- Con oán hận ta đến vậy sao? Nói những điều tác tệ như vậy con nghĩ ta sẽ tin sao? Trước khi tới đây ta cũng đã tìm hiểu về con. Con là một thằng bé ngoan, nếu không ngoan, con sẽ không học giỏi. Nếu như không học giỏi, con sẽ không được vào trường chuyên. Một đứa trẻ mê chơi game, mê đua xe, xài tiền như nước thậm chí dám ăn cắp tiền ba mẹ để tiêu xài mà có mơ ước vào trường đại học y, mơ ước sẽ là tiến sĩ sao con?

- Nói cho sướng miệng ai nói hổng được?

- Ta bỏ cuộc có hai lý do. Thứ nhất là do mẹ con nói, người sinh ra con không hề có quan hệ chi với ta. Thứ hai, nếu như con đúng là con ta mà con đã nghĩ cách ở lại với ba mẹ bây giờ của con, chứng tỏ con có một gia đình mỹ mãn. Làm cha thì không thể tước đi hạnh phúc của con mình. Mặc dù hôm nay ta ra về và sẽ không bao giờ đến làm phiền nữa nhưng ta cũng sẽ dõi theo con, chúc phúc cho con, sẽ luôn tâm niệm rằng đó là con trai của mình, thành đạt của con đó là mong mỏi của ta.

Ngàn đứng dậy, anh ta vuốt lại mái tóc, bước lại gần Thông, chìa tay ra:

- Nào. Bắt tay một cái tình cảm coi anh bạn trẻ.

Thông đưa cả hai tay, trân trọng nắm lấy bàn tay của Ngàn, xiết chặt. Ngàn cảm động:

- Con trai ngoan. Dù con không phải là con của ta, ta vẫn

luôn cầu mong con thành đạt, là người hữu dụng sau nầy. Đó cũng là cách trả ơn công dưỡng dục của ba mẹ con. Tạm biệt con, con trai.

Thông vẫn giữ tay Ngàn trong tay mình, giọng trầm xuống, phút chốc đó, Phượng cảm thấy thằng bé lớn phổng lên, vượt ra khỏi vòng kiểm soát của cô:

- Chú có thể tới thăm con mà. Thăm với tư cách chú cháu quen biết nhau chứ đừng bao giờ nghĩ rằng con là con của chú thì ba mẹ con cũng sẽ không ngăn cấm đâu.

- Có dịp đi ngang qua đây, nhất định ta sẽ ghé thăm cháu, thăm cặp vợ chồng có tấm lòng biển cả nầy.

Rồi Ngàn buông tay Thông ra, quay sang Phượng, khuôn mặt chữ điền của anh ta lúc nầy trông thật nghiêm nghị, đàng hoàng. Phượng cũng không có lý do gì để ngăn cản không cho anh ta thốt ra lời hẹn hò với Thông:

- Tôi về nhé, cô Phượng. Cám ơn cô đã bỏ thời gian ngồi lại với tôi, càng cảm kích cô đã nuôi dạy thành công một đứa trẻ như Thông. Gieo nhân nào sẽ gặt được quả đó. Cô đã gieo được một hạt giống tốt, chắc chắn sẽ nhận được quả ngọt.

Phượng gật đầu, xã giao với anh ta vài câu nữa trước khi Thông tiễn Ngàn ra cửa. Bà Tiên có vẻ bức xúc, nhăn mặt trách:

- Để nó đi dễ dàng vậy sao con?

- Nếu không để anh ta đi thì làm sao hả mẹ?

- Bắt nó viết giấy cam kết không làm phiền nữa.

- Để làm gì hả mẹ? Anh ta tự nguyện bỏ cuộc rồi mà?

Phượng gằn mạnh hai tiếng "rồi mà" một cách bực dọc. nếu như không có mặt Thông, cô sẽ nói "Đây là chuyện nhà của con, vợ chồng con tự giải quyết, yêu cầu mẹ đừng xen vào", nhưng thằng bé đang đứng đó, đứng cạnh người mẹ ghẻ như cô đang đối diện mẹ ghẻ của mình. Phượng phải làm gương cho nó, phải đối xử hết sức tôn trọng bà ta, không nên để Thông có cái nhìn đầy thành kiến trong mối quan hệ nầy.

- Bây giờ bí quá nên nó nói vậy thôi. Nó tin Thông không phải là con của Thương sao?

Phượng hoảng hồn, bí mật nầy cô chưa từng nói với chồng và gia đình chồng, càng chưa từng một lần đề cập với Thông, hôm nay, vì để bảo vệ thằng bé, buộc lòng nói ra với Ngàn, bà ta nghe được rồi sao? Đối với tất cả mọi người bên ngoài, Thông là đứa trẻ bị bỏ rơi được vợ chồng cô cưu mang, không ai biết cội nguồn gốc gác của nó. Thông thuở mới về còn nhắc nhở hai cậu và cô Thương, sau rồi cũng quên đi, nó không bao giờ mở miệng nói lại Phượng về những người đã qua trong thời gian chưa về đây. Phượng tin rằng ký ức lúc hai tuổi trở về trước Thông đã thật sự quên. Phượng bực mình khi nghe bà Tiên tham gia quá sâu về chuyện nầy:

- Thôi bỏ qua đi mẹ. Thông nó lớn rồi, nó có quyền quyết định những gì liên quan tới nó.

- Rồi một ngày nào đó, khi nó thành đạt rồi, sẽ có ba mẹ chính thức của nó tới nhìn nhận, lúc ấy con làm sao?

Thông vội vàng xen vào:

- Nếu như có ngày đó, bà ngoại nghĩ con sẽ làm sao?

Bà Tiên ngẩn người ra, chưa biết trả lời thằng bé như thế nào.

CHƯƠNG 21

Trước tình hình đó, Phượng cũng không nỡ nhìn bà trở nên trơ trên với đứa cháu ngoại bất đắc dĩ, cô âu yếm nói với Thông:

- Thôi con vô tắm rửa thay đồ rồi ăn cơm với mẹ. Để ngoại và mẹ nói chuyện một chút.

Thông gật, nó nhìn qua bà ngoại một cái rồi chào đi lên lầu. Còn lại hai mẹ con, Phượng nắm tay bà kéo lại salon:

- Mẹ ngồi xuống đi. Thuận theo tự nhiên mẹ à. Con đã suy nghĩ kỹ rồi. Nếu thằng bé có duyên làm con của con mười mấy năm nay thì cái duyên đó sẽ kéo dài suốt đời, mặc dù nó là con của ai, mặc dù có bao nhiêu người tới nhìn nhận nó thì trong lòng nó và con cũng đã mặc định mãi mãi là mẹ con rồi, không ai có thể cướp nó ra khỏi con được. Thông càng ngày càng lớn, nó biết nhận xét ai thương yêu nó thật lòng, nhiêu đó thôi con cũng đã mãn nguyện rồi.

- Nhưng nếu như có một ngày nào đó, cha mẹ ruột thật sự của nó sẽ đến nhìn nhận thì con tính sao?

- Con đã nói là thuận theo tự nhiên mà.

- Mẹ chỉ e rằng lá rụng về cội thôi.

- Tới lúc đó, nó cũng đã thành niên rồi. Con muốn cản cũng không cản được.

Bà Tiên chồm người tới, nắm tay Phượng, tỏ ra ân cần:

- Con biết không, nghe giọng điệu của nó, mẹ cảm thấy nó ý thức được là con giàu có, con có khả năng nuôi nó ăn học tới nơi tới chốn. Nó học y khoa, lấy bằng bác sĩ rồi thạc sĩ, tiến sĩ gì đó một cách dễ dàng không lo lắng gì về tiền bạc. Cho đến khi nguyện vọng được hoàn thành, chắc gì nó vẫn còn là một đứa con ngoan của con như bây giờ không.

Phượng xê người ra, né tránh sự thân thiết và quan tâm của bà. Cô ngạc nhiên đến ghê sợ khi nghe những lời bà vừa nói. Phượng nhún vai:

- Mẹ lo lắng chi những chuyện xa vời. Con người ta đâu phải một ngày một bữa mà thay đổi tính cách. Nó càng thành đạt thì càng chứng tỏ nó là một người tài hoa, lương thiện. Nó chọn ngành y để sau nầy giúp người, chăm lo cho ông bà cha mẹ đủ thấy tấm lòng của nó ra sao rồi. Mẹ không sống chung nên mẹ không biết, nó thương con và các em nó như thế nào bao nhiêu năm nay. Tình cảm nầy không thể giả tạo được. Mà cho dù nó có khéo đóng kịch như vậy để đạt được mục đích của mình thì cũng là đóng một vai chính diện, không có sức ảnh hưởng xấu đến những người chung quanh và nhất là không cố ý hủy hoại tiền đồ của người bên cạnh như một số người đã từng làm.

- Con nói những câu hàm ý sâu xa quá mẹ không biết con muốn ám chỉ điều gì.

- Con không ám chỉ gì hết. Là con trả lời những băn khoăn thắc mắc của mẹ mà thôi. Mẹ không biết đâu. Thông hiện nay là con trai lớn của vợ chồng con, là cháu đích tôn của tập đoàn Ô tô Trần Thị, là đứa trẻ trong một gia đình giàu có, nhưng mẹ biết các con của con sống sao không? Tất cả đều ăn cơm ở nhà trước khi đi học, không đứa nào có tiền ăn bánh ăn quà ngoài đường. Cho đến khi Thông lên cấp ba học trường chuyên, tự đạp xe đi con mới cho tiền nó bỏ túi, cà phê với bạn bè. Con cũng không cấp cho nó chiếc xe đạp điện mà phải chạy xe đạp thường. Chưa đứa nào đòi hỏi mẹ nên cho con cái nầy, cho con cái kia. Chỉ những khi trường lớp cần gì chúng mới xin. Con tuyệt đối không dạy hư các con của mình đâu mẹ.

- Vậy con cho là lúc trước mẹ dạy hư con sao?

- Dạ, con không dám nói vậy. Nhưng con cứ hay suy nghĩ: Tại sao lúc con mới học cấp hai mà mẹ đã sắm cho con không biết bao nhiêu điện thoại tốt, tập cho con chơi zalo, facebook, chơi game. Con đã lãng phí thời gian vào điện thoại quên bẵng đi chuyện học hành, càng ngày càng mất căn bản dẫn đến lười biếng học tập, lười nhác chuyện nhà. Trâm cũng như con, kinh tế nhà nó có thua kém nhà mình đâu mà hết phổ thông nó chưa từng sở hữu cái điện thoại nào. Nó học giỏi và đỗ đạt. Còn Thông, cho đến bây giờ nó cũng chưa có cái điện thoại riêng của mình. Những thao tác thành thục khi cầm điện thoại lên là do nó học ở nhà trường trong công nghệ thông tin. Nó chưa từng yêu cầu con sắm cho nó dù đôi lần con cũng thử dò ý.

Phượng mỉm cười, cô cảm thấy mình cũng nên chấm dứt cuộc trò chuyện nầy, càng nói nhiều càng làm tổn thương nhau, nhất là mấy lúc gần đây cô cũng đã bớt ác cảm với mẹ mình rồi. Hai đứa em cô, Loan dù chảnh chọe nhưng rất nghe lời cô, Trí thì luôn xem cô như chị ruột, có phần thương yêu hơn với Loan. Chị em cô hòa thuận dù không thân thiết như với chị em Trâm nhưng như vậy cũng đủ rồi. Bà ở cạnh ba cô, chăm sóc ông, cô cũng nên biết ơn mà đối đãi với bà tử tế.

- Mẹ ở lại ăn cơm với con. Để con dọn cơm nha.

- Không, mẹ về ăn với ba con cho vui. Chỉ có hai vợ chồng, ai ăn một mình cũng buồn.

- À, con quên hỏi, mẹ tìm con có việc gì không?

- Mẹ không tìm con. Chỉ là có dịp đi ngang ghé thăm con thôi.

- Nhưng đã ghé rồi thì cũng ăn với con miếng cơm đi, rồi về ăn thêm với ba.

- Trời đất. Bụng đâu mà mẹ chứa nhiều vậy? Thôi, giờ mẹ về đây. Nghe nói mợ Sáu của con bệnh gì đó, chắc mẹ phải lên thăm rồi.

- Ba đi không mẹ?

- Ba con trăm công ngàn việc, làm sao bỏ đi vài ngày được. Mẹ đi cùng mấy mợ và mấy dì.

- Mợ Sáu bệnh gì vậy mẹ?

- Nghe nói bệnh chứ cũng chưa rõ bệnh gì. Ôi, nhà giàu đứt tay hơn ăn mày đổ ruột chứ gì con ơi.

- Con chưa từng gặp cậu Sáu bao giờ. Nghe nói cậu quyền uy lắm hả mẹ?

- Thì vậy. Hôm rồi cậu định về thăm ngoại nhưng vợ bệnh nên chưa. Chừng nào cậu về, con đưa mấy đứa nhỏ lại chào cậu nghen.

- Dạ.

- Thôi mẹ về đây. Ba con đi làm về không thấy mẹ la làng ỏm tỏi nữa.

Cuối năm học đó, với số điểm tốt nghiệp cao ngất ngưỡng, Thông được tuyển thẳng vào nguyện vọng đại học Y khoa thành phố Hồ Chí Minh.

Không thể diễn tả nỗi vui mừng của vợ chồng Long, nhất là Phượng. Tình yêu và niềm kỳ vọng cô đã đầu tư vào Thông nay gặt được thành quả tuyệt vời. Bà Tương tức tốc mở tiệc ăn mừng cháu nội đích tôn tại nhà lớn. Ông Tương từ lâu có lẽ đã biết sự thật nên mặc dù không tỏ ra âu yếm với Thông nhưng ông cũng không phân biệt đối xử nó với ba đứa con do Phượng sinh ra. Hàng xóm chung quanh đó, dù chưa ai từng nói ra, dù bà Tương tung tin là vợ chồng Long, Phượng nhận nuôi đứa nhỏ bị bỏ rơi nhưng trước đó ai cũng cũng phong phanh nghe chuyện Long có con riêng bên ngoài trước khi cưới Phượng. Cho nên, họ tin rằng gia đình nầy ăn mừng chính là ăn mừng cho đứa cháu ruột của mình chứ không phải là loại bá vơ mà Phượng rước về nhà. Lại nữa, gia đình giàu có, nền nếp như vậy, dâu mới cưới thì việc gì phải nhận nuôi một đứa trẻ vô danh tiểu tốt?

Như vậy, nhà chồng Phượng, Long và Nhã ít học hơn Nhất và Bang, nhưng Long là một doanh nhân thành đạt, nối nghiệp cha mình. Nhã cũng vậy, nghiễm nhiên trở thành bà chủ cùng chồng phát triển cửa hàng của cha cho. Nhất và Bang đều có mấy bằng đại học, công việc ổn định, thu nhập cao nhưng vẫn chưa ai nghĩ đến chuyện lập gia đình. Nay có thêm Thông tương lai sẽ là một bác sĩ, hạnh phúc nầy khiến ai cũng ngưỡng mộ. Khi ông bà Tương, Long, cô chú của Thông biết nguyện vọng làm bác sĩ của nó và không tơ hào gì đến tài sản mà cha mẹ nó đang sở hữu, mọi người càng xem trọng nó hơn.

Tiệc mừng tổ chức cho Thông, có sự tham dự của vợ chồng Thiện, Trâm. Có đầy đủ họ hàng bên nội, ngoại. Lần nầy, Phượng vinh dự được đón tiếp cậu Sáu Lục, anh ruột của mẹ kế cô. Ông mới về thăm bà ngoại chiều hôm qua. Khi Phượng cùng chồng đến mời ba mẹ thì bà Tiên nhắc nó mời cậu Sáu để biết mặt nhau.

Nghe nhiều về cậu Sáu rồi nên Phượng cũng hiếu kỳ. Ấn tượng đầu tiên đập vào mắt Phượng, đó là một người đàn ông đã có tuổi, chắc khoảng ngoài năm mươi nhưng chưa được sáu mươi nên vẫn chưa nghỉ hưu. Tặng người cao lớn, phải dùng từ "khôi ngô tuấn tú" mới diễn tả được nét mặt của cậu. Ánh mắt đầy quyền uy của người lãnh đạo, giọng nói rắn rỏi, âm thanh chất chúa tự tin. Cậu nổi bật trong đám đông khi bước vào đại sảnh. Ăn mặc cũng như bao nhiêu đàn ông thượng lưu khác, như cha chồng, khách mời của cha chồng vậy thôi nhưng ở cậu toát ra một vẻ lịch lãm lạ lùng. Hèn chi tiếng nói của cậu luôn có sức ảnh hưởng lớn đối với gia đình bên ngoại sau của cô.

Phượng thật sự ấn tượng và ngưỡng mộ.

Cậu được ba mẹ Phượng và ba mẹ chồng ân cần tiếp xúc. Cậu cư xử cũng đúng mực. Cũng tặng "bao thư" cho Thông để trước chúc mừng sau cho nó chi phí đi học xa. Tất nhiên là Phượng từ chối không nhận nhưng cậu cứ ép, nếu không sẽ bỏ về. Cuối cùng, mẹ Phượng nhận trước mặt mọi người, nói sẽ giao lại cho Thông.

Mẹ Phượng luôn tìm cách để Thông tiếp cận cậu Sáu. Còn cậu Sáu cứ dán mắt vào thằng bé mọi lúc mọi nơi, ngoài việc kêu nó lại tặng bao thư thì không nói chuyện riêng với nó nhưng ánh mắt cứ theo dõi nó không rời. Là nhân vật chính của bữa tiệc hôm nay, Thông bận bịu chào hỏi người lớn, tiếp đãi bạn bè, thằng bé cũng mệt nhoài người.

Tiệc xong, tiễn khách về hết. Vợ chồng Trâm cùng vợ chồng Phượng về nhà Phượng, Thông đi cà phê với bạn học. Khi Long và Thiện ngồi uống cà phê ở phòng khách, Trâm kéo Phượng vào phòng riêng, nghiêm túc nhìn Phượng"

- Mầy có để ý một chuyện không Phượng?

- Chuyện gì?

- Hôm nay tại sao mầy mời cậu Sáu?

- Mấy khi cậu mới về. Trùng dịp, mẹ tao kêu mời cậu đến chia vui để cậu cháu biết mặt nhau.

- Cậu ta thì có liên quan gì đến Thông? Cho nó bao thư là thủ tục khi đi dự tiệc nhưng mầy đã quyết liệt từ chối mà cậu vẫn ép uổng là sao? Lại nữa, cậu phải thừa hiểu mầy có tiền, đâu phải nhận sự tài trợ của người khác mới có thể nuôi con học đại học?

- Có vấn đề gì sao?

- Tao thấy cậu nhìn thằng nhỏ lom lom, tia nhìn lạ lắm làm tao cảnh giác.

Phượng phì cười, cô véo vào tay Trâm:

- Mầy nghĩ đi đâu vậy? Chuyện bình thường thôi mà. Hôm nay Thông là nhân vật chính, ai cũng nhìn nó có riêng gì cậu Sáu đâu?

- Không hiểu sao tia nhìn của cậu làm tao cảm thấy bất an.

Phượng ngồi ngay ngắn lại, nghiêng mặt ngó Trâm, cười trêu:

- Chẳng lẽ mầy cho là cậu Sáu có quan hệ gì với Thông sao?

- Không loại trừ khả năng nầy.

Phượng cười ầm ĩ, phát vào vai Trâm:

- Khùng quá mầy ơi. Cậu ở tuốt trên Đắk Lắk, hổng lẽ có dính líu gì tới nhỏ Thương sao?

- Ổng ở đâu thì ở nhưng cũng có khi về Thành phố vậy mậy? Mà cái nghề của nhỏ Thương nầy tiếp xúc với những hạng người nào mình quản lý được sao?

- Nhưng nó cũng đâu phải là con của Thương?

- Vấn đề là ở chỗ đó. Vậy thằng bé mà anh Long đưa nó đi sinh và rước về đâu rồi? Có hai khả năng, một là nó đã chết nhưng Thương muốn qua mặt những người cô ta gạt để nhận tài trợ nuôi con nên đem đứa trẻ khác về nuôi. Hai là cha ruột của thằng bé đã đem nó về, buộc lòng Thương phải nhận nuôi đứa khác. Biết đâu cậu Sáu của mầy cũng có góp tay góp chân vào thằng bé kia thì sao?

- Ha ha ha... mầy nói chuyện giống trong phim.

- Phim là phản ánh đời thường nhen mậy?

- Nói cho cùng, dù cậu có dan díu gì tới nhỏ Thương thì thằng Thông cũng không có máu mủ ruột thịt gì với cậu. Nếu cậu muối mặt tới nhìn nhận nó thì cũng giống như ông Bĩnh, ông Ngàn vậy thôi.

- Đúng vậy. Mầy còn nhớ không? Hồi Thông còn nhỏ, có lần mẹ mầy lấy mẫu tóc hay móng tay gì của nó rồi mầy lo bả đi xét nghiệm đó nhớ hôn?

- Nhớ.

- Vậy mầy giải thích đi, tại sao mẹ mầy làm vậy?

Phượng đờ người ra, trong lòng thật sự cảm thấy bất an. Tại sao mẹ cô lại lấy mẫu tóc của Thông chứ? Cậu Sáu Lục có quan hệ gì với Thương sao?

Nhìn phản ứng của Phượng, Trâm thương bạn quá. Cô biết, Phượng luôn xem Thông như con đẻ của mình dù thật ra Phượng chỉ hơn Thông mười bảy tuổi thôi. Thông là niềm tự hào của Phượng và cô ấy đã đặt mọi kỳ vọng vào đứa con nầy. Phượng luôn mong muốn Thông là một người anh Hai đúng nghĩa, là tấm gương sáng cho các em noi theo. Phượng thương Thằng bé hơn cả con đẻ của mình, bây giờ nếu như ai đó rứt Thông ra khỏi cuộc đời Phượng cũng giống như đâm vào tim cô một nhát dao chí mạng. Trâm biết chắc, Phượng sẽ không bao giờ cho phép ai làm tổn hại bất kỳ đứa con nào của cô. Cũng như Trâm, các con là tất cả của Trâm nhưng cuộc sống gia đình Trâm bình yên phẳng lặng như nước mặt hồ không một gợn sóng chứ chẳng như Phượng, thỉnh thoảng lại đối phó với những vị khách không mời mà tới.

CHƯƠNG 22

Nhưng Trâm và Phượng đã lo lắng vô ích. Cậu Sáu không làm gì động đến Thông, thằng bé vẫn ung dung học đại học ở Thành phố. Sống ngay trong cửa hàng ô tô của ông nội, tập đoàn Trần Thị.

Khi Thông học năm thứ hai đại học Y khoa thì Tuệ đã lên lớp tám, Lạc lớp sáu và Quốc lớp bốn. Ba đứa con của Phượng ngưỡng mộ và thương yêu anh Hai của mình không biết để đâu cho hết. Nguyện và Tâm con của Trâm tuổi với Lạc, Quốc cũng học lớp sáu và bốn như con của Phượng. Phượng đã mua hẳn một căn nhà ở thành phố dự định cho Thông ở đi học nhưng thấy cha chồng đơn chiếc muốn Thông ở tại đó để ít nhất cũng có người nhà họ Trần dòm ngó cửa hàng nên cô chưa dám gọi Thông đi. Thằng bé cũng biết chuyện, dù bận rộn với bài vở nhưng khi ông nội sai bảo gì cũng đều luôn hoàn thành trách nhiệm.

Năm đầu tiên Thông vào đại học, Trâm bàn với Phượng để thằng bé đến ở nhà mình, cô sẽ hướng dẫn thêm cho nó nếu có thắc mắc gì trong ngành y nhưng Phượng sợ ba chồng cô không hài lòng nên để Thông ở cửa hàng. Ông Tương lúc đó mới có dịp gần gũi cháu nội "bất đắc dĩ" mà bây giờ ông tin chắc là cháu ruột của mình vì nó có gen giống hai chú Nhất, Bang của nó: Học giỏi và không tranh chấp tài sản mà tài sản của ông bây giờ đồ sộ tới mức có những cửa hàng các nơi ngoài tỉnh cả tháng ông chưa bước chân lại một lần, chỉ nghe báo cáo trên giấy tờ. Long thì tất bật với công việc và ông luôn cảm thấy mình thiếu người cai quản, cho nên khi Thông lên thành phố đi học, ông bàn với vợ chồng Phượng phải cho nó đến ở vì ông cũng ít khi tới lui chỗ đó. Thông có ngay một căn phòng khang trang sạch đẹp, một không gian yên tĩnh để học hành. Nó không phải bận rộn gì trong việc buôn bán xe cộ, chỉ thỉnh thoảng khi nhập hàng, nó mới ra mặt kiểm tra theo lời dặn của ông nội thôi.

Tháng ngày trôi qua êm đềm như vậy. Cứ hai tuần Thông về nhà một lần, Phượng cho Thông tùy ý chọn và giao hẳn cho nó chiếc Honda để làm chân. Mỗi lần Thông về, cô tất bật làm món nầy món kia cho nó và các em ăn. Thông luôn xem lại bài vở của ba đứa em rồi chỉ bảo thêm. Tuệ, Lạc, Quốc đeo dính lấy anh Hai không rời. Con bé cứ xoắn xuýt, lải nhải bên tai Thông:

- Khi anh ra trường, em cũng vào đại học rồi. Chừng đó anh em mình dọn ra ở nhà mình, em sẽ chăm sóc cho anh.

Thông cười hả hả, cốc vào đầu Tuệ:

- Không biết ai sẽ chăm sóc cho ai à. Em định thi vào Y khoa nữa sao? Phải học kinh doanh để sau nầy phụ ba mẹ.

- Không. Chuyện phụ đó để Lạc, Quốc làm. Em sẽ học ngành dược. Anh Hai khám bệnh, em gái cấp thuốc. Nhà mình như vậy là tuyệt vời rồi. Lúc đó hai đứa kia cũng vào cấp ba, tụi nó buộc phải học trường nào để lo về kinh tế thôi.

Lạc trề xì một tiếng thật dài:

- Xời ơi. Anh Hai, chị Ba tự chọn ngành nghề mà bắt hai đứa em phải tuân theo quyết định của anh chị hả? Còn khuya nhen.

Tuệ nghênh mặt:

- Khuya gì mà khuya? Ba mẹ bây giờ còn trẻ, còn năng nổ quản lý công việc chưa cần chúng ta phụ giúp. Nhiệm vụ của anh Hai và chị Ba là lo cho sức khỏe của ông bà cha mẹ. Các em lớn lên thì ba mẹ cũng có tuổi rồi, phải thừa tự tập đoàn của nội nên học kinh doanh là hợp lý.

Nghe các em nói chuyện, Thông chỉ mỉm cười. Nó đưa tay cốc vào đầu Tuệ:

- Dược sĩ tương lai nói nghe oai quá. Nhưng để muốn đạt được nguyện vọng thì phải cố gắng từ bây giờ. Phải học thật giỏi, năm đầu tiên tốt nghiệp là vô liền đại học mới được.

- Anh yên tâm. Đó là tâm nguyện của em. Em sẽ giống y như anh Hai, tốt nghiệp xong là vào đại học liền, không bỏ phí một năm nào để luyện thi cả.

Lạc đưa ánh mắt sáng ngời nhìn anh Hai và chị Ba, thích thú:

- Em cũng vậy. Em cũng sẽ vào đại học năm đầu tiên. Em luôn là học sinh giỏi nhen anh chị.

Quốc đưa hai tay lên:

- Còn em nữa chi? Em học Toán, Lý, Hóa điểm mười mười không đó hen. Mẹ đi họp phụ huynh bao giờ cũng hãnh diện vì em hết á.

- Dữ chú Út mình luôn.

Ba đứa lớn phá lên cười. Quốc nhìn dáo dác rồi cũng cười theo. Phượng nghe các con bàn tính tương lai, trong lòng ấm áp như được uống những thang thuốc bổ. Cô cảm thấy mình hạnh phúc biết bao bên cạnh các con của mình. Phượng bước lại, ngồi xuống bên cạnh Quốc, ôm thằng bé vào lòng, vui vẻ góp lời:

- Vụ nầy mẹ xác nhận nhen. Út Quốc học giỏi lắm. Mà bốn đứa con của mẹ đứa nào cũng học giỏi và ngoan ngoãn, mẹ tự hào về điều nầy.

Thông nhìn Phượng, trìu mến:

- Mẹ à, tốt nghiệp xong mẹ cho con học thêm vài năm để lấy bằng Thạc sĩ. Sau đó, việc học đại học của các em mẹ để một mình con lo. Anh em tụi con sẽ đùm bọc nhau sống ở thành phố cho tới khi Út Quốc ra trường có thể phụ được với ba mẹ thì Lạc, Quốc sẽ về. Tuệ cũng phải có gia đình riêng của nó.

- Anh cũng có gia đình riêng của anh vậy? (Ba đứa em đồng thanh)

- Mặc dù chúng ta có gia đình, ở riêng hay ở chung với ba mẹ nhưng lúc nào chúng ta cũng là con của cha mẹ, cũng phải xem gia đình lớn nầy là nhà chính thức để quay về. Bởi vì nơi đây luôn có ba mẹ ngày đêm mong nhớ chúng ta. Mấy đứa biết chưa?

Phượng cảm động. Ở độ tuổi nầy, suy nghĩ chín chắn như Thông cũng không có bao nhiêu người. Cô âu yếm nhìn Thông, thầm cảm ơn trời phật đã cho cô một quyết định sáng suốt khi đồng ý nhận nuôi đứa bé nầy. Nó không phải là con của Long để cô ganh tị với tình địch, càng không phải là con của Thương nên chẳng có lý do gì mà Thương đón nó về. Tuy nhiên, nguồn cội của Thông vẫn là một ẩn số luôn làm Phượng lo lắng ngày nào đó cô sẽ bị người khác giật thằng bé trên tay. Nhưng càng ngày, Phượng càng cảm thấy yên tâm hơn. Cô tin rằng nếu biết cha mẹ ruột là ai, Thông vẫn không bao giờ rời bỏ cô bởi vì gia đình nầy đã cho nó sự ấm áp của tình ruột thịt và cho nó một tuổi thơ tuyệt vời. Nó lớn lên trong tình yêu thương của ba mẹ, ông bà. Trong trái tim từ lúc còn non nớt cho đến khi trưởng thành, Thông chỉ có một gia đình nầy thôi. Chuyện nó từng ở chung với cậu cũng đã xếp vào quá khứ rồi. Nếu như Ngàn chưa từng tới thì cái tên Thương đã lặn sâu trong ký ức của nó, muốn khơi dậy cũng không phải là chuyện dễ dàng.

Thời gian cứ bình lặng trôi qua, không có bất cứ một biến động nào trong hai gia đình của Trâm và Phượng. Loan, em gái Phượng vẫn chưa có chồng và đó là điều lo lắng nhất của bà Tiên. Trong khi Loan bình chân như vại thì bà lại nháo nhào tìm kiếm đối tượng cho cô nhưng ai Loan cũng chê ỏng chê eo, nào là không xứng tầm với cô, nào là phàm phu tục tử quá. Nhưng ở độ tuổi ngoài ba mươi như Loan cũng khó còn người con trai nào hoàn toàn độc thân nếu như không ly dị hoặc chết vợ. Bà Tiên cứ rĩ rịt với Phượng tìm trong đối tác làm ăn của mình có ai xứng đào xứng kéo với Loan thì giới thiệu. Thật lòng Phượng cũng muốn em mình yên bề gia thất cho ba nhẹ gánh lo nhưng kiểu chảnh chọe như Loan cô cũng không dám nhúng tay vào.

Trí đã có vợ, cô ấy công tác chung với Trí. Vợ chồng thuê nhà ở thành phố. Trí nói trước sau cũng phải về thừa tự căn nhà để phụng dưỡng ba mẹ nên không có ý định cư ở đây. Chỉ là trong lúc còn trẻ muốn bươn chải để kiếm tiền. Đứa em nầy luôn làm Phượng hài lòng. Lúc đi học, Trí cần gì Phượng cũng đều đáp ứng nên tình cảm của chị em gắn bó hơn với Loan nhiều.

Trâm thì hơn Phượng về mặt nầy. Thúy và Trực đối với Trâm không có một chút gợn bởi phân biệt con ghẻ con ruột. Trực cũng đã lấy người mình yêu, cô là em gái của bạn nó, công tác ở công ty nước ngoài ngành thương mại. Hai người thuê nhà ở riêng nhưng Trực vẫn đến cùng khám bệnh với Trâm mặc dù cô cho phép em mình mở phòng mạch riêng. Trực cũng nói như Trí, trước sau gì cũng về nhà chăm sóc ông bà cha mẹ nên không mua nhà ở đây. Trâm lại bàn, dù Trực có hồi hương, về làm bác sĩ ở quê nhà nhưng nếu có khả năng thì cứ mua, trước mắt là không phải tốn tiền thuê nhà trọ mà mình được làm chủ chỗ ở của mình, sau đó là để sau nầy con cái có chỗ học hành. Nếu như thiếu chút đỉnh thì cô sẽ hỗ trợ. Trực cười hì hì nói chuyện đó tính sau.

Các em của Thiện cũng thành đạt. Đứa nào cần giúp đỡ thì Trâm cũng sẵn lòng.

Chuyện nhà của hai người bạn thân như vậy xem như là ổn định. Họ không mơ ước chi thêm nhiều. Cứ mong mỏi cuộc sống bình yên như vậy suốt đời.

Nhưng đời đâu phải như mơ ước của con người. Thân thế của Thông vẫn còn là một ẩn số, đe dọa Phượng mãi hoài cho đến ngày sự thật được phơi bày mới thật sự kết thúc.

Đến năm thứ tư thì Thông thực tập. Trâm xin cho nó vào bệnh viện mình đang công tác để hy vọng trong quá trình thực tập thằng bé sẽ được Ban Giám Đốc để ý, ra trường sẽ có việc làm ngay.

Cảm kích Trâm. Thông cố gắng hết mình. Nó là một trong ba sinh viên thực tập ưu tú nhất của đoàn. Trâm tin chắc nó sẽ được nhận vào bệnh viện công tác.

Biết Thông có ý định học thêm sau đại học, Trâm động viên thằng bé nên như vậy. Cô và Trực đều có bằng thạc sĩ từ lâu. Nhưng Trâm cũng nói rõ với Thông đường đi của việc học lên lấy bằng thạc sĩ. Cô nói:

- Ngành Y là ngành đặc biệt nên đòi hỏi đào tạo cũng phải đặc biệt. Học sáu năm chung, ra trường phải qua chín tháng học định hướng chuyên khoa (trước gọi là khoa sơ bộ). Có nghĩa là học cái chuyên môn mình sẽ làm việc. Răng Hàm Mặt, Sản, Xương, Nhi… Có bằng định hướng rồi sẽ được vào làm ở khoa đó. Nhưng lúc nầy chỉ là thời gian thực hành nghề ấy. Mười tám tháng sau sẽ được xét nếu đủ điều kiện sẽ được cấp chứng chỉ hành nghề (của chuyên khoa đó thôi nhé). Có chứng chỉ hành nghề rồi mới được công nhận khám chữa bệnh chuyên khoa đó. Sau khi có bằng định hướng hai năm sẽ được thi và nếu đỗ sẽ được học cao học để lấy bằng Thạc sĩ. Tuy nhiên phải học chính qui chứ không được vừa học vừa làm. Ngành y còn có hình thức đào tạo bác sĩ nội trú (Cái nầy tương đương các nước trên thế giới), hoặc bác sĩ chuyên khoa 1 (Chỉ ở Việt nam thôi). Sau khi có bằng thạc sĩ hoặc chuyên khoa 1, 2 hoặc bác sĩ nội trú mà đã có hai năm liên tục làm đúng chuyên ngành hoặc gần chuyên ngành sẽ được thi nghiên cứu sinh học Tiến sĩ. Còn con muốn có phòng mạch riêng phải có 54 tháng công tác liên tục đúng chuyên ngành (phải có chứng chỉ hành nghề rồi nha) sẽ được cấp giấy phép hành nghề. Dì nói vậy con rõ chưa?

- Rõ rồi. Từ từ con sẽ noi theo gương của dì mà làm.

Rồi Thông tốt nghiệp, ra trường với bằng cấp loại giỏi. Tuệ cũng hiên ngang vào đại học Y khoa chuyên ngành dược. Đúng như nguyện vọng của anh em nó. Thông nói với vợ chồng Phượng:

- Ba mẹ à, nhà trường giữ con lại làm giảng viên nhưng con không đồng ý. Con học Y khoa là để làm bác sĩ chứ không phải để giảng dạy. Con làm vậy ba mẹ có đồng tình không?

Long cười rạng rỡ:

- Con lớn rồi, làm bác sĩ rồi, con có quyền quyết định tương lai của mình chứ. Lúc trước dì Trâm khi ra trường cũng nói y như con bây giờ. Ba mẹ luôn luôn ủng hộ con mà.

Thông đưa mắt nhìn Phượng. Cô nắm tay nó:

- Mẹ chờ đợi bác sĩ của mẹ chứ không phải chờ đợi giảng viên đại học.

- Vậy là mẹ đồng ý với con rồi hén? Dì Trâm kêu con cứ xin việc làm rồi từ từ học. Trước hết có tiền trang trải ba mẹ không phải lo cho con, Tuệ cũng sắp phải tốn kém đây. Sau nữa tay nghề sẽ vững, tiện cho việc học hơn.

- Tốn kém thì ba mẹ không ngại đâu con. Nhưng cái nào con thấy tiện cho mình thì làm. Con trai của mẹ ngoan, làm gì mẹ cũng yên tâm hết.

Vậy là Thông ra trường. Với thành tích của mình, nó xin vào bệnh viện X nơi Trâm đang công tác một cách dễ dàng.

Ngày Thông chính thức làm bác sĩ, cả gia đình lớn của nó gồm ông bà nội, ba mẹ, cô Ba Nhã, chú Tư Nhất, chú Út Bang, Tuệ, Lạc, Quốc đều có mặt tại nhà Phượng ở Thành phố. Bên ngoại có ông bà ngoại, dì Loan, cậu Trí. Ngoài ra còn có vợ chồng Thiện, Trâm và hai đứa con Nguyện, Tâm của Trâm nữa.

Bữa tiệc hôm ấy ngoài việc mừng Thông chính thức là bác sĩ còn là buổi tiệc mừng Tuệ vào đại học Dược.

Phượng vui nức lòng nức dạ. Cô biết, Tuệ, Lạc, Quốc có được thành tích học tập hôm nay là hoàn toàn nhờ vào Thông. Bởi Long và Phượng đều học hành chưa tới nơi tới chốn. Ý thức cho việc học và chọn ngành nghề của vợ chồng cô không thể hướng các con có đam mê theo đuổi, chính Thông đã gieo niềm tin vào các em của mình. Phượng vừa thương vừa mang ơn thằng bé. Bây giờ nó đã thành niên rồi, là bác sĩ rồi, đã hơn hai mươi tuổi mà vẫn chưa nghe, chưa thấy nó có bạn gái. Phượng mấy lần dọ hỏi nhưng nó chỉ cười hề hề rồi kiếm chuyện bỏ qua.

Thông cao lớn đẹp trai, duyên dáng, nói năng mực thước, chắc từng là đối tượng của các sinh viên nữ nhưng sao tới khi ra trường vẫn chưa quen một cô nào. Điều nầy làm Phượng cứ thắc mắc hoài. Thông cười ha ha:

- Mẹ sợ con bị gì về giới tính hả? Bảo đảm 100% nam nhi chi chí nhen mẹ. Tại con bận học không có thời gian hẹn hò thôi. Khi nào ổn định công việc rồi, con sẽ tìm một đồng nghiệp hợp với tính của mình, phải ngoan hiền, biết nghe lời, phải hiếu hạnh với ba mẹ của con, phải thương yêu em con như em ruột thì mới ăn đời ở kiếp với nhau được. Chứ mới ra trường, chưa làm gì có tiền, chưa giúp đỡ gì cho ba mẹ, chưa lo lắng cho em út chút nào mà có vợ thì con xứng đáng là con của ba mẹ, là anh của mấy em sao?

Nghe thằng bé nói, Phượng muốn ôm nó vào lòng, hôn lên đôi mắt nó giống như thuở nào khi nó còn bé xíu.

Ngại mọi người cho rằng mình dựa vào sự quen biết mới được nhận vào công tác nên Thông cũng giữ ý tứ với Trâm. Ngoài thời gian ở bệnh viện, Thông mới gần gũi, thân ái với cô. Càng ngày, Trâm càng cảm thấy Phượng thật đúng khi nhận nuôi thằng bé. Bây giờ, chuyện nó là con ai không còn quan trọng nữa. Trâm biết chắc dù có ai đến nhận mình, Thông cũng sẽ mãi mãi xem Long, Phượng là cha mẹ, không có ai thay thế được.

Cho đến một ngày… kim trong bọc cũng lòi ra.

CHƯƠNG 23

Lúc nầy Thông và Tuệ đã dọn về nhà riêng để tiện cho việc học của Tuệ và gần nơi Thông công tác. Ban đầu Phượng cũng lo, cô sợ tình cảm giữa Thông và Tuệ phát triển theo chiều hướng tiêu cực vì chúng không có chút quan hệ nào. Nhưng cô nhận biết Thông chỉ xem Tuệ đơn thuần là em ruột còn Tuệ thì không hề nghĩ Thông là con nuôi của ba mẹ, đó là người anh một mẹ một cha với nó. Tình cảm thiêng liêng đó ăn sâu vào trí óc Tuệ từ nhỏ đến lớn nên Phượng thấy yên tâm.

Thông, khi rảnh rỗi cũng đến phòng khám của Trâm để phụ cô và cũng để học hỏi thêm. Trâm có ý định, sau khi Thông cứng cáp rồi, cô sẽ để Trực mở phòng mạch riêng của mình, vợ chồng cùng nhau gầy dựng kinh tế. Thông sẽ phụ với cô.

Mọi việc đều đang thuận buồm xuôi gió thì một lần nữa biến cố lại xẩy ra với Thông. Cũng là chuyện xuất hiện người nhìn thằng bé là con.

Cậu Sáu Lục ở Đắk Lắk bệnh nặng, bệnh viện tỉnh chuyển lên tuyến trên. Gia đình đưa cậu vào thành phố để điều trị, lại vào đúng nơi Thông công tác. Bà Tiên có mặt ở nhà Thông từ lúc cậu chưa vào tới. Bà lính quính căn dặn Thông phải cố gắng chữa trị cho cậu. Nếu bà không yêu cầu, Thông cũng sẽ lo vì đó là người nhà. Từ lúc chính thức làm bác sĩ tới giờ, chưa có người nhà đến điều trị. Thông nói với Trâm. Nghe nhắc đến cậu Sáu Lục, Trâm bỗng cảnh giác. Cô dặn dò Thông:

- Khi nào ông Sáu đến, con nhớ cho dì hay. Ca nầy để dì lo.

- Dì tốt với mẹ con quá.

- Không phải đâu. Vì là người nhà của con nên dì mới nhúng tay vào.

Thông thương mẹ, nhưng dì Trâm mới là mục tiêu mà nó phấn đấu vươn tới. Trâm bây giờ là thạc sĩ, là trưởng khoa giải phẫu của bệnh viện. Bàn tay phẫu thuật của cô đã cứu sống không biết bao nhiêu là sinh mệnh của bệnh nhân. Hàng ngày, Thông đều đến phòng mạch của Trâm để học hỏi, để nhờ cô chỉ dạy thêm và Trâm bao giờ cũng tận tình với nó.

Cậu Sáu tới bệnh viện với tình trạng ổn. Vì xa xôi và mợ Sáu còn trăm công ngàn việc ở nhà nên cậu đi một mình, có bà Tiên theo sát anh trai. Trâm tiếp nhận bệnh và cô ngạc nhiên khi thấy cậu không có biểu hiện gì là bệnh nặng đến độ phải chuyển viện. Xem hồ sơ bệnh án, biết cậu có khối u trong tiền liệt tuyến, Trâm đem mẫu đi sinh thiết thì kết quả chỉ là khối u lành tính. Nhìn lại giấy chuyển viện, cô hỏi cậu:

- Là cậu xin chuyển lên tuyến trên chứ không phải do bệnh viện tự chuyển à?

- Phải. Cậu thấy họ lề mề quá. Mà ở dưới đó thiết bị y tế cũng không nhiều, cậu sợ rủi ro.

- Khối u lành tính có nguy hại gì đâu, sao bác sĩ chỗ đó không sinh thiết để cho cậu kết luận vậy?

- Cậu cũng đâu có biết.

- Con sẽ làm giấy cho cậu mổ cắt bỏ khối u, mặc dù lành tính nhưng để lâu sợ nó lớn thêm chèn ép tuyến tiền liệt của cậu. Cậu yên tâm, ca mổ nầy rất nhanh.

- Để thằng Thông mổ được không con?

- Thông mới ra trường có mấy tháng thôi, chưa có kinh nghiệm nhiều. Con sẽ chỉ định bác sĩ giỏi cho cậu.

- Cậu muốn Thông mổ.

- Nó chưa dám đâu cậu. Mà con cũng không dám buộc nó.

Thông nghe tin bà ngoại lên nuôi ông cậu nên cũng tới. Lần nầy, Trâm kín đáo quan sát thái độ của hai người lớn. Bà Tiên xoắn xít lấy Thông, thái độ của bà làm Trâm cảnh giác. Bà nắm tay Thông kéo lại gần cậu Sáu:

- Thằng Thông tới thăm anh nè anh Sáu.

Cậu Sáu chìa tay ra, Thông nắm lấy. Cậu nhìn nó bằng ánh mắt âu yếm lại khiến Trâm cảm thấy bất an. Cô không dám rời khỏi vì sợ có chuyện gì xẩy ra ngoài dự tính của cô và Phượng. Hơn ai hết, Trâm biết Thông quan trọng với Phượng nhường nào. Và cũng hơn ai hết, cô biết Thông thật sự có một cha mẹ ruột, nhưng đã hơn hai mươi năm rồi, họ chưa một lần nào tìm đến, chẳng lẽ cậu Sáu lại có liên quan gì tới thằng bé sao? Vô lý. Cậu làm sao mà quen biết với Thương cho được? Nhưng việc bà Tiên lấy mẫu tóc của Thông từ rất lâu rồi giải thích sao đây? Vì cớ gì bà cứ đeo lấy Thông và muốn nó tiếp cận với cậu Sáu như vậy?

Trâm đưa mắt nhìn giáp qua phòng. Đây là phòng của bệnh nhân chờ đến lượt giải phẫu nên cũng ít người. Cô định ngồi lại nhưng tư cách mình không cho phép. Đi cũng dở mà ở cũng khó. Trâm bèn nói với Thông:

- Theo dì lên văn phòng, cùng với các bác sĩ hội chẩn ca mổ của ông Sáu.

- Con được tham dự luôn hả dì?

- Được. Con tham dự với tư cách người nhà.

Trâm nắm tay Thông kéo đi sau khi gật đầu chào bà Tiên và ông Lục. Cô không muốn một mình Thông ngồi lại với hai người họ. Trực giác cho cô biết, có một bí mật gì đó trong mối quan hệ nầy.

Đau đáu với nỗi lo cho bạn, Trâm quyết định: Khi ông Lục mổ, cô lấy mẫu máu của ông và Thông làm xét nghiệm, bỗng tá hỏa ra, kết quả cho thấy họ thật sự có quan hệ cha con.

Tại sao ông Lục và Thông có quan hệ cha con? Chẳng lẽ lại sai sót gì trong khi xét nghiệm chăng? Ông ở tận Đắk Lắk, Thương ở Thành phố Hồ Chí Minh, họ gặp nhau bằng cách nào và tại sao cô ta lại nhận nuôi thằng bé chứ? Rõ ràng Thông không phải là con ruột của Thương. Vậy đứa nhỏ do chính Thương sinh ra đâu rồi? Hay là có một cuộc tráo đổi nào mà cô và Phượng không hề hay biết?

Có nên nói điều nầy ra với Phượng không? Chuyện nầy chắc chắn bà Tiên biết rất rõ. Chính bà ta đã làm xét nghiệm và đã xác định Thông là cháu ruột của bà. Vì vậy cho nên bà luôn tạo điều kiện cho cha con họ gần gũi với nhau. Bà Tiên thật bỉ ổi. Dùng đứa con của chồng để nuôi cháu ruột vô thừa nhận của mình. Còn mẹ Thông là ai? Tại sao lại dễ dàng đồng ý giao con như vậy? Mợ Sáu có thể là người dữ dằn, mợ đã không chấp nhận đứa con hoang cho nên mới có tình trạng nầy chăng?

Trâm thương Thông. Tội cho thằng nhỏ, sự thật nầy không biết sẽ ảnh hưởng tới nó như thế nào. Coi mòi bà Tiên và ông Lục muốn nhìn nhận lại thằng bé. Khốn kiếp. Vậy là họ đã biết từ lâu, có thể họ đã đạo diễn màn kịch khiến Thương đem Thông đến cho Phượng nuôi. Tại sao họ không nhìn nhận sớm hơn, để đến khi thằng bé đã thành đạt mới bắt đầu giở trò? Họ có nghèo khổ gì đâu mà phải nhờ Phượng nuôi lớn, cho ăn học chứ? Hay là họ có nỗi khổ gì không thể phơi bày ra ánh sáng?

Không được. Phức tạp quá. Cô phải về bàn lại với Thiện trước khi cho Phượng hay. Đây là chuyện hệ trọng chứ không phải chỉ đơn giản là nhìn con như ông Bĩnh và Ngàn.

Cậu Sáu sau khi cắt bỏ khối u thì dần hồi phục. Là người có tiền của, ông nằm ở phòng dịch vụ có bác sĩ và y tá chăm sóc đặc biệt. Cậu có ba người con, con trai lớn đang công tác ở thành phố, trong quá trình cậu nằm viện anh ta cũng tới lui thường xuyên cùng với vợ và các con. Người con trai thứ hai ở Đắk Lắk cũng vào thăm ba. Con gái út của cậu thì ở suốt sau khi cậu nhập viện một ngày. Trâm quan sát thấy Thông không giống ai trong số ba người họ cả. Những đứa con của cậu đều có đôi mắt một mí, chắc là gen của mợ. Thông giống cậu ở dáng người cao to và đôi mắt. Còn lại thì hoàn toàn giống Phượng. Cũng lạ thật, Phượng và Thông có quan hệ huyết thống gì đâu?

Bọn họ biết Thông là cháu ngoại ngang hông của cô ruột mình, lại là bác sĩ nên cũng xun xoe. Đúng là con vua thì được làm vua. Cả nhà họ đều nằm trong bộ máy chính quyền và đúng là "Miệng người sang có gang có thép". Họ nói chuyện sang sảng trong phòng không kiêng dè. Mà cũng không thể trách họ được. Phòng dịch vụ chỉ có một bệnh nhân là cậu Sáu Lục mà thôi. Qua tìm hiểu, Trâm biết cậu đang là cán bộ cấp cao, có thể vì vậy mà cậu không dám để lộ việc ngoại tình bên ngoài sinh con, sợ mợ ghen tuông làm rùm lên thì địa vị bị lung lay nên đã ém nhẹm thằng bé và mẹ Phượng đã tiếp tay ông ta đưa Thông về cho Phượng nuôi để dễ bề theo dõi. Chơi thân với Phượng lâu năm, Trâm cũng biết rõ bà đã dạy hư Phượng như thế nào. Bỗng dưng đưa Phượng về làm vợ Long khi bà biết mẹ Long là người nhân hậu, sẵn sàng bao dung cho con dâu khi lầm lỗi và cũng sẵn sàng dạy bảo nó. Với tình cảm bà Tiên dành cho Phượng, chắc chắn bà ta sẽ không đưa Phượng vào chỗ sung sướng nếu như không có mục đích nào khác.

Nhưng sự thật nầy mà được phanh phui ra, bà ta sẽ trả lời sao với Phượng đây? Có thể để Thông suốt đời không biết cha mẹ mình là ai được không? Nếu như vậy, việc gì bà ta cứ phải lôi kéo nó đến gần ông Sáu làm gì? Liệu Thông có chấp nhận người mình từng gọi là ông làm cha không? Nếu như cha ruột của nó là người khác thì dễ giải quyết xiết bao. Đàng nầy lại là người nhà… Thật là rắc rối.

Thiện ngẩn người khi nghe Trâm tường thuật lại vụ việc. Anh hoàn toàn bất ngờ, không thể tưởng tượng ra nổi đây là sự thật. Nhất thời cũng không có kế hoạch gì ứng phó. Anh ngồi yên lặng, trầm ngâm rất lâu, bỗng chợt nhớ ra một người, Thiện vội vã nói với vợ:

- Có một người sẽ giải quyết được chuyện nầy.

Trâm chồm tới:

- Là ai anh?

- Thương.

Trâm thở dài, thất vọng:

- Bóng chim tăm cá.

- Sao bóng chim tăm cá được? Em quên là anh quen với Ngạn sao? Tìm Ngạn hỏi thăm về Thương, tìm Thương hỏi sẽ ra mọi lẽ.

- Chắc gì Thương có liên lạc với gia đình?

- Thương chỉ né tránh Long và những người có quan hệ với cô ta thôi chứ cha và em thì làm sao bỏ được.

- Nhưng lâu nay anh có liên lạc với Ngạn không?

- Có chứ. Thỉnh thoảng cũng cùng nhau cà phê. Anh tránh hỏi về Thương sợ Ngạn biết bạn mình nuôi thằng Thông. Để anh hẹn ảnh ra vợ chồng mình gặp nhen. Em chỉ nên lắng nghe chứ đừng xen vào câu chuyện.

- Được. Làm liền đi anh. Hẹn ba giờ chiều đi.

- Ba giờ anh chưa về được.

- Nhưng tối em mắc khám bệnh rồi.

- Bốn giờ.

- Được.

Bốn giờ chiều hôm đó, Trâm và Thông tới chỗ hẹn gặp Ngàn. Ngàn bây giờ đã là trung niên giống như Thiện, đĩnh đạc, trang nghiêm. Nhiều năm rồi không gặp lại, Trâm đã quên hẳn anh. Sau những lời xã giao. Trâm ngồi yên lặng nghe hai người họ bàn về chuyên môn. Ngạn cũng đang công tác ở một công ty xuất nhập khẩu của Hàn Quốc. Anh đã có vợ con. Ba anh mất nhiều năm rồi. Em trai về quê vừa đi làm vừa thờ cúng cha mẹ. Em gái cũng đã có gia đình riêng. Ngạn không nhắc gì về Thương, Trâm buột miệng hỏi:

- Nghe nói anh có chị gái nữa mà? Vậy chị anh ở đâu? Làm gì?

- Chị Hai tình duyên trắc trở, lúc cha bệnh chị về quê lo chăm sóc cho cha. Sau khi cha mất, thằng Tư tính cất cho chị căn nhà để ở nhưng chị hẹn lại, một mình lên thành phố bươn chải tự sống. Mấy lần anh kêu chị đến ở với vợ chồng anh nhưng chị từ chối.

- Nghĩa là chị vẫn liên lạc thường xuyên với anh à?

- Đúng vậy. Mà chị cũng sĩ diện, mặc dù anh có tiền, đôi lúc cũng cho chị vì sợ chị nhọc nhằn nhưng lần nào chị cũng từ chối. Chị nói bản thân lo cho mình được.

- Chị vẫn ở nhà thuê nhà mướn sao?

- Phải.

- Vậy anh có biết chỗ ở của chị không? Sao không quyết liệt mời chị về?

- Quyết liệt lắm chứ em. Nhà chỉ có bốn chị em mà chị là người nuôi anh và hai đứa kia ăn học, không có chị sao tụi anh có được ngày nầy? Anh em anh đều muốn báo đáp chị nhưng chị thật chắc lòng chắc dạ.

- Chị làm gì anh biết không?

- Nghe nói hùn bán quán cơm với bạn bè gì đó.

- Anh có tới bao giờ chưa?

- Có. Tới ăn mấy lần, thấy làm ăn cũng được lắm.

Thiện nhìn Trâm, khều cô:

- Hỏi sao mà hỏi tới tới vậy?

- Cùng là đàn bà với nhau, chị ấy hy sinh nhiều cho gia đình mà không cần em út báo đáp nên em ngưỡng mộ vậy mà. Anh cho địa chỉ chị Hai đi, em sẽ rủ bạn đến ủng hộ chị ấy.

- Chị ấy bán vỉa hè em à. Bác sĩ dám ngồi vỉa hè ăn cơm không?

- Em không ngại đâu.

- Em cứ đi dọc theo đường Cao Thắng, bên cạnh những nhà hàng hải sản có một cửa hàng bán cơm trưa chiều, chị Hai và bạn chị ấy bán ở đó. À, từ bệnh viện Từ Dũ qua nó nằm phía tay phải nha em.

- Vậy mà nói vỉa hè. Có biển tiệm không anh?

- Không có biển tiệm nên anh mới nói là vỉa hè.

Cả ba phá lên cười. Trâm mừng rỡ, bước đầu thuận lợi. Ngày mai cô sẽ lập tức đi tìm Thương hỏi cho ra mọi lẽ. Cô phải giúp bạn mình vạch trần sự thật nầy, một sự thật mà hàng bao nhiêu năm nay vẫn đè nặng trong lòng Phượng.

Nghĩ là làm. Từ bệnh viện của Trâm đến đường Cao Thắng chỉ năm phút chạy xe. Cô dễ dàng tìm được quán cơm theo lời chỉ của Ngạn. Trâm đưa mắt quan sát tổng thể. Quán nằm ở vị trí đắc địa. Tự nhiên trong lòng Trâm lại nghĩ, có thể Thương đã đào được một tay đại gia nào đó chịu bỏ tiền ra đầu tư cho cô ta mở quán nên Thương không cần sự giúp đỡ của các em mình. Cô khinh thường loại đàn bà như Thương. Nếu cô ta trong sạch thì không có những hai người đàn ông ngoài Long ra đi tìm Thông để nhận thằng bé là con mình. Nếu như cô ta biết suy nghĩ, sẽ không đem một đứa nhỏ không biết cha mẹ là ai giao cho người tình cũ, buộc người ta phải nuôi dạy nó, cô ta còn ngụy tạo ra kết quả xét nghiệm AND để lừa người lừa mình. Loại đàn bà như vậy muốn hoàn lương không phải dễ. Trâm không có cái nhìn hẹp hòi với bất kỳ ai, nhưng những việc xẩy ra cho Phượng đã quá nhiều phức tạp. Cô có thể bỏ qua việc truy tìm cha mẹ ruột của Thông, nhưng bây giờ chuyện nầy có liên quan với mẹ kế của Phượng và anh của bà ta, nếu như Thông là con ruột ông Sáu Lục thì mẹ nó là ai và vì sao Thương lại mang đến cho Phượng nuôi? Sự thật nầy không được phanh phui mà để cho ông Lục nhìn con khi nó đã thành đạt thì Phượng đúng là con cờ cho họ tự do thao túng.

Quán rất đông người dùng cơm trưa. Theo chiều hướng nầy thì Thương có thể phất lên nhờ vào việc làm ăn lương thiện. Trâm định bụng nếu bất tiện, cô sẽ tìm cách làm quen với người bạn của Thương, qua đó sẽ tìm hiểu về cô ta.

Trâm gửi xe, bước vào quán. Cô đi sâu vào trong, chọn một bàn khuất phía trong để tiện việc quan sát Thương và khi có điều kiện cô sẽ nói chuyện với Thương. Người chạy bàn đến hỏi cô dùng cơm gì. Trâm gọi cơm bì sườn trứng. Trâm nhận ra Thương ngay. Cô ta đang đứng gắp thức ăn bỏ vào đĩa. Người bên cạnh mập mạp ngồi múc cơm chắc là bạn của cô ta. Thương vẫn giữ được dáng người mảnh dẻ và làn da mịn màng như Trâm từng nghe Phương miêu tả. Trâm nhớ khi cô gặp Thương, mặt mày hốc hác, da dẻ tái xanh còn bây giờ thì khác hẳn.

Trâm chậm chạp ăn đĩa cơm. Cô muốn kéo dài thời gian để Thương rảnh rỗi mà nói chuyện với cô. Người mua hộp mang về nhiều nên quán dần thưa khách. Một lát, có người đến thay chỗ cho Thương. Cô ta mệt mỏi dùng khăn ướt lau mặt rồi nhẹ nhàng ngồi xuống chiếc ghế bên cạnh người đàn bà cho cơm vào đĩa.

- Mệt quá. Mỏi run chân luôn.

- Hôm nay bán đắt quá hả?

- Bữa nào cũng vậy. Mừng mà mệt quá. Chắc phải thuê thêm người quá Nhung.

- Thuê thì thuê. Tui ngồi múc cơm cả buổi ê lưng muốn chết.

- Thuê phụ tụi mình chứ vầy lâu dài chịu không xiết đâu.

Trâm thấy đã đến lúc mình phải ra mặt rồi. Cô gọi bồi bàn tính tiền. xong, Trâm nói với cô ấy:

- Bà chủ quán tên Thương phải không em?

- Dạ. Cô Thương và cô Nhung.

- Em qua nói với cô Thương là có người muốn gặp cô ấy một chút. Chị chờ ở đây nha.

Trâm để ý khi bồi bàn đến gần Thương, nói gì cô không nghe nhưng Thương quay lại nhìn cô, không tỏ vẻ gì là quen biết cả. Thương đứng dậy tiến gần đến chỗ Trâm, Trâm nhanh chóng mở ghi âm trên điện thoại đặt ngang nhiên xuống bàn, đánh phủ đầu liền:

- Chào chị Thương.

Thương ngạc nhiên:

- Cô quen biết tôi à?

- Biết nhưng không quen. Đã gặp chị một lần rồi.

- Dịp nào?

- Chị không nhớ nổi tôi đâu nhưng tôi lẽ ra cũng đã quên chị rồi. Nhưng hôm nay có vài chuyện tôi muốn chị làm sáng tỏ.

- Tôi nghĩ, tôi và cô chẳng có gì khuất lấp để cần làm sáng tỏ cả.

- Có đó chị. Xin tự giới thiệu với chị, tôi là Trâm, là bạn thân thiết nhất của Phượng, vợ anh Long. Người mà chị coi đó như là một con rối để chị điều khiển suốt hai mươi năm nay.

Nghe nhắc tới tên Long và Phượng, Thương thất sắc. Cô ta ấp úng không nói nên lời

CHƯƠNG 24

Biểu cảm của Thương không qua khỏi mắt Trâm. Cô biết chắc Thương đang che giấu một bí mật nào đó. Bí mật nầy liên quan trực tiếp đến Thông. Trâm không cho phép Thương gian dối nữa. Phải vạch trần cô ta. Trâm hạ giọng:

- Tôi không muốn làm chị xấu hổ trước mặt bạn bè và người làm của mình. Cho nên trước khi tôi nổi nóng, chị phải thành thật nói cho tôi biết, đứa bé mà chị mang đến cho vợ chồng anh Long nuôi là con của ai và vì sao chị lại làm như vậy?

Thương ngồi ngay ngắn lại. Qua giây phút bất ngờ, cô ta bình tĩnh nhìn thẳng vào Trâm, vẻ ngạo mạn:

- Nó là con của anh Long.

Trâm trừng mắt. Cô nhìn khắp một lượt quán cơm, nhìn bạn Thương và các tiếp viên đang hiếu kỳ cố ý lắng nghe và theo dõi hai người, cô mỉm cười:

- Chị đừng chọc vào sự kiên nhẫn của tôi. Cũng đừng nên ngụy biện nữa. Giới thiệu cùng chị, tôi là bác sĩ, lại là trưởng khoa ngoại của bệnh viện X, chị biết bệnh viện X mà phải không? Cho nên việc xét nghiệm đối với tôi chỉ là tích tắc. Sau khi chị giao con, chúng tôi đã phát hiện ra ngay nó không phải là con anh Long. Không sao, bạn tôi là người tốt, có tấm lòng nên nhận nuôi con của chị trong lúc chị nguy biến vì Phượng cho rằng chị có nỗi khổ riêng không nói được. Nhưng chẳng bao lâu lại biết thêm rằng đứa bé đó cũng không phải là con chị. Đó là vì sao? Vậy đứa nhỏ mà anh Long tận tay đưa chị đi sinh đâu rồi? Chị thật khốn nạn, khi tôi gặp chị, muốn nghe chị giải thích thì chị cứ khăng khăng khẳng định nó là con của chị và anh Long, còn đưa mẫu tóc cho tôi. Nhưng thật buồn cười, khi chị bước đi thì mẫu tóc cũng đi theo chị. Chị gạt gẫm người ta quen rồi, với người ơn của mình chị cũng gạt. Chị xứng đáng nhìn mặt Phượng sao? Chưa hết, khi Thông còn nhỏ, ông Bĩnh, người đã từng cùng chị sống chung đến nhìn con. Không phải con của chị thì sao lại có thể là con của ông Bĩnh chứ? Rồi đến khi thằng bé đã lớn, học cuối cấp ba, lại có một ông tên là Ngàn, tài xế của ông Bĩnh tới nhìn nữa. Chị quan hệ quá rộng rãi rồi. Chủ tớ gì cũng không tha. Bây giờ thì Thông đã biết nó không phải là con ruột của anh Long, vậy là không có mối liên quan huyết thống gì với gia đình của Phượng nhưng tôi nghĩ cũng nên nói cho chị biết, Phượng đã nuôi dạy thành công thằng bé nầy. Nó tuyên bố sau nầy dù biết cha mẹ nó là ai đối với nó không còn quan trọng nữa, trong lòng nó chỉ có một ba mẹ duy nhất là Long và Phượng thôi.

Thương mím môi. Sắc mặt không thay đổi. Vừa lắng nghe Trâm vừa lắc đầu nhè nhẹ:

- Tôi cảm kích Phượng. Tôi biết hiện tại Thông đã là bác sĩ rồi. Nhưng việc ông Bĩnh và anh Ngàn tới tìm Thông là ngoài dự định của tôi. Xin thề là tôi chưa từng cho địa chỉ họ tới làm phiền Phượng.

- Bây giờ chị giải thích cũng không còn ý nghĩa gì. Chuyện chúng tôi muốn biết là đứa bé chị sinh ra đâu rồi? Chị đã lưu nó đi đâu? Và đứa bé chị đem lại cho Phượng nuôi là từ đâu mà ra?

Thương cúi mặt xuống. Im lặng một hồi lâu. Khi cô ta ngẩng mặt lên, Trâm thấy đôi mắt của Thương đỏ hoe. Chắc là chạm vào nỗi đau của cô ta rồi. Thương nói thật nhỏ:

- Sao Phượng không tới cùng với Trâm?

- Nó sợ sự thật. Nó sợ phải đối diện với chị. Nó sợ nó sẽ ăn tươi nuốt sống chị khi biết hiện giờ đang có người muốn lăm le cướp đi thằng con trai mà nó coi như là sinh mạng của mình.

Thương hoảng hốt:

- Ai? Ai lại muốn lăm le thằng nhỏ nữa?

- Ai à? Là cha ruột của nó chứ ai.

- Cha ruột của nó sao? Ông ta là ai?

- Chị đóng kịch với tôi đó à? Chị không biết nguồn gốc của thằng nhỏ sao? Màn diễn của chị kém cỏi quá.

Thương chồm tới nắm tay Trâm:

- Là thật. Là tôi cũng không biết cha mẹ của đứa bé là ai.

Trâm mạnh bạo rút tay lại:

- Chị tưởng tôi còn có thể tin được chị sao?

- Tôi sẽ trả lời tất cả thắc mắc của cô. Xin hãy tin tôi một lần. Trước hết, cô cho tôi hỏi, vì sao mà cô tìm được tôi?

- Nếu chị muốn chúng ta thành thật thì tôi cũng sẽ thành thật với chị trước. Phải, chồng tôi là bạn thân với em trai chị, anh Ngạn. Qua anh Ngạn, từ lâu tôi đã biết chị kinh doanh ở đây nhưng không muốn làm phiền chị nếu như không có sự cố nầy xảy ra.

- Ngạn nói sao? Chồng Trâm là bạn thân của Ngạn sao? Đúng là quả đất tròn.

- Cho nên nếu chị không muốn các em của mình đánh giá

thấp chị của họ thì chị nên giúp Phượng giải quyết hậu quả nầy.

- Phải. Trước hết, là con của tôi với anh Long. Đứa bé sinh ra mới được ba tháng thì bị sốt nặng không qua khỏi. Tôi mất con đau buồn hàng năm trời mặc dù chưa đầy một tháng sau có người đàn bà mang đến cho tôi một đứa bé trạc tháng tuổi của con tôi. Đứa bé nhìn qua có nhiều nét giống bé Thông của tôi. Nhân lúc anh Long chưa biết chuyện thằng nhỏ đã mất nên tôi nhận lời nuôi đứa bé. Hàng mấy tháng sau anh Long mới lên, bấy giờ anh cũng không nhận ra được sự thay đổi của nó nên cho rằng càng lớn càng khác lúc mới sinh. Long không thắc mắc gì. Giấy xét nghiệm AND là sự thật vì tôi đã xét nghiệm trước đó rồi. Tôi nuôi con người ta nên không thể thương như thương con mình được. Chính vì vậy mà tôi thấy xấu hổ với Phượng, hai mươi năm trời tôi không dám gặp cô ấy nhưng tôi vẫn biết Thông được Phượng thương yêu như con ruột. Cảm kích cô ấy còn không hết tôi làm gì mà hại Phượng cho được?

- Người đàn bà nào đã đưa nó đến với chị?

- Tôi cũng không biết bà ta là ai. Bà nói với tôi là thấy tôi mất con nên thương. Đúng lúc bà nhặt được đứa bé nầy trên đường nên mới nảy sinh ý định giúp tôi. Tôi cũng không tin bà ta nhưng tôi cần có một đứa bé để giữ liên lạc với anh Long. Thú thật, tôi yêu Long và muốn làm vợ anh ấy, nhưng tôi biết mình không xứng đáng vì nhà anh ấy giàu có còn tôi thì bần hàn. Giao Thông cho Long rồi, tôi theo dõi mới biết người đàn bà đó là mẹ kế của Phượng. Ban đầu tôi cũng bất ngờ lắm, sau đó nghĩ lại chắc là trùng hợp thôi. Bà ta làm sao biết được tôi đã làm mất con của anh Long chứ? Lại càng không nghĩ đến việc Phượng sẽ đồng ý nuôi con riêng của chồng khi mới vừa đám cưới như vậy nên tôi cũng bỏ qua, vả lại, nói ra thì càng phức tạp hơn.

- Vậy chuyện ông Bĩnh và ông Ngàn thì sao?

- Tôi hoàn toàn không biết gì về chuyện họ đi nhìn con. Tôi cũng không nói đã đưa con cho Long nuôi và càng không có cho địa chỉ họ. Tôi có thai với Long trước khi quen ông Bĩnh, khi sinh bé Thông, ông Bĩnh đi công tác nước ngoài, về tôi đã sinh rồi nên chắc vì vậy mà ông nghĩ là con ông ta. Còn Ngạn, tôi với anh ấy tuyệt nhiên không có tư tình. Chỉ là một lần đi dự tiệc sinh nhật của bạn, tôi uống quá nhiều rượu nên say, tình cờ hay cố ý gì đó, anh ta đưa tôi về nhưng không đưa về nhà mà đứa đến phòng trọ của anh ta. Sau đó chuyện gì xẩy ra chắc cô đã đoán được. Qua lần đó, tôi không còn dính líu gì với Ngàn, chẳng hiểu sao anh ta lại nghĩ Thông là con của mình.

- Anh ta nói cô cùng bỏ trốn khỏi ông Bĩnh với anh ta.

- Anh ta nói bậy. Là tôi đi một mình.

- Tôi tin chị được không?

- Hãy tin tôi. Mặc dù tôi có quan hệ lung tung nhưng chỉ vì tôi mang nỗi khổ riêng mà không dám thổ lộ với ai. Nhưng tôi tuyệt đối không làm hại người tốt. Vợ chồng Long là người tốt, tại sao tôi lại phá hoại gia đình người tốt chứ? Nếu như Phượng không chủ động đề nghị đem Thông về nuôi, tôi cũng sẽ không đánh liều như vậy.

- Nhưng tại sao chị lại không tiếp tục nuôi đứa bé nữa mà lại giao nó cho anh Long khi chị biết rất rõ nó không phải là con của Long? Chị không lo sau khi vợ chồng họ biết được thì số phận thằng bé sẽ ra sao à?

- Chuyện nầy kể ra cũng lạ. Bây giờ tôi mới nghĩ ra. Sau khi Phượng tới đề nghị tôi đưa con cho Long nuôi, tôi đã từ chối. Không hiểu sao bà ta lại nửa như vô tình, nửa như cố ý gặp tôi bên ngoài, bà vồn vã hỏi thăm đứa bé như vô tình gặp mà hỏi thôi. Tưởng bà là người tốt quan tâm tới mình, tôi kể thật cho bà nghe việc anh Long muốn nhận đứa bé về nuôi. Bà có vẻ mừng rỡ, khuyên tôi nếu thấy quá mệt mỏi thì cứ giao cho họ. Vì trước sau tôi cũng phải có gia đình riêng của mình, hơi đâu mà đi nuôi một đứa bé chẳng quan hệ chi với mình hết, lướng cướng với chồng sau nầy mà bây giờ còn phải lo cho cha và em nữa. Nghĩ lại, sao lúc ấy bà ta biết nhiều về tôi vậy chứ? Về, tôi suy nghĩ mãi, cuối cùng quyết định đem nó giao cho Long, mà phải giao bằng cách đó mới không để cho vợ chồng anh ấy nghi ngờ. Tôi đưa kết quả xét nghiệm cũ ra làm bằng chứng. Đến khi gặp cô, mọi người đã phát hiện ra tôi không phải là mẹ ruột của nó, lần nữa tôi lại gạt mọi người. Nhưng tôi xin thề, tôi không biết mưu đồ của bà ta.

- Sao chị lại đem con giao cho vợ chồng anh Long trong lúc cấp bách như vậy? Không kịp gặp mặt dặn dò một câu?

- Bởi vì tôi không chân thật khi làm chuyện đó. Bởi vì tôi biết mình đã đem một đứa bé chẳng có dính líu gì đến để bắt người ta nuôi. Tôi xấu hổ sao dám gặp họ cho được?

- Sau đó chị đi đâu?

- Đi sống chung lén lút với ông Bĩnh. Vì lúc đó cha tôi bệnh thập tử nhất sinh, tôi cần tiền. Hai em trai của tôi đứa vào đại học đứa chuẩn bị. Đứa em gái đang học phổ thông. Tôi mà không có tiền cha tôi sẽ chết, các em tôi dở dang việc học. Thà là tôi mang tiếng vong tình bội nghĩa, mang tiếng đĩ điếm quyến rũ chồng người, tôi cũng chấp nhận miễn sao gia đình vượt qua khó khăn nầy.

Trâm chạnh lòng. Cô tin. Cô tin những lời Thương nói xuất phát từ tấm lòng của mình. Ở vào trường hợp của Thương, những người biết nghĩ cho gia đình chắc cũng sẽ làm như cô ấy. Ác cảm với Thương dần nhạt bớt trong Trâm. Thương chợt nắm tay cô:

- Trâm mới nói, có người đến nhận là cha ruột của Thông sao?

- Phải. Và tôi cũng đã xét nghiệm rồi. Đúng là họ có quan hệ cha con.

- Trời. Ông ta là ai?

- Là người mà chúng ta không bao giờ có thể ngờ, là người sẽ giáng xuống đầu Phượng một búa làm vở tan đầu óc nó, hủy hoại lòng tin vào cuộc sống của Phượng.

- Là ai?

- Là ai à? Điều đáng trách nhất của chị là sau khi biết người đàn bà cố tình giao đứa trẻ cho chị là mẹ kế của Phượng, chị đã không báo trước cho nó biết. Bởi vì Thông chính là con trai của anh ruột bà ta.

- Trời. Vậy sao? Lại là con ngoài giá thú sao?

- Điều nầy tôi chưa rõ vì chưa biết mẹ nó là ai. Ông ta hiện đang nằm viện ở chỗ của tôi, có cả bà Tiên, mẹ Phượng nữa. Thái độ của bà Tiên làm tôi nghi ngờ nên mới xét nghiệm thử coi sao. Dè đâu nghi ngờ của tôi là đúng. Phượng chưa biết chuyện nầy. Nếu như nó biết, tôi không dám tưởng tượng chuyện gì sẽ xẩy ra.

- Tội cho Phượng biết là bao nhiêu. Bây giờ, tôi phải làm gì mới giúp được Phượng?

- Tôi vẫn chưa nghĩ ra.

- Hay là, tôi sẽ gặp riêng bà ta để hỏi cha mẹ thằng bé là ai? Rồi phăng ra mẹ ruột của nó mới biết nguyên nhân vì sao ông ta lại bỏ đứa con nầy suốt hai mươi năm trời.

- Để làm gì? Để tạo điều kiện cho họ nhìn con à?

- Tôi sẽ buộc họ không được hé nửa lời. Họ không có

quyền gì với cuộc đời của Thông cả. Phượng đã nuôi dưỡng, chăm sóc, dạy dỗ nó và bây giờ nó thành đạt là công lao của Phượng, không ai có thể nhảy vô mà chia phần. Họ đáng trách lắm. Chắc chắn bà ta biết rõ tôi sẽ giao con cho anh Long, Phượng sẽ nuôi cháu của bà ta nên từ đầu dàn dựng ra màn kịch nầy.

- Có thể lắm. Đưa Phượng tới gần Long cũng do bà ấy. Sau nầy bà ấy lại lén lấy mẫu tóc của Thông, chắc chắn là để xét nghiệm rồi. Biết chắc đó là con của anh mình, bà ta vẫn để Phượng nuôi nó thành đạt. Đến khi nó lấy được bằng bác sĩ rồi bà ta dần lộ ra ý định muốn anh mình nhìn con. Muốn hốt trọn thành quả mà Phượng đã dày công vun đắp. Đúng là một người đàn bà nham hiểm.

- Để tôi gặp bà ta đi. Tôi sẽ vạch mặt bà ta. Phải để cho Thông hiểu rõ loại người như vậy không xứng dáng làm cha, làm họ hàng với nó.

- Được. Tôi sẽ tạo điều kiện cho chị gặp mặt. Gặp cả Thông luôn. Trước mắt, tôi sẽ mời Phượng tới, nói cho nó nghe tất cả rồi chúng ta cùng bàn bạc xem phải giải quyết vụ nầy ra sao.

Đang nói tới đó, điện thoại của Trâm reo, cô cầm máy lên, tiện tay tắt ghi âm, thấy số của Phượng, cô ngẫn người rồi đưa tay ra dấu cho Thương yên lặng, Trâm bấm nghe:

- Tao nè Phượng. Sao gọi cho tao vào giờ nầy vậy?

- Cậu Sáu tao sao rồi Trâm?

- Mổ xong rồi. Cậu đang hồi phục. Có mẹ mầy ở đây mầy lo gì?

- Mợ tao có lên với cậu không?

- Không. Nhưng mấy đứa con của cậu đều có mặt đủ.

- Vậy cũng mừng rồi. Thông có tới lui với ông nó không?

- Có. À Phượng nè, hay là mầy tranh thủ hôm nay lên đi. Tao gặp Thương rồi. Mầy cũng nên gặp chị ấy một lần.

Giọng Phượng khẩn trương:

- Mầy gặp Thương rồi sao? Có nói chuyện gì với cổ không?

- Có. Mầy lên được hôn?

- Để tao nói với anh Long. Nhưng tao phải đi về trong ngày đó.

- Vậy tranh thủ đi. Lên tới điện thoại cho tao. Đừng vô bệnh viện nhen. Đừng gặp ai hết trước khi gặp tao đó.

- Sao vậy?

- Thì cứ nghe lời tao đi.

- Được. Mầy làm tao hồi hộp quá. Tao tranh thủ lên liền.

Trâm cúp máy, nhìn Thương:

- Chị cho tôi số điện thoại. Phượng lên tới chúng tôi sẽ tìm chị ngay.

Thương đọc số cho Trâm lưu. Trâm bấm gọi thử, nghe chuông reo trong túi xách Thương cầm trên tay. Cô yên tâm.

Chào Thương ra về, trong lòng Trâm vẫn còn trăm mối ngổn ngang.

CHƯƠNG 25

Ba tiếng đồng hồ sau, lúc Trâm đang ở văn phòng thì Phượng điện thoại tới. Trâm vội vã thay đồ rồi ra gặp Phượng ở điểm hẹn. Phượng chờ Trâm trước cổng bệnh viện, Trâm lên xe nhưng cả hai không nói chuyện gì vì sợ tài xế nghe được. Tới một quán nước, hai người bạn dẫn nhau vào quán, Phượng kêu tài xế muốn đi đâu thì đi chừng nào cô kêu hãy quay lại đón.

An vị rồi, Phượng hỏi liền:

- Chuyện gì quan trọng tới độ không nói được trong điện thoại phải kêu tao lên vậy Trâm?

- Quan trọng không thể tưởng tượng được.

- Thương nói gì với mầy rồi?

- Chuyện nầy không phải do Thương gây ra, mà là do một người có nằm mơ mầy cũng không hề nghĩ tới.

- Mà là vụ gì? Hôm nay mầy sao vậy?

- Mầy nhớ có lần mầy nói với tao mẹ mầy lấy tóc của Thông không?

- Nhớ. Rồi sao?

- Mầy nhớ tao đã nói với mầy thái độ của mẹ mầy và cậu Sáu khác thường khi gặp Thông không?

- Nhớ. Rồi sao? Mầy nay sao vậy?

- Linh cảm của tao không sai. Ông Sáu Lục là cha ruột của thằng Thông.

Phượng đứng bật dậy. Hai tay run lên, mắt trợn tròn nhìn Trâm:

- Mầy… mầy nói gì vậy Trâm?

- Tao đã xét nghiệm AND rồi. Thật sự họ có quan hệ cha con Phượng ơi.

Phượng ngồi phịch xuống ghế, mặt tái xanh, nói như nói một mình:

- Có quan hệ cha con gì chứ? Tại sao? Tại sao lại dính líu tới cậu ta? Cậu ta có quan hệ gì với Thương sao?

- Thương không biết ông ta là ai. Từ từ, bình tĩnh đi để tao kể đầu đuôi cho nghe.

Trâm đưa hai bàn tay của mình chạm vào tay bạn đang run rẩy vì vừa nghe cái tin sét đánh. Chầm chậm kể cho Phượng nghe từ đầu đến cuối. Từ lúc cô nhìn thấy bà Tiên xoắn xít kéo Thông lại giới thiệu ông Sáu, đến lúc xét nghiệm cho kết quả huyết thống của ông ta với Thông, tới chuyện cô tìm Ngạn để điều tra về Thương, chuyện gặp Thương ở quán cơm và tất cả những lời Thương kể lại. Đoạn đưa Phượng nghe trực tiếp cuộc ghi âm của cô và Thương. Phượng gắn tai nghe để không làm kinh động những người khách trong quán và cũng không gây chú ý cho tiếp viên. Mặt Phượng thay đổi theo từng câu nói của Thương và Trâm. Cô tê điếng trong lòng, bất giác không biết phải làm sao cho đúng.

Trả máy lại cho Trâm, Phượng thẫn thờ:

- Có nghĩ bà ta ác như thế nào cũng không tưởng tượng ra nổi bà ta lại đối xử với tao như vậy. Không thể nói vô cớ mà bà đem đứa bé giao cho Thương nuôi. Cũng không phải do thương yêu nên mới đem tao gán ép cho Long để tao bước vào hào môn trở thành dâu nhà giàu, tất cả bà ta đã có chủ ý hết. Bà ta muốn cháu bà sống trong nhung lụa, là cháu đích tôn của nhà họ Trần sau nầy thừa hưởng gia tài sự nghiệp của cha ông. Thật là tính toán cao tay.

- Đừng để cho bà ta đạt được mục đích.

Phượng lắc đầu, đôi môi chúm lại, trề ra, tỏ thái độ khinh bỉ:

- Bà ta ủ mưu hàng mấy chục năm. Muốn hái trái chín trên cành mà không phải bỏ công chăm sóc. Giống như trước đây bà đã đào tạo ra tao, một đứa con gái chẳng ra gì. Nếu như Long không có trách nhiệm, bỏ tao mà không cưới thì coi như tao là một đứa con gái hư hèn trước khi về với chồng rồi. Làm mẹ gì mà vậy hôn?

- Hay mình nên nhìn theo hướng tích cực một chút, là bà có nỗi khổ gì đó không tiện nói ra?

- Nỗi khổ gì chứ? Chắc chắn anh của bà đã ngoại tình sinh ra thằng bé, cô ta giao con cho ổng và với tư cách một cán bộ cao cấp, cộng với bà vợ lớn hung hiểm nên mới nhờ bà mẹ ghẻ của tao đem đi cho người ta. Cho mà cũng nghĩ đến có ngày giành lại nên bà mới giao cho Thương, mới tìm cách đưa tao về với Long cho tao gánh hậu quả của ổng. Trời. Tao dễ bắt nạt vậy sao Trâm?

- Mầy định làm gì sau khi biết rõ sự thật?

- Vạch mặt bả. Không mẹ con gì hết nữa.

- Bậy. Làm vậy sẽ kinh động đến gia đình, số phận của Thông sẽ ra sao?

- Nó nói, dù cha mẹ ruột là ai thì trên đời chỉ có anh Long và tao là cha mẹ nó thôi.

- Đó là vì nó chưa biết sự thật. Còn nếu như biết rồi, nó có thể dửng dưng được sao mậy?

- Mầy đừng khuyên tao cứ để thuận theo tự nhiên nhen? Chuyện nầy không dễ dàng bỏ qua được. Trước sau bả cũng tìm cách cho ổng nhận con thôi.

Trâm nghe Phượng gọi mẹ mình bằng BẢ, cô biết trong lòng Phượng đã oán hận chất chồng. Khuyên như thế nào chắc Phượng cũng không lọt tai. Mà trước sự việc rối rắm nầy, quả thực Trâm cũng không biết tính sao cho tròn vẹn.

Trâm gọi điện cho Thương, kêu cô ta đến. Phượng hỏi:

- Thương đóng vai trò gì trong chuyện nầy? Mầy nói trước đó cô ta cũng không biết cha mẹ nó là ai phải không?

- Đúng vậy. Theo cách nhìn của tao, tao nghĩ Thương sẽ sẵn sàng hỗ trợ mầy để bảo vệ Thông.

- Chính cô ta đã vứt bỏ thằng bé cơ mà?

- Hoàn cảnh lúc đó không cho phép cổ nuôi con người khác mầy à. Nên có cái nhìn thông thoáng một chút.

- Vậy tao phải lãnh hậu quả cho việc làm tắc trách của cô ta sao?

- Là lỗi cũng do tao một phần. Tao đã xúi mầy bắt con của Long về nuôi để thử thách chân tình của Long. Nếu như mầy không đề nghị, Thương ăn gan trời cũng không dám.

- Nhưng dù sao cũng cám ơn cô ta. Nói gì thì nói bé Thông cũng đem đến cho tao niềm vui. Nếu nó thật sự là đứa con của Thương và Long, chưa chắc cô ta sẽ để yên nó ở với tao bao nhiêu năm nay. Bây giờ nó cũng đã lớn, lẽ ra tao phải cho phép nó tự lựa chọn nhưng tao cũng ích kỷ lắm Trâm à. Tao không muốn chia sớt tình cảm nầy cho ai hết đó.

- Tao hiểu mà.

Hai người bạn ngồi tâm sự đủ điều. Phượng kể cho Trâm nghe về mẹ mình, bà đã đối xử với Phượng ra sao lúc cô còn thơ dại. Trong khi cô hạnh phúc vì nghĩ mình được nuông chiều có ngờ đâu đó là kế hoạch ấp ủ bao nhiêu năm của bà ta chỉ muốn biến cô thành một đứa con gái bị người ta khinh khi ghét bỏ. Nếu không có chuyện của Thông, chắc gì cô quen biết được với Long để bây giờ nghiễm nhiên là một thành viên của gia đình thượng lưu nầy chứ? Bản thân Phượng, cốt lõi là con gái nhà quê. Con gái nhà quê mà không ăn được cá, không biết nấu cơm, giặt đồ, quét nhà rửa chén. Ai làm mẹ mà nuông chiều con hư đốn như vậy không? Mà tại sao? Tại sao cô đã dùng tình thương của mình đối đãi với bà, với hai đứa con của bà mà bà vẫn còn rắp tâm giành lại Thông khi bà biết nó là một phần đời của Phượng?

Thương đến. Phượng và Thương ngẩn người nhìn nhau. Trước khi gặp Thương, Phượng vốn dĩ muốn ăn tươi nuốt sống người đàn bà khốn kiếp nầy. Nhưng đến khi gặp, ánh mắt thân thiện tràn đầy sự cảm thông làm lòng cô chùng lại.

Thương chủ động kéo ghế ngồi xuống. Kêu một ly yaout đá bên cạnh hai ly cam vắt của Trâm và Phượng đang uống dở. Phượng không biết nói gì với Thương lúc nầy nên vẫn im lặng nhìn cô, thái độ đó làm Thương cảm thấy ngại ngùng. Cô bắt chuyện trước:

- Đầu tiên, chị xin lỗi đã đem đến cho em bao nhiêu phiền phức. Là do chị tất cả. Chỉ vì lợi ích của mình mà không nghĩ đến cảm nhận của ai. Bao nhiêu năm nay theo dõi thấy em dành cho Thông tình thương thật sự chị cảm thấy an lòng. Có ngờ đâu đàng sau câu chuyện nầy lại quá nhiều vấn đề phức tạp. Chuộc lỗi với em bằng cách nào đây?

Phượng vẫn im lặng. Cô thật sự không biết trả lời với Thương như thế nào. Cô ta có thể đối phó bà Tiên sao? Trâm đỡ lời:

- Chuyện cũng dĩ lỡ rồi. Bây giờ phải tìm cách khắc phục thôi. Không phải mình vô tâm cắt đứt tình phụ tử, không cho cha con người ta nhìn nhận nhau. Nhưng rõ ràng đây là một âm mưu, cố tình buộc Phượng phải tạo ra thành quả để họ ngồi không hưởng lợi. Lập tức phải chặn đứng kế hoạch nầy không để cho họ toại nguyện.

Phượng chán nản:

- Bằng cách nào? Đó là mẹ, là cậu của tao, là người nhà, Thông không thể lọt khỏi tầm mắt của họ được.

Trâm vỗ vào vai bạn:

- Đừng bỏ cuộc. Không ai có thể tước thằng bé ra khỏi tay mầy đâu. Cậu, mẹ gì chứ? Có chút quan hệ gì với ông ta? Tao chưa nói đến việc vợ ổng mà biết chuyện thì sẽ quậy tưng, tiêu tan sự nghiệp quan trường của ổng chứ chẳng chơi. Bây giờ, đành rằng ông ta đã biết, mà tao tin chắc rằng ông ta đã biết ngay khi mầy vừa nhận nuôi thằng bé, nhưng ổng cũng phải đành ngậm bồ hòn làm ngọt mà im hơi lặng tiếng thôi. Chỉ sợ khi ổng đã hưu rồi mới bắt đầu giở trò.

Thương bĩu môi:

- Đơn giản thôi mà hai đứa. Chị sẽ đi gặp bà ta. Cũng có thể như Trâm nói, ông ta chưa dám lộ mặt nhìn nhận thằng bé đâu. Dựa vào điểm nầy, chị sẽ uy hiếp để bà ta khai tung tích mẹ của Thông. Nhất thiết phải gặp mẹ Thông xem điều gì đã xẩy ra. Vì sao bà ta lại dễ dàng giao con như vậy.

- Cũng khó. Nếu bà là người mẹ có trách nhiệm chắc sẽ không giao con, là bị ép. Nếu bà ta chỉ vì mình, muốn tống khứ quá khứ đi thì tìm ra bà ta chỉ làm tổn thương Thông thêm thôi. (Trâm nói).

- Hãy giao chuyện nầy cho chị. Gặp bà Tiên rồi, chị sẽ có

cách tìm ra mẹ ruột của Thông, nhất là chị sẽ buộc bà Tiên câm họng, giữ bí mật nầy cho tới lúc chết.

Trâm cười mỉm:

- Vậy là chị không hiểu bà ấy rồi.

- Hiểu hay không hiểu cũng vậy thôi. Đối với hạng người tiểu nhân mình phải dùng biện pháp tiểu nhân để đối phó em à. Giao cho chị đi. Chị sẽ thu âm lại hết để làm bằng chứng sau nầy nếu bà ta giở trò.

Trâm gật đầu:

- Được. Tôi sẽ cho địa chỉ, số phòng để chị tìm gặp bà ta. Ngày mai tôi sẽ điều Thông đi khám bệnh từ thiện với đoàn bác sĩ về vùng sâu vùng xa, không để cho nó biết một chút gì về chuyện nầy.

- Thống nhất vậy đi.

Họ ngồi lại, Phượng và Trâm kể cho Thương nghe về tất cả để cô có tư liệu mà đối phó với bà Tiên. Ba người đàn bà bỗng trở nên thân thiết vì cùng mục đích là vạch mặt và ngăn cản người đầy dã tâm và thủ đoạn như bà Tiên.

Chia tay nhau, Thương ân cần nắm tay Phượng:

- Không sao đâu em. Em là một người tốt, trời sẽ không phụ lòng em.

Phượng đưa Trâm về lại bệnh viện, cô lắc đầu ngao ngán:

- Sau nầy tao cũng không biết phải đối diện với mẹ mình ra sao.

- Đừng thèm quan tâm nữa mầy. Mình đứng kèo trên, bả sợ mầy chứ mầy không có gì sợ bả cả. Chuyện nầy đổ bể ra, người xấu mặt là anh em bả không phải mầy. Họ chỉ dám đứng xa mà nhìn chứ không dám ngang nhiên tiếp cận với nó đâu. Mầy tin tao đi.

- Thôi. Giờ chỉ mong sóng yên biển lặng. Mong Thông có gia đình của nó coi như tao đã tròn bổn phận làm mẹ rồi. Nó đã trưởng thành, muốn quyết thế nào thì quyết, tao không xen vào. Nhưng khi đó, tao sẽ vạch mặt bà ta mới thỏa lòng căm tức của tao. Cám ơn mầy nghen Trâm, bên cạnh tao luôn luôn có mầy.

- Mình là bạn hiền mấy chục năm mà nay mầy nói với tao những câu khách sáo vậy? Thôi về và tươi tỉnh lên, đừng để anh Long biết nghe hôn? Bản mặt thiểu não của mầy như vầy mà giấu ai được?

CHƯƠNG 26

Thương đến gặp bà Tiên ngay ngày hôm sau. Trâm làm như không quen biết với Thương khi hai người chạm mặt ở bệnh viện. Với ngần ấy năm mà vừa nhìn thấy Thương, mặt bà Tiên hiện rõ vẻ thảng thốt. Khi biết mục đích chính của cô là tìm mình, bà vội vã nắm tay Thương kéo ra ngoài, vội vã cùng cô đi một hơi ra gốc cây phượng khuất sau mặt tiền bệnh viện. Chỗ đó có một băng đá. Thương không muốn đi nữa, máy thu âm đã mở sẵn, cô ngồi lại và nghiêm nghị nói:

- Bà cũng nên ngồi xuống đi. Tôi có chuyện muốn nói với bà, đừng làm mất thời gian nữa.

Bà Tiên cũng ngồi xuống bên cạnh. Thương mai mỉa:

- Hai mươi mấy năm rồi, bà vẫn còn nhớ tôi sao?

Bà Tiên lúc nầy đã lấy lại bình tĩnh, bèn trở mặt:

- Cô là ai?

- Bà không biết tôi là ai mà vừa thấy tôi đã vội vàng lôi ra ngoài, sợ người ta nghe được tôi sẽ nói gì với bà chứ gì?

- Có chuyện gì nói đại ra đi, rào đón chi cho mệt.

- Hơn hai mươi năm trước, bà đem một đứa bé giao cho tôi nuôi, nói là bị cha mẹ bỏ rơi do bà nhặt được. Hai năm sau bà khuyên tôi giao nó cho ba của nó. Đứa bé đó từ đâu ra?

- Cái nầy cô hỏi ngộ nhen. Làm sao tôi biết chứ?

- Nếu bà không theo dõi tôi, sao bà biết tôi mất con để đem thằng bé đến trám vào? Sao bà biết Long muốn nhận đứa con về nuôi mà tới khuyên tôi giao ra? Bà đừng nói mọi việc là tình cờ nhen.

- Là tình cờ.

- Vậy tình cờ bà quen với bà Nga, vợ ông Trương, tình cờ bà xếp đặt cho Long và Phượng thành một cặp, tình cờ biết tôi có con với Long và mất con, tình cờ đem đứa bé mà chỉ một mình bà biết gốc gác đưa tôi nuôi, rồi cũng tình cờ bà đến khuyên tôi đưa con về chỗ giàu có sao?

- Bây giờ cô muốn nhắc lại chuyện nầy để làm gì?

- Tôi muốn biết cha mẹ ruột của Thông là ai.

- Để làm gì? Để tống tiền người ta à?

- Theo bà tôi nên tống tiền ai? Là vợ chồng Long hay là cha của thằng bé? Hay là tống tiền bà? Bởi vì bà là đạo diễn của tấn tuồng nầy mà?

- Tôi không hiểu cô nói gì.

- Bà đừng giả nai. Tôi nói cho bà hay, từ lâu tôi đã biết bà là mẹ kế của Phượng nhưng tôi cứ nghĩ đây là một sự trùng hợp nên bỏ qua. Ai ngờ đâu bà có ý đồ đen tối. Mấy ngày nay ở bệnh viện tôi đã nhìn thấy rõ hết. Bà đừng mong chạy chối trách nhiệm. Cha của Thông là ai tôi đã biết, còn mẹ nó đâu?

- Cô định đánh phủ đầu tôi à? Còn non tay lắm. Chưa phải đối thủ của tôi đâu.

- Tôi biết chứ. Tôi cũng không muốn đối đầu với bà. Nhưng bà có nghĩ đến hậu quả không? Nếu như Phượng biết bao lâu nay cô ấy đã nuôi con cho anh ruột của bà, Phượng có thể im lặng sao? Với tình thương con như vậy, bà không ngại nó sẽ quậy tưng bừng để cho anh bà bị thân bại danh liệt ở chốn quan trường sao? Rồi còn tội của bà bao che cho việc làm trái quấy của anh mình, cố ý để con riêng của chồng nuôi cháu bà, để nó được sống trong ấm no hạnh phúc hòng chia gia tài kếch xù của người ta. Đê tiện như vậy, kế hoạch hoàn hảo như vậy bà tưởng dễ đạt được kết quả lắm sao? Vỏ quýt dày có móng tay nhọn, nói cho văn vẻ hơn, cao nhân ắt hẳn có cao nhân trị. Bà đừng hòng đạt được mục đích vì còn có tôi.

- Cô đe dọa tôi đó à?

- Phải! Tôi đe dọa bà đó. Nếu bà không nói mẹ của Thông là ai và bà không ngay lập tức dừng mọi kế hoạch trên người Phượng thì bà sẽ biết hậu quả như thế nào.

- Buồn cười.

- Cứ cười đi. Theo như tôi biết, bà đã theo dõi tôi từ lâu khi biết tôi và anh Long có quan hệ. Bà cố ý lợi dụng tôi để đưa cháu bà vào nhà họ Trần. Nếu rành về tôi như vậy chắc bà cũng biết tôi là loại người nào, không dễ bị hiếp đáp đâu nhé? Mặc cho bà không chỉ ra mẹ ruột của Thông tôi cũng có cách tìm gặp. Chừng đó đừng trách vì sao tôi không nể mặt phượng.

Bà Tiên đứng dậy, cười nửa miệng:

- Cô muốn làm gì thì làm. Nhưng tôi nói rõ cho cô biết mà yên tâm. Anh tôi không có ý định nhìn lại đứa con. Nó sống với ai cũng được miễn là nó hạnh phúc. Còn mẹ nó là ai? Chuyện đó bây giờ không còn quan trọng nữa rồi. Cô ta chắc cũng đã có gia đình riêng của mình. Đứa con nầy đã đi vào quên lãng từ lâu.

- Bà vẫn ngoan cố? Tôi tin là anh em bà sẽ không dám nhìn nhận Thông. Nhưng tôi cũng muốn biết mẹ nó là ai. Biết để mà biết chứ tôi sẽ không làm gì hết.

- Cô giỏi mà, tự điều tra đi.

- Vậy bà chờ xem nhé? Và nên nói với anh bà là chuẩn bị tinh thần đi. Phượng và Long sợ xấu nhưng tôi không sợ. Phượng nể mặt bà còn tôi thì không. Nhớ rõ như vậy nghen. Và khi điều tra ra, bà đã giở trò gì với người đã sinh ta Thông thì bà coi chừng tôi đó.

- Được. Tôi chờ. Nhưng trước khi điều tra, tôi cấm cô không được tiết lộ bất cứ điều gì cho Phượng biết nếu như cô không muốn làm khổ nó.

- Bà có lòng với con ghẻ quá ha? Có lòng mà cố ý đẩy nó vào những con đường bế tắc không có lối thoát hiểm. Lòng dạ của bà cũng ghê gớm lắm. Thương là thương cho Phượng từ lâu đã nhìn ra mà nó vẫn một lòng một dạ hiếu kính với bà, lo lắng cho hai đứa con của bà. Bà thật không xứng đáng làm mẹ người ta.

Bà Tiên nổi nóng, lớn tiếng:

- Nè, ai cho phép cô ăn nói với tôi cái giọng điệu như vậy? Chuyện gia đình tôi cô biết gì mà mai mỉa nầy kia? Và bây giờ, Thông là con của ai có quan hệ chi tới cô mà cô bày đặt xen vào? Không phải Phượng đã tuyên bố là vợ chồng nó nhặt được thằng bé ai bỏ rơi trước băng đá nhà nó sao? Xóm làng và chính quyền cũng đã xác nhận. Có xét nghiệm AND kiểu gì thì cô cũng không có một chút liên quan. Nếu như bây giờ mọc ra cô là người đem đứa nhỏ lại cho vợ chồng nó, cô không sợ mình bị điều tra là bắt cóc con nít nhưng bị bại lộ nên bỏ nó lại bỏ chạy sao?

Thương thoáng chút ngạc nhiên, nhíu mày nhìn bà rồi phá lên cười, thích thú:

- Ghê. Ghê thiệt. Bà nghĩ tôi không có miệng sao? Hay là vầy đi. Là chúng ta cùng tìm gặp vợ chồng Phượng, lật ngửa tất cả con bài để hai người họ giải quyết. Kết quả như thế nào, ai có trách nhiệm, ai liên đới đều do vợ chồng họ quyết định, bà nghĩ sao?

- Nhảm nhí.

- Kệ, nhảm thì nhảm. Biết đâu vì tự ái, Phượng sẽ trả cháu bà lại cho bà. Tự nhiên anh bà sẽ có một thằng con trai là bác sĩ, lại là một đứa ngoan hiền hiểu chuyện. Nó sẽ là nguồn hái ra tiền để ông ấy và bà nương tựa về sau. Mặc kệ ai đã dầy công đào tạo nó, ông bà chỉ cần ngồi không hưởng thành quả là được rồi?

- Càng nói chuyện tôi càng cảm thấy như cô đang điên. Mệt mỏi quá. Muốn làm gì thì làm, tôi không dính dáng gì đến chuyện nầy.

Thương trở giọng:

- Vậy bà có dám hứa với tôi: Đời nầy kiếp nầy không bao giờ cho phép anh bà nhìn nhận Thông không? Tôi nghĩ, nếu ông ta thương con, hãy để nó sống bình yên bên những người đã từng thương yêu cưu mang nó. Đừng để nó biết về nguồn cội không mấy tốt đẹp mà đau lòng. Đừng nhỏ những giọt mực làm lem luốc trang đời trắng trong của nó. Thương nó là muốn nó được hạnh phúc. Chỉ là con của Phượng nó mới được hạnh phúc viên mãn thôi. Nếu như nó biết ông bà đã lợi dụng Phượng để nuôi nó lớn lên sau nầy nhìn nhận, bà nghĩ, với tính cách của Thông, nó sẽ đối với ông bà như thế nào?

- Chúng tôi chưa bao giờ có ý định nhìn lại Thông.

- Vậy bà cứ xoắn lấy thằng nhỏ để làm gì?

- Tôi không có bổn phận phải giải thích với cô. Ai đứng vào trường hợp nầy mới hiểu được. Chuyện nầy làm lớn ra, không có lợi cho ai cả và cô sẽ một lần nữa làm tội đồ đó hiểu không?

- Tôi chấp nhận. Nếu như bà không cam đoan với tôi bí mật nầy sẽ giữ kín suốt đời thì đừng trách tôi làm tới chuyện gì nữa. Tôi cũng nhắc nhở bà, ở đây còn có tai mắt của bác sĩ Trâm, Trâm là ai chắc bà rành hơn tôi, Trâm sẽ bảo vệ cho Phượng và Thông. Bà cẩn thận coi chừng con bà, chồng bà sẽ lên án bà và nửa đời sau bà sẽ không có chỗ dựa, chỉ có thể bên cạnh anh mình mà nương tựa chị dâu thôi. Chắc gì bà ấy sau khi biết chuyện sẽ chứa chấp bà?

Thương nói xong, đứng dậy bỏ đi, không cho bà Tiên có cơ hội mở miệng nói thêm một câu nào.

Bà Tiên đứng đó nhìn theo, hai tay run lẩy bẩy. Trong lòng dậy lên một nỗi bất an.

Ra khỏi bệnh viện, Thương ghé vào một quán nước, gọi điện cho Trâm:

- Chị vừa nói chuyện với bà ta xong.

- Có phát hiện ra điều gì mới không?

- Lát chị gửi ghi âm cuộc trò chuyện cho em, em chuyển cho Phượng nhen. Bà ta vẫn ngoan cố, nhưng chị sẽ có cách tìm ra mẹ ruột của Thông.

- Bằng cách nào?

- Trước hết, chị sẽ tìm người thân cận nhất của ông ta trước khi sinh ra Thông. Đầu tiên là xem ông ta trong thời gian đó đã có tài xế riêng chưa.

- Vậy chị phải đi Đắk Lắk à?

- Không. Chị sẽ cho người đi. Chị có một người bạn giống như thám tử tư vậy, anh ta có khả năng điều tra nhiều vụ án tương tự như thế nầy.

- Được. Chị cần bao nhiêu tiền để thực hiện cứ nói ra, tụi em sẽ hỗ trợ chị.

- Trước mắt chị còn lo được. Khi nào cần chị sẽ báo.

Một tuần sau, Thương hẹn Trâm ra ngoài. Vừa gặp mặt, Thương đã cười tươi tỉnh:

- Thắng lợi rồi em. Bạn chị đã tìm ra người tài xế của ông Lục là anh Hội. Dễ dàng moi tin tức từ anh ta. Lý do là anh cũng bất nhẫn cho mẹ của Thông. Sau vụ việc ông Lục lén bắt con, anh Hội cũng nghỉ làm cho ổng luôn.

- Là lén bắt con hả?

- Phải. Cô nầy tên Ngộ, người gốc Vũng Tàu. Ông ta trong một lần đi du lịch ở Vũng Tàu đã quen biết với cô Ngộ, cô Ngộ lúc ấy lỡ thì, quen với ông ta chỉ vì muốn có được một đứa con hủ hỉ. Cô Ngộ mồ côi cha mẹ, ở với em ruột và em dâu. Nửa tháng quen biết với ông Lục chưa có quan hệ xác thịt, sau đó ông ta thuê nhà ở Thành phố Hồ Chí Minh cho Ngộ ở, viện cớ đi công tác để đến với cổ. Chẳng bao lâu thì cổ có thai. Khi siêu âm được con trai, cổ mừng lắm nhưng ông Lục lại lo sợ, sợ cô đem đứa nhỏ ra uy hiếp ông nên kêu cô phá bỏ. Ngộ năm lần bảy lượt nói là cô sẽ chịu trách nhiệm sinh con một mình không cần cha nhưng ông ấy vẫn không yên tâm. Vậy là bà Tiên đến đóng giả làm vợ ông để uy hiếp Ngộ phá bỏ bào thai đã gần sáu tháng. Chính anh tài xế chở Ngộ bỏ trốn. Ngộ không về nhà mà thuê chỗ khác ở. Bụng mang dạ chửa sắp đến ngày sinh nên không ai thuê mướn làm gì khi đã sắp hết tiền. Ngộ bèn về quê hy vọng em trai sẽ cưu mang mình. Ai ngờ đâu bà Tiên đã đến trước đó, chửi bới, lăng nhục vắng mặt Ngộ, nói cô là đứa giật chồng người ta, giờ lại mang thai để chia của. Bà ta quậy tưng bừng khu vực của em trai Ngộ. Chính vì vậy mà vừa về tới nhà với cái bụng bầu, cô Ngộ lập tức bị em mình đuổi đi. Ngộ lủi thủi trở về thành phố, về căn nhà trọ cũ. Cám cảnh cô, anh Hội giúp cô một số tiền, hứa với cô khi cô sinh, anh sẽ nói với vợ sự thật rồi kêu vợ rước cô về chăm sóc giùm trong thời gian hậu sản. Anh thực hiện đúng lời hứa. Vợ anh rước cô Ngộ từ bệnh viện về nhà chăm sóc. Cô Ngộ đặt tên con là Quí Nhân, lấy họ mẹ: Hoàng Quí Nhân, ý nói đời cô từ nay đã có quý nhân rồi. Ngộ ở lại nhà anh Hội đến khi cứng cáp thì gửi con cho vợ Hội rồi đi làm tạp vụ ở bệnh viện gần đó. Cô vẫn ở chung nhà với vợ chồng anh Hội. Đến khi đứa bé chưa thôi nôi, cô Ngộ định dọn ra mướn phòng trọ ở nhưng chị Hội nói cứ ở tạm nhà chị, chờ đến khi đứa bé có thể gửi được nhà trẻ hãy đi.

Nhưng cuối cùng cô Ngộ cũng dọn ra ở riêng vì không muốn làm phiền gia đình anh Hội. Nói đúng ra là cô sợ một ngày nào đó ông Lục sẽ biết được tung tích của cô vì Hội vẫn còn là tài xế của ông Lục. Qua anh Hội, cô biết người tự nhận là vợ ổng và tới quậy tưng cô là em ruột của ông Lục. Cô ra đi nhưng lúc đi làm cô cũng mang con tới cho chị Hội trông giùm rồi trả tiền giữ trẻ cho chị. Nhưng mẹ con cô Ngộ chẳng yên ổn bao lâu thì một buổi tối, đã khuya lắm rồi, có người gõ cửa phòng, Ngộ vừa hé cửa nhìn ra thì bà Tiên xông vào cùng với mấy người nữa, hung hăng bắt lấy đứa bé đem đi. Mặc cho Ngộ quỳ xuống van xin, hứa sẽ viết giấy cam kết rằng đứa bé không liên quan gì đến ông Lục mà bà ta vẫn dửng dưng, lạnh lùng bỏ đi. Cô Ngộ la lên khủng khiếp, khi những người ở khu nhà trọ chạy tới thì bà ta đã mất dạng rồi, còn lại mình cô Ngộ, cứ ú ớ không nói được một câu cho ra hồn.

Đến khi anh chị Hội tới thì cô Ngộ như đã mất trí, miệng chỉ còn réo tên Quí Nhân trong nỗi kinh hoàng, đau khổ đến tột cùng... Họ đem chuyện cô bị cướp con lúc đêm khuya trình báo công an nhưng ví cô không cho được lời khai nên vụ án khép lại.

Hội đưa cô Ngộ về nhà, hy vọng sau một thời gian cô sẽ tỉnh táo lại mà khai báo. Nhưng từ đó cô im lặng không nói chuyện với ai nữa, miệng lúc nào cũng lẩm bẩm gọi tên con. Nhiều lúc đang ngồi một mình, cô bật kêu lên "Quí Nhân" rồi khóc. Tiếng kêu khóc não nùng như oan hồn từ xa vọng về khiến người nghe phải rùng mình kinh sợ.

Cho đến một ngày vợ chồng anh Hội không tìm được cô, cô đã bỏ đi đâu không ai hay biết.

Tội nghiệp cho anh Hội, bằng nhiều cách, cuối cùng anh cũng biết cô Ngộ tìm đến tận nhà ông Lục để đòi con nhưng bị ông ta tàn nhẫn xua đuổi. Vợ ông không có ở nhà, nếu như bà ta biết chuyện thì sao nhỉ? Ông Lục sai người bắt cô lưu đi thật xa, không biết bằng cách nào đó mà cô thoát được và ni cô Diệu Tâm bắt gặp cô ngất xỉu bên đường rồi đưa cô về chùa ở Thành phố Hồ Chí Minh.

Vợ chồng anh Hội lại tìm đến. Lúc nầy cô Ngộ như một người câm, không nói chuyện với ai khiến sư cô cả chùa cứ đinh ninh cô là người câm điếc bẩm sinh. Suốt ngày cô lầm lũi làm công quả, tối ra gốc bồ đề ngồi khóc, không tâm sự với ai. Khi gặp lại vợ chồng anh Hội, ánh mắt của cô bừng sáng một chút rồi trở lại vô hồn, anh không khiến cô mở miệng được.

Cô Ngộ ăn rất ít, thân thể còm nhom yếu đuối. Cầm lòng không được, anh Hội về cho ông Lục hay, ông ta chối bỏ nói là từ lâu lắm rồi không có tới lui liên lạc với Ngộ, anh Hội về Vũng Tàu tìm em trai cô Ngộ nhưng khi em cô tới thì cô đã lâm trọng bệnh, từ chối trở về quê nhà. Chừng đó cô mới nói với trụ trì xin được hậu táng tại chùa. Tính đến thời điểm đó, cô Ngộ đã làm công quả cho chùa hơn mười hai năm.

Rồi cô Ngộ từ trần. Lúc lâm chung, cô nắm tay anh Hội, trăn trối:

- Nếu có thể được, ngày nào đó gặp lại Quí Nhân, hãy nói cho nó biết chưa bao giờ mẹ nó nguôi thương nhớ nó. Không biết bây giờ nó đang ở đâu, sống với ai, có thoát khỏi bè lũ khốn nạn đó không. Chỉ mong rằng dù ở đâu, dù sống với ai nó vẫn luôn được hạnh phúc và thương yêu thì có về nơi chín suối cô cũng mãn nguyện mà ngậm cười.

Anh chị Hội thương quá và hứa cho cô yên tâm ra đi. Bao nhiêu năm nay, anh vẫn theo dõi bà Tiên nhưng không hề biết con của cô đã được ai nhận nuôi.

Kể xong câu chuyện, cả Thương và Trâm đều thẫn thờ. Trâm phẫn nộ:

- Đúng là khốn nạn.

Thương nhìn Trâm chờ đợi:

- Tiếp theo làm sao nữa Trâm?

- Hài cốt của cô Ngộ vẫn còn ở chùa hả chị?

- Phải.

- Chị biết địa chỉ của chùa chưa?

- Biết rồi.

- Để em gọi Phượng. Kêu nó đi cùng Thông đến thắp cho cô cây nhang, để cô gặp lại Quí Nhân của mình.

- Cho Thông biết luôn sao?

- Là tùy Phượng. Nếu không, cứ coi như mình rủ nó đi cùng để tế bái bạn cũ của mình thôi.

- Tùy em sắp xếp. Có ý định gì với bà Tiên không?

- Để Phượng quyết chị à. Mình chỉ góp ý thôi vì dù sao cũng là người nhà của nó. Chuyện nầy vạch trần ra bà ta sẽ mất tất cả, ba Phượng sẽ không chấp nhận người vợ như vậy đâu. Loan Trí có thể không bỏ mẹ tụi nó nhưng trong lòng mỗi đứa đều sẽ có chút gợn.

- Nhưng chẳng lẽ để bà ta nhởn nhơ như vậy sao?

- Tất nhiên Phượng sẽ không cho phép bà ta nhởn nhơ. Nhưng kế hoạch trả đũa ra sao thì mình hãy để nó tự vạch ra.

- Được. Chị chờ. Nhiệm vụ của chị tới đây xem như là xong.

- Thay mặt Phượng thành thật cám ơn chị.

- Cám ơn gì chứ. Đây chỉ là chuộc lỗi về những phiền toái chị vô ý đã gây ra cho Phượng thôi.

Đêm hôm đó, Trâm chuyển đoạn ghi âm của Thương với bà Tiên cho Phượng. Sau đó điện thoại kể cho bạn nghe về tất cả những chuyện mà cô nghe được từ Thương. Phượng bàng hoàng:

- Thật kinh khủng. Bây giờ tao phải làm sao hả Trâm?

- Mầy lên đây đi. Tụi mình cùng đến chùa thắp cho cô Ngộ vài nén nhang. Đưa cả Thông đi để cô nhìn lại con mình và an ủi vong linh của cô.

- Được. Chuyện đến nước nầy, không cần phải giấu giếm thằng bé làm gì. Phanh phui hết ra để nó tự quyết định.

- Tùy mầy. Suy nghĩ cho thấu đáo nhen Phượng.

- Thông đi công tác từ thiện về chưa?

- Về hai ngày rồi.

- Vậy Chủ nhật tao lên. Chị Thương có đi cùng với mình không?

- Có. Chủ nhật mầy lên nhen.

- Ông Lục xuất viện chưa? Bà ta còn ở trên đó không?

- Thứ hai tuần sau ổng mới xuất viện. Mấy hôm nay tao không thấy bà ta nên cũng không biết bà còn hay ở lại. Nhưng chắc Chủ nhật bả sẽ lên vì thứ hai ổng về rồi.

- Chắc là ổng chưa về quê, còn ở lại nhà con của ổng ở thành phố. Tao muốn nhân dịp nầy nói rõ với họ.

- Được. Mầy lên đi tụi mình cùng bàn bạc.

Đúng bảy giờ sáng ngày Chủ nhật Phượng đã có mặt ở nhà Trâm. Phượng không đi xe nhà, cô bắt xe khuya vì sợ tai vách mạch vừng, Phượng sợ tài xế biết chuyện sẽ đồn thổi không hay.

CHƯƠNG CUỐI

Trâm gọi Thương kêu cô chờ hai cô đến đón. Gặp Thương xong họ gọi Tắc xi đón Thông.

Thương gặp Thông thì nhìn trân trối, không tìm ra một nét nào của đứa bé năm xưa cô đã nuôi nắng gần một năm trời. Thông gật đầu chào Thương. Phượng giới thiệu:

- Đây là dì Thương. Bạn của mẹ và dì Trâm. Con gọi dì Thương đi.

- Dì Thương.

- Ngoan.

- Hôm nay mẹ và hai dì dẫn con đi tế bái một người. Người nầy rất quan trọng với con.

- Là ai vậy mẹ?

- Mẹ sẽ cho con biết sau. Bây giờ mình đi.

Họ nhanh chóng tìm ra nhà chùa. Đó là một ngôi chùa nhỏ tọa lạc ở ngoại ô đường Lê Minh Xuân, Phú Lâm. Bốn người vào cúng chùa xong ngỏ ý muốn viếng và đốt nhang cho ni cô Hoàng Thị Ngộ pháp danh Huệ Bích. Sư cô trụ trì chùa dẫn bốn người đến trước bài vị có lọ tro cốt của cô Ngộ. Ba người đàn bà thắp hương mà nước mắt chảy dài. Mỗi người lâm râm khấn vái, Thông đứng cạnh bên cũng không biết họ khấn vái điều gì.

Phượng kéo tay Thông lại gần, đưa cho anh ba cây nhang, dặn dò:

- Con đốt nhang cho cô Ngộ đi. Lúc sinh tiền, mong muốn duy nhất của cô là gặp được con.

- Cô Ngộ là ai hả mẹ?

- Mẹ sẽ giải thích với con sau.

Thông đốt nhang cắm lên bàn thờ. Xong chấp hai tay lại, nhắm mắt thành kính khấn nguyện. Thông khấn nguyện thật lâu, đến lúc xong, Thương, Trâm, Phượng thấy đôi mắt anh đỏ như vừa mới khóc.

Bốn người ra ngoài, chào sư cô trụ trì để ra về. Không hỏi thêm điều gì nữa. Ra đến băng ghế đá dưới gốc bồ đề, Phượng kéo Thông ngồi xuống, Trâm và Thương đứng cạnh. Phượng nhìn sâu vào mắt con trai:

- Con muốn biết người đàn bà mà con mới vừa đốt nhang là ai không?

Thông trả lời mà không nhìn Phượng. Mặt chẳng lộ ta một biểu cảm nào:

- Không.

Cả ba đều ngạc nhiên, trố mắt nhìn Thông:

- Tại sao?

- Tại vì con không muốn nhận thêm bất cứ một nỗi đau nào nữa.

Phượng chồm tới, bấu vào vai Thông, hoảng hốt:

- Con đã nhận nỗi đau sao?

Thông xoay người lại, dịu dàng nhìn thẳng vào mắt

Phượng:

- Con đã biết tất cả rồi mẹ à. Biết từ hôm đầu tiên bà ngoại đến đây.

Phượng mím môi, rít lên:

- Khốn kiếp. Bà đã nói gì với con?

Thông ngước lên nhìn Thương, e dè. Phượng hiểu ý, vội vàng trấn an con:

- Không sao đâu con. Mẹ quên chưa giới thiệu với con. Đây là cô Thương, người đã từng nuôi dưỡng con lúc con chưa về với ba mẹ và cũng là người đem con đến cho mẹ.

- Cũng là người khiến hai người đàn ông khác tới nhìn con là con của họ đó sao?

- Trong chuyện nầy có hiểu lầm. Mẹ sẽ giải thích với con sau. Bây giờ kể cho mẹ nghe, bà ngoại đã nói gì với con?

- Bà đưa kết quả xét nghiệm AND cho con xem, chứng minh con là con ruột của ông Sáu.

- Ý bà muốn con nhận ông ta là cha à?

- Có lẽ vậy. Nhưng con đã nói thẳng với bà, con từng thề, dù cho biết cha mẹ là ai thì trong lòng con chỉ có ba Long và mẹ Phượng thôi. Con nói với bà và ông Sáu hãy coi như đó là chuyện hoang đường, còn con thì chưa từng nghe chuyện nầy nếu như bà ngoại muốn trong lòng con còn có chút kính trọng bà.

- Bà giải thích với con vì sao họ không nuôi con mà dàn dựng ra màn kịch đưa cho dì Thương để dì Thương đem lại cho ba mẹ không?

- Bà nói vì lúc đó, người sinh ra con là bất đắc dĩ. Nên con mới mấy tháng đã đem tới giao cho ông, với tư cách và địa vị ông lúc đó không thể nhìn nhận con được nên mới nhờ dì Thương nuôi một thời gian. Không ngờ sau đó dì lại đưa cho ba mẹ. Nhưng như vậy cũng tốt vì bà có thể theo dõi con lớn lên. Con đã nói thẳng với ông Sáu và bà là từ nay, đừng bao giờ tìm con nữa. Ngoài dì ba và cậu Út là em của mẹ, những người còn lại trong gia đình bà đều không có liên quan mẹ, lại càng không liên quan con, cho nên bất cứ sự cố nào xảy ra cho gia đình họ con đều không muốn biết. Hãy xem kết quả xét nghiệm đó là sự trùng hợp nhóm máu mà thôi. Con vĩnh viễn không chấp nhận điều nầy. Bà khóc, ông năn nỉ nhưng con đã bỏ đi. Coi như con chưa từng nghe, chưa từng biết và con đã làm được. Chính vì vậy, con đã không nói với mẹ.

- Theo con, mục đích bà nói ra với con để làm gì?

- Bà nói vì sợ ông bị ung thư không qua khỏi, muốn con kêu một tiếng cha.

- Kinh khủng. Bà nói sao về mẹ của con?

- Bà nói sau khi giao con cho ông, người sinh ra con lấy một Việt Kiều Mỹ, rồi theo chồng định cư nước ngoài. Từ đó đến nay không liên lạc.

- Nói láo trắng trợn. Là họ đã đẩy mẹ con vào con đường chết. Mẹ con tên thật là Hoàng Thị Ngộ, người ở Bà Rịa Vũng Tàu. Ông ta dụ dỗ mẹ con lên Thành phố sống chung. Vì cô Ngộ đã lớn tuổi nên muốn có đứa con của riêng mình không cần danh phận và sẵn sàng một mình nuôi con. Nhưng đến khi cô có thai, ông ta buộc cô phải phá bỏ vì sợ chuyện đổ bể ra ông sẽ mất chức mất quyền. Bà ngoại đến với tư cách vợ lớn quậy tưng bừng từ nhà trọ tới quê của mẹ con. May mắn là cô được anh Hội, tài xế riêng của ông Sáu cưu mang cho đến lúc sinh nở. Lúc đó con có tên là Hoàng Quí Nhân, là bảo bối của cô Ngộ. Khi con chưa được thôi nôi, cô Ngộ mướn phòng ở riêng, bà ta nửa đêm dắt người tới cướp con đi trước sự van xin của cô Ngộ. Sau đó cô phát điên nên không cho lời khai với công an được. Cũng lại là vợ chồng anh Hội cưu mang. Mặc dù thần trí không minh mẫn nhưng cô cũng tìm ra được nhà của ông ta đòi con. Ông ta lần nữa dùng quyền lực sai người bắt cô lưu đi xa. Không biết kỳ tích gì mà cô thoát ra được và ngất xỉu bên đường, Sư cô trụ trì chùa nầy phát hiện ra và đem về đây làm công quả. Mười hai năm mẹ con không mở miệng nói một câu với bất kỳ ai. Chỉ nghẹn ngào gọi tên con rồi khóc. Đến khi biết mình không qua khỏi cơn bệnh ngặt nghèo, cô mới gọi anh Hội tới dặn dò, nếu sau nầy gặp được con thì nhớ nói lại giùm là chưa một giây phút nào cô nguôi nhớ thương con. Mong cho con tránh khỏi nanh vuốt của bọn khốn nạn. Dù cho con sống ở đâu, là con của ai cô cũng mong con được hạnh phúc trọn vẹn. Vậy mà bà ta dám nói là mẹ con đã có chồng định cư nước ngoài. Lương tâm của bả bị chó tha mất rồi.

Thông mím môi, mắt long lên, hai tay nắm chặt cố kìm nén cơn giận dữ:

- Thật là không thể tưởng tượng. Thật là bỉ ổi vô sỉ.

Phượng âu yếm vuốt tóc Thông:

- Bây giờ con đã trưởng thành rồi. Con có quyền biết về nhân thân của mình và tùy con lựa chọn. Dù ai là cha mẹ của con thì mẹ vẫn luôn yêu thương con như trước đây.

- Con đã chọn rồi mẹ à. Chỉ là xin mẹ một điều: Sau nầy con có gia đình, con sẽ rước bài vị của mẹ con về thờ cúng.

- Điều đó nếu con không nói, mẹ cũng sẽ làm thôi.

- Cám ơn mẹ. Đối với con bây giờ, con không để hai người đó trong lòng.

- Con làm được vậy là tốt. Nhưng mẹ sẽ không bỏ qua

cho bà ta. Mẹ sẽ cho bà ta biết, gieo nhân nào gặt quả ấy. Mẹ sẽ phanh phui sự thật nầy cho ông ngoại của con biết để ông trị bà ta như thế nào là quyền của ông. Bản thân mẹ cũng sẽ cắt đứt quan hệ với bà ta.

Trâm vội vàng lên tiếng:

- Đừng như vậy Phượng. Tội cho ba mầy thôi. Theo ý tao, mầy nên gặp riêng bả, mắng cho bả một trận, hăm he cũng được nhưng đừng nên cho ba mầy biết, ông sẽ rất khó xử. Chuyện của Thông càng ít người biết càng tốt Phượng à. Bây giờ ai cũng nghĩ nó là con của anh Long, chuyện mầy đem bài vị cô Ngộ về thờ cúng cũng là hợp lý vì đó là mẹ đẻ ra Thông. Chứ nếu để ai cũng biết Thông không phải là con của anh Long thì chừng đó phức tạp vô cùng mầy lường trước được sao?

Thương cũng nói:

- Trâm đúng đó Phượng. Em bình tĩnh đi. Chửi dằn mặt bà ta thì nhất định phải chửi nhưng đuổi bà ta đi thì còn hai đứa em của em nữa mà?

Thông nắm tay Phượng:

- Mẹ đừng lo sẽ mất con. Không có ai thay thế nổi vị trí của mẹ trong lòng con hết. Hơn hai mươi năm trôi qua chứ không phải ngày một bữa, con hiểu rõ tình thương mẹ dành cho con là thật. Mẹ chưa bao giờ nặng lời với con, luôn dạy con điều hay lẽ phải, dạy con biết cách cư xử với người trên trước. Tình yêu của mẹ thấm đậm vào tim con không có cách nào gỡ ra được. Cho dù có người đem tiền muôn bạc vạn tới để kêu con tách rời mẹ ra cũng đừng hòng. Thậm chí sau nầy vợ của con bất kính với mẹ, dù có yêu cô ta cách mấy con vẫn bỏ vợ như thường.

Phượng ứa nước mắt khi nghe những lời nầy, cô ngả đầu vào vai đứa con trai mà cô xem như bảo bối:

- Đủ rồi con. Có những lời nầy của con là mẹ đã mãn nguyện rồi.

Trâm và Thương nhìn nhau, mỉm cười.

Phượng về nhà, việc đầu tiên là điện thoại cho bà mẹ kế. Cô biết bà ta chưa đi thành phố. Bên kia có tiếng a lô, Phượng cố gắng mềm mỏng để dụ bà tới gặp mình:

- Mẹ hả? Cậu sao rồi mẹ?

- Ờ. Cũng khỏe nhiều rồi. Thứ hai nầy xuất viện.

- Mẹ có lên đón cậu xuất viện không?

- Không con à. Có mấy đứa con của cậu lo.

- Mẹ, mai mẹ lên gặp con chút nhen.

- Có chuyện gì sao Phượng?

- Cũng không có gì quan trọng. Chỉ là con muốn hỏi ý kiến mẹ vài chuyện. Con đang gặp khó khăn đây.

- Vụ gì mới được chứ?

- Thì mẹ lên đi. Lên giúp con đi mà.

- Được. Mai ba con đi làm mẹ sẽ lên.

Phượng gác máy. Mặt đanh lại. Ngày mai, cô sẽ nói tạt vào mặt bà, sẽ chấm dứt quan hệ mẹ con với bà. Từ nay, cô sẽ thoát khỏi ánh mắt dòm ngó của người mà trong lòng cô lúc nào cũng kiêng dè.

Sáng là bà Tiên có mặt tại nhà riêng của Phượng. Cô niềm nở tiếp bà. Chờ cho Long đi làm, hai con đi học hết, Phượng kéo ghế ngồi đối diện bà Tiên, sắc mặt thay đổi, giọng rắn như thép:

- Đầu tiên, bà cho tôi hỏi: Ông Sáu Lục có quan hệ gì tới thằng Thông con tôi?

Bà Tiên thất sắc, tròn mắt nhìn Phượng:

- Thông nói với con rồi à?

- Bà nghĩ nó giấu tôi sao?

Bà chồm tới, muốn nắm lấy tay Phượng nhưng cô rụt lại. Bà ngại ngùng:

- Mẹ không có ý gì muốn giành lấy Thông của con đâu. Chẳng qua là mẹ sợ cậu con không còn cơ hội nhìn thấy con ruột của mình thôi.

- Cậu con? Nghe thân thiết quá. Không phải ông ta đã nhìn thấy nó mấy lần rồi sao? Nếu như các người cao thượng hơn một chút, biết nghĩ hơn một chút thì lẽ ra nên đứng xa mà nhìn nó thành đạt, đứng xa mà chúc phúc cho nó, không nên làm nó tổn thương. Bà nhìn nó là cháu, có nghĩa là bà đã cứa vào tim nó một nhát dao, muôn đời để lại sẹo. Vậy mà nói là thương con, thương cháu sao?

- Nhưng ít nhất nó cũng phải biết nguồn cội của mình chứ?

- Đã quá muộn. Lúc nó mới hai tuổi được bà đạo diễn đem về đây, sao bà không nhìn nhận đi? Để đến lúc nó thành bác sĩ rồi hai người lại nhào ra nhìn nhận?

- Nếu cậu con không có sự cố thì vĩnh viễn mẹ sẽ không nói ra.

- Ngụy biện. Vậy mấy năm trước, bà dẫn ông ta tới dự tiệc, cố tình để ông ta tiếp cận nó là với mục đích gì? Khỏi giải thích nữa. Tôi đã biết tất cả. Từ việc bà giả danh vợ lớn tới quậy cô Ngộ, đến việc bà xuống nhà em trai của cô ấy, hại cô Ngộ không có đường quay về với mục đích là muốn cô bỏ đi bào thai. Việc bà nửa đêm tới bắt cóc con cô Ngộ khiến cô phát điên. Việc anh bà lưu cô đi chỗ khác. Việc cô Ngộ vào chùa làm ni cô điên khùng vì mất con. Việc cô Ngộ mỏi mòn chết đi trong hờn căm uất hận. Bao nhiêu đó chưa cấu thành tội ác hay sao mà mà còn vu khống người ta bỏ con, đem giao cho ông ta để theo chồng việt kiều định cư xứ người giờ có cảnh sống giàu sang?

Nói đến đây, Phượng nghẹn lời:

- Tại sao? Tại sao bà lại chọn tôi? Chọn tôi để nuôi giúp bà đứa con mà chính cha nó muốn từ bỏ? Đã từ bỏ lúc nó mới phôi thai giờ lại muốn nhìn con khi nó đã thành đạt là vì lý do gì?

Bà Tiên cứng họng, không nói được câu nào. Phượng bồi thêm:

- Bà đừng nghĩ tôi không biết bà cố tình dạy hư tôi lúc tôi còn bé. Bà đã đào tạo ra một đứa con gái hư hỏng chẳng biết gì về cách sống làm người. Cũng may trước khi về nhà chồng, tôi đã vô tình biết được ý đồ của bà. Bà đã dành thời gian mười mấy năm để cố tình phá hỏng cuộc đời đứa con chồng. Nhưng cuối cùng đứa con nầy đã giúp bà nuôi giọt máu tội lỗi của anh bà. Hôm nay, tôi lật ngửa ván bài với bà, muốn bà biết rằng không có chuyện gì qua mặt tôi được. Và con Phượng ngày nào mặc cho bà thao túng đã không còn nữa. Chỉ còn lại bà Long, con dâu của tập đoàn Trần Thị, người đàn bà thượng lưu, con cái thành đạt mà thôi. Bà đã không còn con bài tẩy là tôi hay Thông nữa, vì nó biết chuyện mẹ nó chết tức tưởi như thế nào. Nó căm thù bà và ông Lục nên tôi khuyên bà nên tránh xa nó ra, kẻo đến khi nó không nhịn được nữa tôi không biết nó sẽ làm tới chuyện gì. Riêng tôi, nói lần nầy cho bà hiểu rồi thôi. Ngoài việc cấm bà tiếp cận Thông ra, tôi sẽ cố gắng tránh tiếp xúc với bà. Sở dĩ tôi không vạch mặt bà là tôi nghĩ cho ba tôi, cho hai đứa em tôi. Chứ đối với tôi bây giờ, bà không còn ý nghĩa gì nữa. Tôi cũng không muốn nghe bà biện hộ. Đừng nói với tôi bà có nỗi khổ gì.

Phượng đứng dậy, cô đưa tay ra đuổi khách:

- Tôi nói xong rồi, bây giờ mời bà về. Từ nay, không có chuyện gì cấp bách cũng đừng nên gặp nhau.

Bà Tiên mím chặt môi, đôi mắt cụp xuống, thiểu não đứng dậy ra về. Từ đầu tới cuối không biện bạch được một câu. Phượng thở phào, khép cửa lại, vào trong sửa soạn chuẩn bị ra cửa hàng.

- HẾT -

CẢM NHẬN SAU KHI ĐỌC BẢN THẢO TRUYỆN DÀI "NUÔI CON NGƯỜI KHÁC" CỦA NHÀ VĂN LÊ NGUYỆT

Dương Hiệu Thư

"Khi nuôi con mới biết lòng cha mẹ". Người, chưa từng làm cha mẹ thì không hiểu được niềm hạnh phúc khi làm con và sự hi sinh từ những điều nhận được.

Hoài thai 9 tháng, vượt cạn mấy ngày, ấp ủ yêu thương và hy vọng về sự nối tiếp tương lai, hạnh phúc khi ươm mầm và nuôi dưỡng nguồn sống, một nguồn sống thuộc về riêng mình, do mình tạo ra, niềm hạnh phúc đó bắt đầu tình mẹ.

Tình yêu của mẹ, là điều mà con người ỷ lại nhất, là điều nghiễm nhiên hiện hữu, bạn không cần cố gắng đạt được, bạn cũng không cần xứng đáng để có nó, mẹ sẽ cho bạn tình yêu đó vô điều kiện, nó nghiễm nhiên đến mức bạn đôi khi đã quên mất cần trân trọng, bởi vì trái tim mẹ nếu có là một vực sâu thăm thẳm, thì bạn vẫn luôn có thể tìm thấy sự tha thứ yêu thương ở nơi đó.

Vì thế… sẽ thật đớn đau, sẽ thật mất mát, nếu… không có mẹ. Đứa trẻ không có mẹ, sẽ không có được một tình yêu thương vô điều kiện, sẽ không có một bến bờ để đem tất cả yếu mềm và ỷ lại phơi bày ra không giấu giếm, sẽ không có kim chỉ nam trong sự trưởng thành, không có một chỗ dựa để biết rằng bất kể mình có bao nhiêu sai sót, mình có bao nhiêu bướng bỉnh, có bao nhiêu những lần không thành công, vẫn có vòng tay và trái tim mẹ để vỗ về…

Người xưa có câu: "Một giọt máu đào hơn ao nước lã", người xưa cũng có câu: "Ơn sinh thành không bằng ơn dưỡng dục", trong suốt cuộc đời một người, chỉ có một thứ là không thể lựa chọn, đó chính là cha mẹ.

Phượng và Trâm là hai đứa trẻ không được thượng đế trao cho may mắn có được tình yêu vĩ đại đó trong trọn vẹn tuổi thơ, nhưng họ vẫn có một người "Mẹ" trong quá trình trưởng thành.

Nhà văn Lê Nguyệt với ngòi viết tinh tế, khéo léo truyền tải thông điệp đến với người đọc: Có rất nhiều cách để làm "MẸ", chỉ là xem tấm lòng của người phụ nữ mà thôi. Trâm đã nhận được một tấm lòng cao cả, Phượng đã rơi vào một tâm tư nhỏ nhen hiểm độc, hai người mẹ kế dùng hai cách khác nhau để đối xử với con chồng, những đứa trẻ ban đầu không hiểu, nhưng quả ngọt quả đắng, đến cuối cùng vẫn phải nếm qua và cảm nhận được.

Trâm trưởng thành như kỳ vọng của mẹ, tinh tế uyên bác, thành đạt. Cuộc sống phong phú, độc lập mạnh mẽ, Phượng trưởng thành như mong muốn của mẹ, đơn giản, nông cạn, bỡ ngỡ thiếu bản lĩnh.

Nhà văn lại lần nữa truyền tải thông điệp: Những đứa con lớn lên trên nền tảng được chuẩn bị sẵn từ gia đình, nhưng việc một người làm sao tồn tại trong xã hội, vẫn tùy vào sự nỗ lực và cố gắng của chính người đó.

Với xuất phát thấp, Phượng đã từng bước một tìm cách thay đổi và biến bản thân thành người đáng để trân trọng, đối với chồng, với gia đình và với chính mình. Cô bé nông cạn ngày xưa đã nhìn thấy được những vấn đề, đã hiểu được những tấm lòng xung quanh, đã biết những ai và những gì có thể học hỏi được, mở ra trái tim của người chồng và của bản thân khi chấp nhận chăm sóc con của anh ta.

Mọi chuyện bắt đầu từ đó.

Và, thông điệp lại đến: Không có người phụ nữ nào sinh ra đã là mẹ, nhưng tình yêu từ người mẹ luôn tồn tại và hiện hữu trong trái tim của người phụ nữ, chỉ cần cô ấy mở nó ra với đứa trẻ một cách tự nguyện…

"NUÔI CON NGƯỜI KHÁC", thật chua chát khi nghe tên truyện, chua chát cho người nuôi con, và cho đứa con, vì nó là "của người khác", vì nó không có cho mình một tình yêu thiêng liêng đã được định sẵn.

Chỉ là… trên tất cả những điều là định sẵn, tất cả những điều là nguyên tắc và chân lý, thì trái tim và tấm lòng sẽ quyết định tất cả, sẽ quyết định là máu đào hay là nước lã, sẽ quyết định việc cha mẹ và con cái ở bên nhau là sự thương yêu bất diệt hay tạm bợ đến lạnh người…

Mỗi đứa trẻ đều ao ước để được làm con của cha mẹ… Mỗi mối quan hệ hay tình cảm đều có sự đàn hồi, yêu thương trao ra, dẫu cho vô điều kiện, vẫn sẽ có yêu thương đáp lại…

Diễn biến câu chuyện NUÔI CON NGƯỜI KHÁC phức tạp, gay cấn, tác giả đưa người đọc từ bất ngờ nầy đến bất ngờ khác. NGƯỜI KHÁC là ai? Nuôi con của ai? Mời các bạn theo dõi đến cuối truyện.

Bến Tre, 16/6/2020
Dương Hiệu Thư

Mục lục

Liên lạc Tác giả
Lê Nguyệt
lenguyet2806@gmail.com

Liên lạc Nhà xuất bản
Nhân Ảnh
han.le3359@gmail.com
(408) 722-5626